# RA KHƠI

## TẬP 3

**Tháng 7-2020**

NHÀ XUẤT BẢN
NHÂN ẢNH
2020

# LỜI NGỎ

Một mùa xuân buồn vương vất qua mùa hạ!

Cơn đại dịch COVID19 phủ lên toàn cầu bầu không khí ảm đạm tang thương, mọi hoạt động xã hội trong thời gian cách giãn hầu như ngừng trệ, cuộc sống nhà nhà hầu như thay đổi trong mọi sự khó khăn đảo lộn, ai cũng phải gồng mình lên chịu đựng và chia sẻ với nỗi lo chung của chính phủ trong mọi sự hạn chế sinh hoạt thường ngày cùng với nỗi lo tài chính...

Mọi sinh hoạt văn nghệ cũng chung cảnh ngộ, vì lý do đó mà ấn phẩm RA KHƠI 3 phải dời lại 1 kỳ. Trong thời gian cách giãn giới văn nghệ lần lượt nhận nhiều tin buồn về sự ra đi của tiếng hát vượt thời gian Thái Thanh, nhà văn, nhà thơ, nhạc sĩ Hoàng Hương Trang, Chân Phương, Nguyễn Dương Quang, nhạc sĩ nhà văn Vũ Đức Sao Biển, nhạc sĩ Trần Quang Lộc và gần đây nhất là thi sĩ Sao trên rừng Nguyễn Đức Sơn...

Mọi việc rồi cũng qua đi, nhờ chủ trương đúng hướng và việc thực hiện tốt nên Việt Nam cơ bản đã ngăn chặn được dịch bệnh, lệnh cách giãn được gỡ bỏ, mọi hoạt động xã hội dần hồi phục trở lại quỹ đạo... ấn phẩm RA KHƠI 3 lại tiếp tục cuộc hành trình trên con đường văn học.

Ban chủ trương RA KHƠI rất vui, trong số này có sự góp mặt của nhiều tên tuổi đã thành danh trong nước và hải ngoại, nội dung phong phú với nhiều thể loại giúp cho ấn phẩm RA KHƠI có nội dung chất lượng. Song song đó cũng có những cây viết trẻ cùng thử sức và trải nghiệm trên sân chơi giúp cho ấn phẩm thêm nhiều sắc màu...

Cũng xin nhắc lại, ấn phẩm RA KHƠI được Ban Chủ trương thực hiện như một tập san nên chủ đề được mở rộng gồm các bài viết như biên khảo văn học, nhận định phê bình văn học, truyện ngắn, tạp văn, bút ký, tùy bút, tản văn, giới thiệu tác giả và tác phẩm, thơ…

Như tiêu chí mà Ban Chủ trương đã đặt ra phương hướng từ lúc khởi đầu, ấn phẩm RA KHƠI là một sân chơi văn nghệ theo tinh thần góp sức một phần nhỏ bé trong sự phát triển văn học nước nhà. Không có tham vọng lớn, chỉ muốn hòa mình làm cỏ cây trong vườn hoa văn nghệ dưới những bóng cây cổ thụ để góp thêm chút hương sắc với đời.

Ban chủ trương rất phấn khởi khi được các anh chị tên tuổi trong nước cũng như hải ngoại ủng hộ và cộng tác nhiệt tình, bài vở phong phú, nội dung hay, sâu sắc phản ảnh được nhiều góc nhìn rộng về mọi mặt, là chất liệu văn học quý giá đáng quan tâm để học hỏi. Ban Chủ trương cũng quan tâm đến những tay viết trẻ có nội hàm đang sung sức trong sáng tác, có cách nhìn nhạy bén, sung mãn và chịu dấn thân trong sự thử thách để vươn lên, hy vọng sẽ có sự đồng điệu của các thế hệ để hòa mình thân thiện trong sân chơi này và cùng tiến ra biển lớn đúng nghĩa với cái tên ấn phẩm: RA KHƠI.

Có một điều quan trọng, xin thưa với các anh chị là ấn phẩm RA KHƠI chủ trương theo hướng văn học thuần túy không mang nặng quan điểm, để có sự dung hòa mọi mặt, chú tâm đến Chân, Thiện, Mỹ nhằm phát triển tính nhân văn hầu góp phần làm đẹp cho đời để cuộc sống thêm phần ý nghĩa… mong được các anh chị chiếu cố và thông cảm.

Ban Chủ trương cũng rất mong, trong số tới RA KHƠI 4 sẽ được thêm sự cộng tác của nhiều tác giả mới nữa, thuộc mọi tầng lớp, nhiều thế hệ… để ấn phẩm thêm phong phú từ nội dung đến hình thức.

Tất nhiên, chẳng có gì là hoàn hảo, trong quá trình thực hiện sẽ có sự chủ quan để lại những khiếm khuyết trong ấn phẩm, cũng mong được các tác giả châm chước và góp ý chân tình để giúp ấn phẩm hoàn thiện, phát triển ngày càng tốt hơn.

Thay mặt Ban Chủ trương xin chân thành cảm ơn Quý anh chị em tác giả đã cộng tác bài vở cho ấn phẩm RA KHƠI. Kính chúc sức khỏe, an vui và sức sáng tác bền bỉ…

**Nguyễn Thành**

## Mục lục


- Nguyễn Thành - *Lời ngỏ* - tr.3
- Châu Yến Loan - *Thanh Chiêm - Nơi khai sinh chữ quốc ngữ* - Biên khảo, tr.7
- Nguyễn Thiếu Dũng - *Thúy Vân – Lửa ấm tình người* - Biên khảo, tr.17
- Bùi Thanh Minh - *Chuyện tình bây giờ mới kể* - Truyện ngắn, tr.27
- Lương Minh - *Đặc sản Chợ Lớn* - Tùy bút, tr.32
- Minh Nguyễn - *Thủ đô của resort* - Truyện ký, tr.36
- Trần Thị Kim Dung - *Ra khơi* - Thơ, tr.51
- Nguyễn Hải Thảo - *39$^o$C*- Thơ, tr.52
- Huỳnh Duy Lộc - *Hoài niệm mưa* - Thơ, tr.53
- Trần Dzạ Lữ - *Nếu giờ này còn mẹ* - Thơ, tr.54
- Nguyễn Hùng Phong - *Gieo neo sông mặn* - Thơ, tr.55
- Dung Thị Vân - *Hãy cùng em cầu nguyện* - Thơ, tr.56
- Nguyễn Thái Dương - *Đầy vơi nghìn nỗi* - Thơ, tr.57
- Nguyễn Quốc Hưng - *Chỉ có em nhìn ta cười thôi* - Thơ, tr.58
- Ngàn Thương - *Mênh mang tình khúc* - Thơ, tr.59
- Nguyễn Văn Gia - *Dịu dàng như giọt nắng* - Thơ, tr.60
- Trần Hạ Vi - *Củ hành* - Thơ, tr.61
- Trần Vạn Giã - *Thơ tặng chị hai Nghệ An* - Thơ, tr.62
- Ngã Du Tử - *Đọc tập truyện ngắn Xóm Cô Hồn của Kha Tiệm Ly* - Bình văn, tr.63
- Nguyễn Hoài Vân - *Quê hương* - Tản văn, tr.68
- Nguyễn Long Xuân - *Đêm trừ tịch... xã Dak-Ơ-H. Bù Gia Mập (Bình Phước)* - Tản văn, tr.70
- Tiểu Lục Thần Phong - *Chuyện họ nhà hoa* - Truyện ngắn, tr.72
- Tiểu Nguyệt - *Phố xưa, có một ngôi nhà* - Truyện ngắn, tr.79
- Mang Viên Long - *Ngọc của ngày xưa* - Truyện ngắn, tr.87
- Mai Liên Giang - *Một Cách Tiếp Cận Thơ Hoàng Vũ Thuật (Từ Góc Nhìn Văn Hóa)* - Bình thơ, tr.95
- Hồ Chí Bửu - *Chùm thơ* - Tr.108
- Trần Hoàng Vy - *Tôi chào tôi* - Thơ, tr.110
- Nguyễn Vũ Sinh - *Xuân trôi* - Thơ, tr.111
- Nguyễn Sông Trẹm - *Đời lá* - Thơ, tr.112
- Lê Hữu Minh Toán - Răng chừ - Thơ, tr.113
- Toàn Tâm Hòa - Dấu thời gian - Thơ, tr. 114
- Thư Trần - *Không đề* - Thơ, tr.115
- Ngô Hồ Anh Khôi - *Narcissus, chứng bệnh thời đại* - Nhận định, tr.116
- Kha Tiệm Ly - *Những gánh hát xưa* - Tản văn, tr.134
- Trần Thoại Nguyên - *Anh vẫn biết* - Thơ, tr.139
- Nguyễn Thanh Châu - *Lục bát cho những cơn mưa ở quê nhà*, tr.140
- Nguyễn Minh Tơ - *Nhớ* - Thơ, tr.141
- Trần Võ Thành Văn - *Như đã từng* - Thơ, tr.142
- Trần Thuận - *Tiền Giang Tam Bình quê tôi* - Thơ, tr.143
- Nguyễn Hữu Hồng Minh - *Nhà của người nhiều sách* - Thơ, tr.144
- Hồ Xoa - *Chùm thơ ngắn* - Tr.146
- Phạm Hiền Mây - *Từ ly nuôi dài...* - Thơ, tr.148
- Như Quỳnh de Prelle - *Babel 2020, tháng 2* - Thơ, tr.149
- Đặng Châu Long - *Hối tàng nơi chợ Búng* - Tùy bút, tr.152
- Trúc Linh Lan - *Tóc xưa còn giữ mấy lời ẩn hương* - Bình thơ, tr.157
- Nguyễn An Bình - *Lãng đãng Mai Châu* - Truyện ngắn, tr.161
- Trần Văn Nghĩa - *Hương phố* - Thơ, tr.171
- Nguyễn Thái Bình - *Tặng bạn Tết không về* - Thơ, tr.172

• Nguyễn Trung Nguyên - *Nhớ mẹ quê xưa* - Thơ, tr.173
• Lâm Băng Phương - *Tím buồn* - Thơ, tr.174
• Hoài Huyền Thanh - *Bài thơ cho anh* - Thơ, tr.175
• Dạ Yên - *Dẫu chỉ là mơ* - Thơ, tr.176
• Nguyễn Thị Kim Hương - *Nỗi nhớ mùa trâm chín* - Thơ, tr.178
• Nguyễn Thị Yến - *Ký ức tuổi thơ* - Thơ, tr.179
• Võ Thị Loan - *Tâm nguyện* - Thơ, tr.180
• Trần Thị Hồng Châu - *Lận đận mà vẫn cứ yêu thương* - Bình thơ, tr.181
• Đan Thanh - *Người khuê các* - Truyện ngắn, tr.185
• Từ Phạm Hồng Hiên - *Mùa thôi hoang vắng* - Truyện ngắn, tr.189
• Vương Hoài Uyên - *Điệu valse mùa cũ* - Truyện ngắn, tr.198
• Trần Hữu Dũng - *Chung quanh bài thơ "Giang hồ" của Phạm Hữu Quang* - Biên khảo, tr.205
• Huỳnh Viết Tư - *Kỷ niệm 105 ngày hy sinh chí sĩ Trần Quý Cáp (1908-2013) Tư tưởng duy tân và dấn thân của chí sĩ Trần Quý Cáp* - Biên khảo, tr.210
• Lâm Khương Tiến - *Áo dài* - Thơ, tr.217
• TT.Thanh Trước - *Chưa* - Thơ, tr.218
• Hoàng Vũ Thuật - *Quà tặng* - Thơ, tr.220
• Thanh Trắc Nguyễn Văn - *Về với quê hương* - Thơ, tr.222
• Hoàng Linh - *Tình tự đất* - Thơ, tr.223
• Đào Minh Tuấn - *Tôi lại tìm tôi* - Thơ, tr.224
• Hữu Tài Trần - *Khóc dòng sông* - Thơ, tr.225
• Nguyễn Thiên Nga - *Nói với anh* - Thơ, tr.226
• Nhung Kate - *Màu áo xanh* - Thơ, tr.227
• Hồ Viết Thắng - *Thiên thần lạc bến* - Thơ, tr.228
• Mỹ Linh - *Lại mơ* - Thơ, tr.230
• Thái Quốc Mưu - *Tài nhân Thượng quan Uyển Nhi* - Biên khảo, tr.231
• Phan Trang Hy - *Nghĩ về Thiền ca 5 (Xuân) của Phạm Duy* - Tản mạn, tr.240
• Lê Nguyệt - *Bất hạnh* - Truyện ngắn, tr.242
• Lê Yên - *Cái hũ gạo* - Truyện ngắn, tr.249
• Trương Văn Dân - *Long lanh giọt lệ* - Truyện ngắn, tr.256
• Elena Pucillo Truong - *Hiện thực như một cơn ác mộng* - Tùy bút, tr.266
• Nguyên Cẩn - *Người ngắm hoàng hôn* - Truyện ngắn, tr.270
• Bạch X.Phẻ - *Mỗi ngày mừng tuổi mẹ* - Tùy bút, tr.275
• Nguyên Bình - *Tản mạn cuối mùa* - Tản mạn, tr.279
• Nguyễn Lan - *Mưa... hạ* - Tản mạn, tr.281
• Lâm Hiền An - *Còn thương rau đắng* - Truyện ngắn, tr.283
• Vũ Trọng Quang - *Hắn trở về từ đất "K"* - Điểm sách, tr.289
• Nhiều tác giả - *Một phút tự do & Trò chuyện với thiên thần* - Điểm sách, tr.292
• Tống Thu Ngân - *Anh có về đồng thảo với em không* - Thơ, tr.296
• Phan Văn Hi - *Hạnh phú đây rồi ai biết không!* - Thơ, tr.298
• Tuyết Băng - *Sài Gòn like & Bí ẩn* - Thơ, tr.300
• Hoàng Lynh - *Đọc thư mẹ* - Thơ, tr.302
• Bùi Thu Phong - *Bâng khuâng chiều tháng Sáu* - Thơ, tr.303
• Trần Xuân Mỹ - *Không đề* - Thơ, tr.304
• Trang *Giới thiệu tác giả Sỹ Liêm* - Tr.305
• Nguyễn Thành - *Quái kiệt Sỹ Liêm* - Nhận định, tr.306
- Nguyễn Tấn Hưng - *Ví dầu tình bậu muốn thôi* - Bình văn, tr.310
- Nguyễn Quốc Vỹ - *Sỹ Liêm, thơ như con tàu vẫy vùng bờ bến mới* - Bình thơ, tr. 318
- Nguyễn Thành - *Cảm nhận với bài thơ "Giác ngộ" của tác giả Sỹ Liêm* - Bình thơ, tr.324

Biên Khảo

# THANH CHIÊM - NƠI KHAI SINH CHỮ QUỐC NGỮ

CHÂU YẾN LOAN

(Bia Dinh Trấn Thanh Chiêm)

Hơn hai thế kỷ tồn tại trên đất Thanh Chiêm, huyện Điện Bàn, Dinh trấn Quảng Nam không những đã giữ một vai trò quan trọng trong sự nghiệp xây dựng và mở mang đất nước của các chúa Nguyễn ở Đàng Trong mà còn là nơi khai sinh ra chữ Quốc Ngữ - một công cụ vô cùng quí giá cho chúng ta sử dụng và hội nhập với thế giới ngày nay.

Chữ Quốc Ngữ dùng mẫu tự La Tinh để ghi âm tiếng Việt, ra đời vào đầu thế kỷ XVII, là công trình của nhiều giáo sĩ,  người tiên phong sáng tạo ra thứ chữ này là  Francisco de Pina cùng những người Việt Nam cọng tác với ông.

"Francisco de Pina là người Bồ Đào Nha, sinh ở thành Guarda vào năm 1585" (Những người Bồ Đào Nha tiên phong trong lãnh vực Việt ngữ học, Roland Jacques, nxb Khoa học Xã hội 2007, tr 25), năm 19 tuổi ông trở thành thầy tu Dòng Tên. Từ năm 1611 đến 1617 Pina theo học ngành khoa học xã hội và thần học ở Macao (Áo Môn). Tại đây ông đã may mắn được học với giáo sĩ Rodrigues là nhà ngữ học đã soạn cuốn từ vựng và văn phạm tiếng Nhật phiên âm bằng chữ cái La Tinh dựa vào cách phát âm của tiếng Bồ.

Những Linh mục được đào tạo ở học viện Ma cao là để chuẩn bị đưa vào Nhật Bản truyền giáo. Nhưng từ năm 1614 có chuyện không hay xảy ra, Hoàng Đế Nhật Daifusama ra lệnh trục xuất các thừa sai ngoại quốc, mở đầu cuộc bách hại đẫm máu kéo dài gần nửa thế kỷ. Ấy là do "Để tranh thương với người Bồ và đồng thời làm cản trở hoạt động truyền giáo của giáo hội Công giáo, những lái buôn Hà Lan, theo Thệ phản giáo, đã tìm cách ảnh hưởng Hoàng Đế Nhật, gây nghi ngờ hoang mang để rồi xúi giục cấm đạo. Họ làm cho Hoàng Đế Nhật tin rằng các cố đạo là tay sai của đế quốc Bồ. Nấp dưới danh nghĩa truyền giáo, các cố đạo do thám và tổ chức nội công cho việc thôn tính nước Nhật của Hoàng Đế Bồ nay mai" (Lịch sử truyền giáo ở Việt Nam, Linh mục Nguyễn Hồng, Tập I, Tủ sách Hiện Tại 1959, tr 46).

"Một số giáo dân Nhật, để có thể bảo toàn đức tin, vịn cớ buôn bán để xin xuất ngoại. Họ tản mác đến các khu cảng vùng Đông Nam Á, họp thành những họ đạo nhỏ. Không thể truyền giáo cho người Nhật ở trong nước, một số thừa sai ở Nhật bị trục xuất trước đây cũng theo họ đến ở những nơi đó. Tại cửa Hội An cũng có một số giáo dân đến trú ngụ buôn bán. Họ trông đợi một thừa sai đến sống với họ" (Lịch sử truyền giáo ở Việt Nam, Linh mục Nguyễn Hồng, Tập I, Tủ sách Hiện Tại 1959, tr 49).

Pina sau những năm học tập ở Ma Cao, các bề trên của ông đã sắp đặt để đưa ông tới Nhật, nhưng ông không thể đến đó như dự kiến. Do yêu cầu tăng cường các giáo sĩ trẻ có khả năng học tiếng bản địa, Pina được cử đến Đàng Trong. Ông cập bến Đà Nẵng đầu năm 1617, sau đó vào Hội An ở tại nhà các giáo dân Nhật Bản để truyền đạo. Giữa năm 1618, do bị thiên tai hạn hán, chúa Nguyễn đổ tội cho các các giáo sĩ Dòng Tên và trục xuất họ, ông cùng Francessco Buzomi và Cristoforo Borri được quan trấn thủ Quy Nhơn Trần Đức Hòa đón vào

Nước Mặn Quy Nhơn). Pina sinh sống tại đó ít lâu, sau được chuyển về giúp đỡ Nhật kiều công giáo tại Hội An. Nhận thấy người Việt sốt sắng đón nhận Thiên chúa, linh mục Pina quyết định chuyên tâm giúp đỡ người Việt. Khoảng năm 1621, linh mục lên ở hẳn tại Thanh Chiêm, mua nhà và học tiếng Việt. Trong thư gởi cho cha bề trên ở Ma Cao, Pina viết: "Năm vừa qua, con đã viết để báo cáo với cha, thưa cha kính mến, rằng con đã mua hai cái nhà của mẹ Jeanne ở Kẻ Chàm. Mỗi nhà có ba gian, một nhà làm nơi ở, nhà kia làm tiểu giáo đường. Mục đích của con là: chúng ta có cái gì đó cho chúng ta ở nơi đặc biệt quan trọng của vương quốc này để chúng ta có thể làm lễ Mixa ở đó và tiếp tục gieo trồng và làm cho nhóm Công giáo ở đây tăng trưởng lên" (Những người Bồ Đào Nha tiên phong trong lãnh vực Việt ngữ học, Roland Jacques, nxb Khoa học Xã hội 2007, tr 45)

Năm 1625, trú sở Thanh Chiêm được thành lập, Giáo sĩ Francisco de Pina được cử làm cha bề trên cai quản nơi đó cho đến lúc qua đời trong một tai nạn xảy ra ở vịnh Đà Nẵng vào ngày 16 tháng 12 năm 1625 (theo Roland Jacques còn theoAlexandre de Rhodes thì Pina mất ở ngoài khơi cửa biển Hội An).

Đến Việt Nam từ năm 1617, Pina đã tự nguyện lao vào việc nghiên cứu chữ Quốc ngữ và xứng đáng là nhà tiên phong đặt nền móng cho việc sáng chế chữ Quốc ngữ. Về sự tiên phong trong việc ghi âm tiếng Việt, Pina có sẵn mô hình đã được hoàn thiện tiếng Romaji của Nhật Bản, dựa trên ngữ âm và các quy ước viết của tiếng Bồ.Theo Roland Jacques "chính ngữ âm tiếng Bồ đã làm công cụ phân tích và quy chiếu cho tiếng Việt…(Những người Bồ Đào Nha tiên phong trong lãnh vực Việt ngữ học, Roland Jacques, nxb Khoa học Xã hội 2007, tr 56, 57).. Trước đó gần thế kỷ, các giáo sĩ Dòng Tên đã có những công trình nghiên cứu tiếng Nhật, tiếng Trung Quốc và đã xuất bản các cuốn từ điển và ngữ pháp có phiên âm sang tiếng La Tinh chứ không riêng gì ở Việt Nam. Chính Pina đã được rèn luyện một số kỹ thuật chủ yếu và ông đã dựa vào kinh nghiệm cũng như phương pháp của các công trình nghiên cứu ngôn ngữ phương Đông trước đó để thực hiện công việc nghiên cứu chữ Quốc ngữ của mình với mục đích đào tạo cho những đồng huynh trẻ hơn sử dụng tốt ngôn ngữ tiếng Việt.

Lúc bấy giờ ở khu truyền giáo Đàng Trong, các giáo sĩ đã thiết lập được hai trú sở, một ở Hội An và một ở Nước Mặn (Quy Nhơn), nhưng cha bề trên cai quản các trú sở này lại không nói được tiếng Việt "tiếng như âm nhạc, nghe như chim hót", phát âm có nhiều nhầm lẫn buồn cười khiến bổn đạo ngỡ ngàng không hiểu nói gì. Khi giảng đạo các giáo sĩ phải dùng người phiên dịch nên hiệu quả không cao vì không thể đi sâu vào lòng người như khi dùng ngôn ngữ bản xứ để trực tiếp đối thoại có sinh khí hơn. Vì vậy các giáo sĩ trẻ phải gấp rút học tiếng Việt. Thường thì họ học rất nhanh, chỉ trong vòng 4 tháng là có thể giao tiếp được, nhưng muốn thông thạo thì phải mất thời gian khá lâu.

Pina phải gấp rút học tiếng Việt với một nỗ lực phi thường để có thể đảm đương mọi công việc nặng nề của giáo hội. Ông phải đi giảng đạo, phải tiếp khách, phải đàm thoại chỗ này chỗ nọ, phải thăm giáo dân ở gần cũng như ở xa để hiểu rõ hoàn cảnh của họ. Tất cả những việc bề bộn đó Pina phải làm một mình không có ai giúp đỡ cho ông. "Với con trong giáo khu này, con không nhởn nhơ giữa việc học nói và việc giảng đạo. Đơn giản là con không có ai đỡ việc cho chút ít, chính con phải đi giảng đạo, phải ra gặp người đến và người đi, phải đàm thoại chỗ này chỗ nọ, chính con phải thăm giáo dân, người ở gần cũng như người ở xa, biết bệnh tật của họ, biết biến cố may hay rủi của đời họ. Khi có việc gì xảy ra nếu con không đến thì cũng không có ai đến. Các thông điệp quan trọng gửi đến giáo chức hàng nào đó, không có ai mang đi cho, và như vậy cho đến tận ngày nay, chính con là người gánh vác tất cả các công việc đó trên lưng" (Những người Bồ Đào Nha tiên phong trong lãnh vực Việt ngữ học, Roland Jacques, nxb Khoa học Xã hội 2007, tr 46).

Ông đã nhanh chóng vượt qua rào cản ngôn ngữ, chẳng bao lâu đã nói thông thạo tiếng Việt, tự mình có thể truyền giáo không cần người thông dịch, trong khi những đồng huynh của ông như Buzomi, Fernandez không được cái may mắn đó, họ rất lúng túng khi phát âm tiếng bản xứ, có nhiều chuyện nhầm lẫn tức cười khi họ nói tiếng Việt. Chẳng hạn khi họ muốn mua cá thì lại phát âm là cà, họ nói với bà người làm "mua cho tôi một rổ cá" nhưng phát âm không chuẩn thành ra bà người làm ra chợ mang về cho cha một rổ cà. Họ bảo người làm vườn đi chặt tre thành đi chặt trẻ khiến trẻ con nghe hoảng đâm đầu chạy trốn.

Pina là nhà khoa học, ông học tiếng Việt theo phương pháp khoa học, ông nghiên cứu ngữ âm, ngữ pháp tiếng bản xứ, hiểu được các ngõ ngách của nó, cho nên không những ông nắm bắt vững chắc cách phát âm, cách dùng từ của ngôn ngữ mới, mà cao hơn, quan thiết hơn là ông đã sáng tạo ra cách ghi âm tiếng Việt theo chữ Bồ Đào Nha, mà sau này nhiều người đã đóng góp cải thiện thành chữ Quốc ngữ ghi theo mẫu tự La tinh.

Pina phát hiện tiếng Việt có thanh điệu như một bản xướng âm, cần phải biết xướng âm trước đã sau đó mới học các chữ. Không nắm được cốt lõi này  thì không thể học được tiếng Việt. Chính vì không phân biệt được các thanh và dấu thanh nên Linh mục Manoel Fernandez - Cha bề trên của trú sở Hội An - dầu rất cố gắng học nói tiếng Việt, luyện cách phát âm ròng rã một năm mà cha cứ  nhầm lẫn giữa *cà* và *cá,* không nói được gì ngoài mấy chữ "*chẳng phải, ông phải*". Cha đã thất vọng vì sự hiểu biết quá ít ỏi về tiếng Việt không đủ để bắt đầu giảng đạo. Mặc dầu cha đã nhờ một người Việt tên là André làm thông ngôn nhắc lại hai lần một ngày nhưng cha vẫn không biết nó là thanh nào hay dấu là đúng hay sai.

Trước tiên Pina sử dụng ngôn ngữ làm công cụ giao tiếp với những người Việt Nam mới theo đạo Cơ Đốc, hay những người quan tâm đến một học thuyết mới. Để giảng đạo, để thuyết phục, để đảm bảo việc dạy dỗ trẻ con, cần có khả năng sử dụng tiếng Việt thuần túy hơn, gần gũi với cách nói năng quen thuộc của quần chúng ít học nên ông phải dùng "ngôn ngữ nói" mộc mạc, bình dị để truyền đạt các khái niệm sơ cấp của Cơ Đốc giáo trong các thể thức của giáo lí Cơ Đốc và cầu nguyện cả về nói và viết.

Năm 1618, Pina cùng với một thanh niên giáo dân người Việt có tên đạo là Phê rô lần đầu tiên dịch sang tiếng Việt kinh Lạy cha và các kinh căn bản khác trong Ky tô giáo, có thể xem là khởi đầu của công cuộc ghi âm tiếng Việt bằng mẫu tự La Tinh. Đây là bản kinh Lạy cha được viết tay năm 1632, trích từ sách "Các nhà truyền giáo Bồ Đào Nha và thời kỳ đầu của Giáo hội Công giáo Việt Nam" của Roland Jacques.

Trong bức thư, Pina cũng cho biết ông đã soạn xong một tiểu luận về chính tả, về các thanh điệu của tiếng Việt và đang nghiên cứu ngữ pháp. Ông đã tập hợp những truyện thuộc các loại khác nhau để cung cấp những trích dẫn của các tác giả nhằm củng cố nghĩa của từ và các quy tắc ngữ pháp. Ông đã có ba tập, tập hợp các văn bản có phân tích trong các văn bản hay nhất ở Vương quốc này.

*Bản văn gốc tiếng Việt trong tài liệu (1632)*

Cia cíum toi cẽ tlen blœi cíum toi nguyễn daim Cia cã sám. Coác Cia trĩ ðen. Bum í cia lam cium ðét bàm cium blœi bẽi. Cíum toi tlom cia rài cio cíum toi hàm ngãi dum ðũ. Mà tha nœ̃ cíum toi bảm cíum toi ít tha kẽ ciũ nœ̃ toi bẽi. Lãi coé ðẽ cíum toi sa cium cám dỗ. Bèn cẽa cíum toi cium tai dũ.

Thực hiện những công trình này, ngoài những cố gắng vượt bậc của ông còn có sự hỗ trợ của các nhà thông thái người bản xứ. Đó là các thanh niên giáo dân, các nho sĩ, các nhà sư, các trưởng tôn phái, các quan lại nghỉ hưu v.v..họ là những cộng tác viên đắc lực của Pina trong công trình ghi âm tiếng Việt bằng mẫu tự La tinh.

Làm được việc khó khăn này Pina xác nhận không đâu lí tưởng hơn **Dinh Chiêm**, cơ quan đầu não của xứ Quảng Nam, vì chỉ có nơi này mới qui tụ nhiều người học thức cần thiết cho công trình nghiên cứu tiếng bản xứ của ông. Mặc dầu Hội An là nơi đô hội sầm uất nhưng chỉ có lợi cho công việc thương mãi hơn là cho việc nghiên cứu ngôn ngữ. Người ta không thể tìm thấy đáp án cho vấn đề ở những thương nhân người Tàu, người Nhật mà chỉ có ở những văn nhân nơi thủ phủ. Trong bức thư (viết dở dang) gởi cho Khâm mạng Jeronimo Rodriguez Senior ở Ma Cao, ông viết: **"Về vấn đề học ngôn ngữ thì luôn luôn ở Kẻ Chàm chính là nơi tốt nhất.** Đây là kinh đô của triều đình. Ở đây người ta nói rất hay. Nhiều người trẻ quy tụ về đây. Họ là sinh viên (nho sĩ). Gần họ những người mới bắt đầu học ngôn ngữ có thể được giúp đỡ" (Những người Bồ Đào Nha tiên phong trong lãnh vực Việt ngữ học, Roland Jacques, nxb Khoa học Xã hội 2007, tr 43)

Tiếng nói ở Thanh Chiêm hay vì nơi đây qui tụ nhiều người trí thức, quan lại, nho sĩ và không có người ngoại quốc sinh sống nên tiếng nói thuần khiết khác với Hội An là thương cảng quốc tế có nhiều người nước ngoài lui tới và định cư nên tiếng Việt bị pha tạp nhất là "cách nói hổ lốn" khó nghe của những người Hoa ở phố Khách rất xa với tiếng nói chuẩn. Ông muốn học một ngôn ngữ thuần khiết và tránh ảnh hưởng của các hiện tượng ngôn ngữ lai tạp như ở Hội An. Pina mong muốn được những người thầy giỏi am hiểu văn học hướng dẫn cho ông  nghiên cứu, nhưng ông không có tiền để trả thù lao cho họ nên ông đã tìm sự giúp đỡ ở những ông thầy đạo, những người mà ông đánh giá cao về trình độ nói năng và tình bạn của họ. Ông viết: "Nếu con cũng có tiền trả công cho thầy dạy con học ngôn ngữ và văn chương thì ngày nay con đã là người thợ đầy đủ phẩm chất. Chỉ vì lý do này con không biết văn chương. Và đây là chỗ trống rất đáng tiếc. Về ngôn ngữ con đã tự mày mò học hỏi với nỗ lực của chính mình". (Trích thư của Pina, Những người Bồ Đào Nha tiên phong trong lãnh vực Việt ngữ học, Roland Jacques, nxb Khoa học Xã hội 2007, tr 47).

Bức thư bộc lộ niềm say mê ngôn ngữ Việt Nam mà Pina đã nỗ lực học hỏi và khát vọng khối văn học mà không cần trung gian. Ông đã rất tiếc vì không có điều kiện học chữ Nho để hiểu biết văn chương Việt Nam và xem đó là lỗ hổng trong kiến thức của mình. Ông phiên âm tiếng Việt bằng mẫu tự La Tinh và soạn thảo ngữ pháp là để tạo điều kiện cho những người châu Âu mới đến học tiếng Việt Nam không phải vất vả tự mày mò như ông trước đây..

Pina là người nói thạo tiếng Việt cho nên được giao làm cha bề trên cai quản trú sở Thanh Chiêm. Trú sở này tuy được thành lập sau nhưng giữ một vai trò khá quan trọng vì ở ngay thủ phủ của dinh Quảng Nam được xem như triều đình thứ hai của xứ Đàng Trong do Hoàng tử Nguyễn Phúc Kỳ, con cả của chúa Sãi Nguyễn Phúc Nguyên trấn thủ. Đây không chỉ là nơi đơn thuần chinh phục con chiên mà còn là nơi tranh thủ ngoại giao để tạo mọi điều kiện dễ dàng cho việc truyền giáo nên chỉ có Pina là thích hợp nhất để định cư ở nơi này. Không phải sau khi trú sở được thành lập Pina mới đến Thanh Chiêm mà trước đó ông gần như có mặt thường xuyên ở đây.

Ở Dinh trấn Thanh Chiêm, Pina đã thiết lập được mối quan hệ mật thiết với Hoàng tử Kỳ. Pina thường đến thăm quan Trấn thủ, cũng có khi quan Trấn thủ đến thăm Pina cùng với một số nho sĩ để nghe Pina giảng về giáo lý. Ở đây Pina cũng làm được nhiều việc lợi ích cho công cuộc truyền giáo vì đã chinh phục được một số người quyền quý có thế giá ở trong dinh. Tại nhà một bà tên là Gioanna, Pina đã dạy giáo lý bằng tiếng bản xứ khiến người nghe có thể cảm nhận đích thực suối nguồn của đạo. ( Nguyễn Khắc Xuyên, Để hiểu lịch sử đạo Thiên chúa ở Việt nam đầu thế kỷ XVII, nxb Ánh Sáng 1994, tr 11)

Gaspar Luis còn cho biết thêm, Pina được triều đình kính trọng là nhờ những hiểu biết về toán học và thiên văn của ông. Ông cũng đã nhận huấn luyện cho những nhà chiêm tinh của Hoàng tử Kỳ thuật tính thiên văn.

Pina quan tâm đến ngôn ngữ cũng như đến nền văn hóa mà ngôn ngữ này chuyển tải. Ông chọn Kẻ Chàm để học tập, nghiên cứu tiếng Việt vì ông muốn học một ngôn ngữ thuần khiết "Ở đây người ta nói rất hay" và tránh ảnh hưởng của các hiện tượng ngôn ngữ lai như đã xảy ra ở Hội An. Vì Hội An là trung tâm kinh tế, cư dân ở đây rất hỗn tạp, điều này giải thích hiện tượng pha tạp ngôn ngữ. Tiếng nói ở Hội An không đạt chất lượng, Francisco de Pina nghĩ rằng nơi này không thể là nơi học tiếng Việt được. (Những người Bồ Đào Nha tiên phong trong lãnh vực Việt ngữ học, Roland Jacques, nxb Khoa học Xã hội 2007, tr 27)

Nhận xét của Pina được các công trình khoa học ngày nay khẳng định: tiếng nói ở các địa phương khác nhau hay cách nói hổ lốn ở "Phố Khách" đặc biệt rất xa với tiếng nói chuẩn (Đoàn Thiện Thuật Tiếng Hội An và Hoàng Thị Châu Về một ngôn ngữ lai ở Hội An- Đà Nẵng vào thế kỷ XVIII, Tác phẩm Đô thị cổ Hội An, tr 151-159 và 161-166)

Theo Nguyễn Đình Đầu, một địa điểm xa xôi được chọn làm trung tâm hành chính và trí thức vì nhiều lý do an ninh. Hội An/ Hoài Phố/ Faifo và Cửa Hàn/ Turão (Tourane)/ Đà Nẵng là các trung tâm kinh tế của tỉnh Quảng Nam, là các thành phố mở cửa, có nhiều người ngoại quốc đến đầu tiên. Những người này, trái lại, vắng mặt ở Kẻ Chàm/ Chiêm Dinh, mặc dầu tên gọi như vậy nhưng là một thị trấn thuần túy Việt Nam, ở đây người ta nói thứ "**ngôn ngữ đúng**" như thư của Pina cho ta biết.

Thanh Chiêm cách Hội An không xa lại là chốn kinh đô, nơi quy tụ đông đảo những người trí thức vì vậy muốn học hỏi và nghiên cứu tiếng Việt ông phải đến đó để nhờ sự giúp đỡ của các thầy đồ, các nho sinh, các vị sư sãi, họ là những nhân tố chính đã hổ trợ cho ông trong công trình ghi âm tiếng Việt bằng mẫu tự La Tinh.

Cuối năm 1624, Alexandre De Rhodes được cử đến Đàng Trong, ông đã cùng giáo sĩ Antonio de Fontes về Thanh Chiêm để làm phụ giảng cho Pina, nhưng công việc khẩn thiết hơn hết là để học tiếng Việt với bậc thầy "giảng giáo lý không cần thông dịch". Chính ông đã viết : "Ngay từ đầu tôi đã học tiếng Việt với cha F.de Pina, người Bồ Đào Nha, thuộc Hội dòng Giê su rất nhỏ bé của chúng tôi, là thầy dạy tiếng, người thứ nhất trong chúng tôi rất am tường tiếng này và cũng là người thứ nhất bắt đầu thuyết giảng bằng ngôn ngữ đó mà không cần phiên dịch. (Alexandre de Rhodes. Từ điển Việt-Bồ-La (Phần tiếng Việt) Viện Khoa học xã hội tp HCM 1991, tr 3).

Tại Thanh Chiêm ông được thừa hưởng tất cả những gì Pina đã sở hữu được về cách ghi âm tiếng Việt theo mẫu tự La Tinh. A.de Rhodes đã có sẵn công cụ để học tiếng Việt: chữ Quốc ngữ do Pina chế tác.

Với hai người học trò có tầm cỡ, mà một người sau này rất được xưng tụng trong lãnh vực Việt ngữ học là A.de Rhodes, Thanh Chiêm có vinh dự là nơi dạy chữ Quốc ngữ đầu tiên của cả nước, là nơi quy tụ những nhà tiên phong khai sinh chữ Quốc ngữ.

Tại Thanh Chiêm Pina còn dạy ngôn ngữ phương Tây đầu tiên ở nước ta, nơi đây ông đã đào luyện những người Việt Nam học tiếng Bồ Đào Nha để làm thông dịch viên cho các giáo sĩ.

Francisco De Pina từ chỗ đem nhiệt tâm phụng sự chúa Kitô đã trở thành cha đẻ chữ Quốc ngữ, thứ chữ mà ông chỉ khiêm tốn xem như một công cụ, một phương tiện mầu nhiệm để chinh phục người bản xứ, đưa họ đến với đạo, ông đã đem hết nhiệt huyết và tuổi thanh xuân để miệt mài nghiên cứu để nhằm mục đích truyền giáo, lại trở thành văn tự chính thức của một quốc gia, trở thành một công cụ tuyệt hảo cho Việt Nam trên đường phát triển và hội nhập vào cộng đồng quốc tế.

Francisco de Pina đã học tập, nghiên cứu, làm việc nhiều năm ở Dinh trấn Thanh Chiêm để chế tác chữ Quốc ngữ và dạy chữ Quốc ngữ cho các giáo sĩ trẻ mới đến Đàng Trong. Thanh Chiêm chính là miền đất đã có vinh hạnh làm nơi khai sinh chữ Quốc ngữ, xứng đáng là Thánh địa của chữ Quốc ngữ.

Ngày nay, chữ Quốc ngữ đã là văn tự chính thức của nước nhà, chúng ta không thể không nhớ công ơn của một người ở nơi chân trời xa lạ đã đến cống hiến cho dân tộc ta một tặng phẩm vô giá, đó là Francisco de Pina và cũng không thể nào quên mảnh đất đón nhận chữ Quốc ngữ chào đời, đó là Thanh Chiêm.

**Châu Yến Loan**

**Tài liệu tham khảo**


- Những người Bồ Đào Nha tiên phong trong lãnh vực Việt ngữ học, Roland Jacques, nxb Khoa học Xã hội 2007

- Lịch sử truyền giáo ở Việt Nam, Linh mục Nguyễn Hồng, Tập I, Tủ sách Hiện Tại 1959

- Để hiểu lịch sử đạo Thiên chúa ở Việt Nam đầu thế kỷ XVII, Nguyễn Khắc Xuyên, nxb Ánh Sáng 1994

- Tiếng Hội An, Đoàn Thiện Thuật

- Về một ngôn ngữ lai ở Hội An- Đà Nẵng vào thế kỷ XVIII, Hoàng Thị Châu.

- Từ điển Việt-Bồ-La (Phần tiếng Việt) Viện Khoa học xã hội tp HCM 1991

- Dinh trấn Thanh Chiêm- kinh đô thứ hai xứ Đàng Trong, Châu Yến Loan, nxb Đà Nẵng 2015

Biên Khảo

NGUYỄN THIẾU DŨNG

# THÚY VÂN – LỬA ẤM TÌNH NGƯỜI

Thuý Vân là mẫu người hài hoà, quân bình, nàng được xây dựng để đối lập với Thuý Kiều - nhân vật đa sầu đa cảm. Thuý Vân chủ tỉnh, Thuý Kiều chủ động. Cùng là chị em gái, cùng là con một nhà nhưng bẩm thụ hai người khác nhau, mỗi người một vẻ, hình dạng khác nhau, tính khí khác nhau, cách nhìn nhận vấn đề cũng hoàn toàn khác nhau.

Thế nên tuy cùng cảnh ngộ, cùng cơn gia biến mà cách giải quyết của họ chẳng giống nhau, dẫn đến vận mệnh mỗi người mỗi khác. Nguyễn Du chỉ dùng 4 câu thơ cũng đủ khắc họa Thuý Vân từ cốt cách, diện mạo, ngôn ngữ đến tính khí, mệnh vận:

*Vân xem trang trọng khác vời*
*Khuôn trăng đầy đặn, nét ngài nở nang,*
*Hoa cười ngọc thốt đoan trang,*
*Mây thua nước tóc, tuyết nhường màu da.*

Thuý Vân là con gái thứ của Vương Ông, đối chiếu với Dịch Lý,Thuý Vân tương hợp với quẻ Ly.

Theo Kinh Dịch, quẻ Ly bao gồm các hình tượng: Trung nữ (con gái thứ), lửa, lệ thuộc, mặt trời, trái tim, sáng suốt.

Quẻ Ly gồm có một hào âm ở giữa, nương tựa vào một hào dương ở trên và một hào dương ở dưới. Vì vậy Ly có nghĩa là lệ thuộc. Trong Truyện Kiều, Thuý Vân là hiện thân của hình tượng này, và đúng như cách nghĩ của nhiều người, Vân sống lệ thuộc người khác, nàng sống để trả nợ ân tình cho Thuý Kiều, lo toan cho cha, cho mẹ, cho chị, cho em, cho chồng, cho con. Thuý Vân không sống cho bản thân mình.

Hào âm ở giữa là phản thân của hào dương, hào dương là vạch liền, đặc ruột biểu hiện tính cách trung thực, hào âm là vạch đứt, rỗng ruột, biểu hiện hình tượng trong lòng trống không, hư tâm. Hư tâm là tâm không bị vọng nhiễm chứ không phải là vô tâm với nghĩa vô tình, ích kỷ.

Thuý Vân bẩm sinh tốt, đó là người con gái có sinh lực, một thân thể tráng kiện tất nhiên sẽ chứa một tinh thần khoẻ mạnh.

Thuý Vân có phong thái ung dung, cốt cách đoan trang, một khuôn mặt phúc hậu, đầy đặn. Lông mày thanh tú, thể hiện sức sống dồi dào. Nguyễn Du dùng chữ nét ngài để tả lông mày của Thuý Vân, còn chữ mày ngài để chỉ lông mày của Từ Hải, một bên đẹp mà dịu dàng, một bên rậm mà quắc thước.

Thiên "Thượng cổ thiên chân luận" sách Tố Vấn, mô tả một người bình thường lý tưởng sống khoẻ mạnh, hạnh phúc: "Trong lòng điềm đạm hư vô, chân khí thuận theo, tinh thần bền vững, bệnh còn do đâu mà sinh ra được, vì vậy mà chí nhàn mà ít dục, tâm yên mà không sợ, hình mệt mà không quá,chân khí điều hoà, mọi sự đều được mãn nguyện".

Ở Thuý Vân không có sự thái quá, mà cũng không có sự bất cập, vui vẻ nhưng nghiêm trang, tề chỉnh, cười nói có ý có tứ, đoan trang, hiền hậu. Hình thái đó thể hiện ở nét ngài nở nang, mây thua nước tóc, tuyết nhường màu da. Một người muốn làm chủ được mình, trước hết phải có một sinh lý điều hoà. Tóc nhiều hay ít là do thận mạnh hay yếu, tóc mướt hay khô gãy là hình thái của Tâm thể hiện ra ngoài. Thiên "Lục tiết tạng tượng luận" sách Tố Vấn: "Tâm là gốc của sinh mạng vinh nhuận ra ở mặt, làm đầy đủ ở huyết mạch" huyết kém thì mặt xanh xao, tóc không tươi nhuận, da đen. Bốn câu thơ của Nguyễn Du, tuy đơn giản nhưng nói được điều thi hào muốn nói về một Thuý Vân có một sức lực dồi dào và một tinh thần minh mẫn, vững chắc không hoảng sợ trước nghịch cảnh, thường có được giấc ngủ bình yên. Thật vậy, nếu tâm nhiệt giấc ngủ sẽ chập chờn, phiền loạn, ngược lại người có tâm hư giấc ngủ không yên, mộng mị đảo điên, thường sợ hãi, hồi hộp, lo sầu vô cớ.

Vũ Hạnh đã rất tinh tế khi phát hiện:"Nhìn vào Thuý Vân ta không thấy mắt, chỉ thấy lông mày và cái khuôn mặt no đầy tròn trịa" rồi ông viết tiếp những dòng lý thú: "Thuý Vân có mắt, điều ấy thực hiển nhiên rồi. Mắt nàng chắc hẳn là đôi mắt đẹp, đôi mắt bồ câu, là đôi mắt phượng, hay bình dân hơn là đôi mắt lá răm. Mắt nàng chắc sáng, chắc đen, long lanh, tình tứ. Nhưng đôi mắt nàng chỉ là đôi mắt nằm trên khuôn mặt để làm đầy đủ lệ bộ của một khung diện mà thôi. Nàng có nhìn thực, có thấy thực, nhưng nàng chỉ nhìn, chỉ thấy bằng con mắt khác của người. Nấm mộ bên đường hoang lạnh, nàng cũng nhìn thấy như cậu Vương Quan, như nhiều kẻ khác hững hờ. Kim Trọng phong nhã, hào hoa nàng cũng nhìn thấy như bao cô gái thuỳ mị, hiền lành trong khung cửa. Cho đến gia biến của nàng tơi bời tan tác, nàng cũng nhìn thấy như nhiều kẻ vô tư êm đềm, say một giấc xuân. Nàng thấy hay nàng không thấy, điều đó vẫn không gì đổi khác. Nàng thấy hay người khác thấy vẫn không đổi khác gì đâu.

Chính vì thấy như không thấy, mà nàng nực cười khi nhìn Thuý Kiều:

*Khéo dư nước mắt khóc người đời xưa!*

Thấy như người khác mà nàng lấy chồng do người chị chọn nên. Cố nhiên, đó là cách nói để tránh một tiếng tĩnh từ đơn giản gán định quá dễ cho nàng. Nhưng một cô gái, sau cơn gia biến, ngủ vùi một giấc, rồi choàng tỉnh dậy thấy chị ngồi khóc bên đèn lụn bấc một mình, buột miệng hỏi rằng:

*Cớ sao ngồi nhẫn tàn canh?*

Thì thực giản dị vô tình nhiều quá. Ngày sau khi lấy chàng Kim, sống mười lăm năm duyên nợ, mà buổi tái ngộ với Kiều, nàng đã nói về tấm lòng yêu Kiều của kẻ chung chăn gối với mình trong bấy nhiêu lâu:

*Những là rày ước mai ao,*
*Mười lăm năm ấy biết bao nhiêu tình*

Thì thật hết sức thản nhiên, lạnh lẽo tưởng như không còn giữ riêng cho mình chút tự ái, một tí nhiệt tình.

Cái nhìn Thuý Vân hiền lành, có một vẻ gì cam chịu đáng thương nhưng không tránh được một sự dễ dàng đáng ghét. Đôi con mắt ấy phóng ra tia nhìn là để rập theo tình ý kẻ khác, miễn tình ý ấy thuộc về lẽ phải hiển nhiên, thuộc về trật tự đã được cuộc đời chấp nhận. Sự rập theo ấy hoàn toàn thụ động, như đúc theo khuôn, khiến ta lầm tưởng tâm hồn nàng là thứ bột nếp đã được rây lọc mịn màng. Như thế phỏng nàng có mắt hay không điều ấy thực chẳng lấy gì can hệ. Nàng đâu cần nhìn, nàng đâu cần thấy? Xã hội, gia đình, luân lý, trật tự xã hội đã nhìn thay thế cho nàng một cách bình yên như không hề biết có nàng, có sự phản ứng của nàng. Và sự tuân phục chính đáng có thể làm ta cảm động nhưng chưa đủ làm ta kính yêu, tuy có làm ta yên lòng nhưng không làm ta gần gũi. Bởi vậy suốt trong tác phẩm, không hề thấy Thuý Vân cười, không hề thấy Thuý Vân khóc. Chúng ta ao ước chừng một giọt lệ, chừng nửa nụ cười và cái khuôn trăng sẽ bớt đầy đặn, mày ngài sẽ kém nở nang, để chia xẻ bớt chúng ta những nỗi ưu tư, phiền muộn, cùng những cố gắng hy sinh".

Vũ Hạnh nói đúng cách nhìn của Thuý Vân lệ thuộc người khác "miễn ý tình ấy thuộc về lẽ phải tự nhiên". Như vậy là Thuý Vân hành sự có cân nhắc, chọn lọc đấy chứ. Điều này Dịch lý nói rất rõ. Thoán từ quẻ Ly nói "Ly: lệ, trinh, hanh" (Ly:dựa vào, bền chặc, hanh thông). Thoán Truyện giảng rõ hơn nghĩa của hành vi dựa vào người khác: "Ly lệ dã, nhật nguyệt lệ hồ thiên, bách cốc thảo mộc lệ hồ thổ. Trùng minh dĩ lệ hồ chính, nãi hoá thành thiên hạ. Nhu, lệ hồ trung chính cố hanh..." (Ly, lệ thuộc, ví như mặt trời, mặt trăng lệ thuộc bầu trời. Mùa màng cây cỏ lệ thuộc vào đất đai. Càng sáng suốt mà lệ thuộc vào chỗ chính thì mới có thể giáo hoá thành tựu cho thiên hạ. Nhu thuận mà lệ thuộc vào chỗ chính cho nên hanh thông). Trình Di trong "Chu Dịch Trình Thị Truyện" khẳng định "Trong vòng trời đất không vật nào không bị lệ thuộc, nếu lệ thuộc chỗ chính thì sẽ được hanh thông". Có hai cách lệ thuộc, lệ thuộc vào người hay, lẽ phải là cách lệ thuộc tốt, đáng làm; lệ thuộc vào kẻ xấu, lẽ tà là cách lệ thuộc xấu, không nên làm. Cho được thế, cần phải có trí phán đoán, có cái nhìn sáng suốt.

Có thể Vũ Hạnh tri âm, tri kỷ với Thuý Kiều chứ không là người thanh khí với Thuý Vân. Ông chán Thuý Vân vì cái vẻ no tròn, phụ thuộc của nàng. Ông bất bình vì Thuý Vân thụ động. Đấy chỉ vì ông đem tâm tình của con người hiện đại có pha chút lãng mạn để soi xét con người của xã hội định khuôn, ước lệ thời xưa, cái thời của những cô gái răng đen hạt huyền, chỉ sống cho người khác quên cả hạnh phúc của riêng mình.

Hình như Nguyễn Du không định có óc hài hước để vẽ nên một khuôn mặt Thuý Vân tròn vành vạnh mà chỉ muốn chúc phúc cho nhân vật thầm lặng của mình một khuôn mặt hiền hoà, viên mãn, rạng rỡ như trăng rằm. Khuôn mặt trung hậu mà ai thoạt nhìn cũng thấy có một cái gì ấm áp, đáng tin cậy, phù hợp với những ai thích một gia đình êm ấm với một hạnh phúc đơn sơ. Khuôn mặt đó chỉ hứa hẹn niềm vui, sự âu yếm, chứ không ẩn chứa ba đào. Khuôn mặt đó hoà hợp với tự nhiên với hoàn cảnh, đến mây cũng thua, tuyết cũng nhường, tạo vật thấy không có gì phải tranh chấp với Thuý Vân, có lẽ nàng ăn ở quá tròn với vũ trụ. Vẽ hiền hoà của Thuý Vân ngược hẳn nét sắc sảo của Thuý Kiều, ở đâu cũng chỉ thấy hờn ghen, lúc nào cũng xung đột. Thuý Vân sinh phùng thời còn Thuý Kiều là con người bất phùng thời. Thuý Vân là con người của may mắn, Thuý Kiều là con người của rủi ro.

Vì vậy, bên mồ Đạm Tiên, khi mà Kiều "mê mẩn tâm thần", "ủ dột nét hoa, sầu tuôn đứt nối châu sa vắn dài" Thuý Vân không thể đồng tình. Tất nhiên trước câu chuyện bi thương về số phận Đạm Tiên, Thuý Vân có thể xúc động nhưng không bi lụy, phải có bản lĩnh, phải tỉnh trí lắm Thuý Vân mới phê Kiều "Khéo dư nước mắt khóc người đời xưa". Thuý Vân (quẻ Ly) là ngọn lửa ấm đốt lên giữa bãi tha ma. Thuý Kiều (quẻ Tốn) chính là ngọn gió hiu hiu ngoài nghĩa địa.

Lần đầu tiên gặp Kim Trọng, chàng văn nhân phong nhã đã làm trái tim Thuý Kiều thổn thức, sao lại chẳng làm xao động trái tim Thuý Vân. Mà trong nỗi háo hức của Kim Trọng đâu chỉ riêng một Kiều:

*Trộm nghe thơm nức hương lân,*
*Một nền Đồng tước khoá xuân hai Kiều.*
*Nước non cách mấy buồng thêu,*
*Những là trộm giấu thầm yêu chốc mòng.*

Từ cái nhìn đầu tiên hai Kiều không hẹn mà có cùng phản ứng như nhau: "e lệ nép vào dưới hoa". Thuý Vân cũng đỏ bừng hai gò má như Kiều, cũng e thẹn bẽn lẽn khác gì Kiều đâu? Sao nàng không được chia xẻ cùng Kiều niềm mong đợi bâng khuâng: "tình trong như đã mặt ngoài còn e". Một cô gái đã biết làm duyên thì ít nhiều đã có tình ý rồi. Trong tình trường chẳng ai được độc quyền yêu. Kim Trọng muốn có cả hai "Xuân lan, thu cúc mặn mà cả hai". Thuý Kiều bắt đầu yêu, Thuý Vân cũng bước đầu phát triển tình yêu. Chẳng may Thuý Vân là người thiệt thòi, lép vế, Thuý Kiều bao giờ cũng đi trước Thuý Vân một bước. Đứng một mình Thuý Vân không kém phần xinh đẹp, nhưng đi cùng Thuý Kiều, vẻ sắc sảo của người chị liền lấn lướt cô em. Gặp Kim Trọng, Thuý Vân về ngủ một giấc thoải mái, còn Thuý Kiều suốt đêm trăn trở vì tình, vì vận mệnh, nàng phát triển tình yêu rất nhanh và là người chiến thắng. Khi gia đình gặp cơn gia biến, Thuý Kiều tự đứng ra chịu trách nhiệm giải quyết, tự hy sinh bán mình chuộc cha. Thuý Vân còn biết làm gì hơn, khi Thuý Kiều giao lại món nợ ái ân cho nàng:

*Ngày xuân em hãy còn dài*
*Xót tình máu mũ thay lời nước non*
*Chị dù thịt nát xương mòn,*
*Ngậm cười chín suối hãy còn thơm lây.*

Lại còn cả cha nàng chủ trương việc đó:

*Lời con dặn lại một hai*
*Dẫu mòn bia đá dám sai tấc vàng*

Thuý Kiều đã hy sinh vì đại sự, việc Thuý Vân nhận lời chị, vâng lệnh cha nào có gì đáng trách. Nếu trong tình huống đó Thuý Vân từ chối, để đi tìm tình yêu, để sống cho cá nhân của mình mới là người đáng trách. Phương chi trong trái tim Thuý Vân, Kim Trọng đã là đối tượng "tình trong như đã" thì xét cho cùng nàng chẳng phải hy sinh, cũng chẳng bị ép buộc, chẳng là cục bột hất đâu lăn đó. Nàng chấp nhận vì việc đó hợp tình, hợp lý và hợp cả ý của nàng.

Sống với người chồng mà "Khi ăn ở, lúc ra vào. Càng âu duyên mới, càng dào tình xưa", càng thương cô em, càng nhớ cô chị. Thuý Vân không ghen, không phải vì không biết yêu, vì vô tình, vì không có trái tim, vì không có mắt. Hãy để nhân vật sống thực trong thời đại của họ, thời của chủ nghĩa đa thê, trong hoàn cảnh của họ,lấy chồng thay chị, thì con nguơì đạo nghĩa như Thuý Vân phải đặt chữ tình dưới chữ nghĩa, nàng luôn luôn hiểu rằng vị trí của nàng bên Kim Trọng là vị trí của Thuý Kiều, nàng chỉ thay thế chứ không thể độc chiếm. Vả lại nếu Kim Trọng chỉ biết có hiện tại Thuý Vân mà quên lãng bóng hình Kiều thì có lẽ Thuý Vân sẽ là người buồn lắm. Suốt mười lăm năm Thuý Kiều sống cảnh hoa trôi bèo giạt thì cả nhà nàng không ai không mong ngóng bước chân trở về của nàng, nếu không ngày đêm nghĩ về người chị đang lưu lạc nơi góc bể chân trời, thì Vân đâu có được loại thần giao cách cảm:

*"Nàng Vân nằm bỗng chiêm bao thấy nàng"*

Ta càng yêu, càng nể Thuý Vân khi giữa tiệc đoàn viên nàng khẳng khái:

*"Đứng lên Vân mới giải bày một hai,*
*Rằng "Trong tác hợp cơ trời,*
*Hai bên gặp gỡ một lời kết giao,*
*Gặp cơn bình địa ba đào,*
*Vậy đem duyên chị, buộc vào cho em,*
*Cũng là phận cải duyên kim*
*Cũng là máu chảy ruột mềm chớ sao,*
*Những là rày ước mai ao,*
*Mười lăm năm ấy biết bao nhiêu tình,*
*Bây giờ gương vỡ lại lành,*
*Khuôn thiên lừa lọc đã đành có nơi,*
*Còn duyên, may lại còn người,*
*Còn vừng trăng bạc, còn lời nguyền xưa,*
*Quả mai ba bảy đang vừa,*
*Đào non, sớm liệu xe tơ kịp thì.*

Lời nói của Thuý Vân có tình có lý, có máu chảy, có ruột mềm, biết người, biết ta, đâu phải là loài gỗ đá. Khi ai ký thác cho ta vật gì, ta manh tâm chiếm hữu mới là kẻ xấu xa, bạc tình, bạc nghĩa. Đàng này, hơn ai hết, Thuý Vân biết rõ mình phải làm gì khi chị mình chịu cảnh đắng cay trở về, "hoàn trả" là đúng đạo lý, hành xử như vậy chứng tỏ nàng là con người có thiện tâm, thiện ý, có bản lĩnh, biết cân nhắc, biết hy sinh. Phải nói là Thuý Vân có tầm nhìn hết sức đúng đắn. Thúy Vân đã can đảm đối diện với sự thực, không thẹn với người, không thẹn với lòng mình. Còn ai hơn nàng đứng lên đặt vấn đề, giải quyết vấn đề, Vương ông chăng? Kim Trọng chăng? Thuý Kiều chăng?

Trong *Truyện Kiều*, Nguyễn Du ít khi cực tả về mắt. Ngoài Kim Trọng chỉ có Thuý Kiều có làn thu thuỷ còn Thuý Vân, Từ Hải, Thúc Sinh và các nhân vật khác chẳng ai có mắt cả. Chỉ có 7 lần Nguyễn Du nói về mắt, trong đó có 3 lần con mắt được sử dụng đúng chức năng để nhìn, một lần Kim Trọng "Tường đông ghé mắt, ngày ngày hằng trông", một lần Kiều "Đã mòn con mắt phương trời đăm đăm" khi trông ngóng Từ Hải, một lần Kiều mở to mắt nhìn cảnh đoàn viên "Rõ ràng mở mắt còn ngờ chiêm bao". Hai lần Từ Hải nói đến mắt "Mắt xanh đã có ai vào hay chưa", "Khen cho con mắt tinh đời", hai lần mắt không nhìn: "Cũng liều nhắm mắt đưa chân", "Làm chi bưng mắt bắt chim khó lòng".

Nguyễn Du thích tả lông mày hơn là mắt, trong bài "Long thành cầm giả ca" nhà thơ cũng thể hiện như vậy khi gặp lại cô Cầm. Khi trở lại Thăng Long trong một bữa tiệc hát xướng mà các bạn Nguyễn Du đã thếch đãi để tiễn ông đi sứ, Nguyễn Du đã gặp lại cô Cầm, cô đào hát cũ của Nguyễn Ức, em ruột ông, Nguyễn Du đã xúc động khi gặp lại cảnh cũ người xưa đã hoàn toàn biến đổi. "Cái cô Cầm xưa, không đẹp lắm, nhưng nước da trắng trẻo, thân hình đẫy đà, khéo trang điểm, lông mày thanh tú, má đánh phấn, áo màu hồng, quần lụa cánh chả, có vẻ phong nhã" phải chăng sau này được tái hiện nơi Thuý Vân.

Thuý Kiều là người nhiều nước mắt, mau nước mắt, đời nàng là đời đầy nước mắt. Nàng khóc Đạm Tiên để rồi khóc cho nàng. Nàng khóc cho nàng để khóc cho đời, khóc mười lăm năm, khóc trăm năm, khóc ba trăm năm hay khóc mãi nghìn thu, "lai nhật kỷ hà, khứ nhật khổ đa" (ngày sau ra sao, ngày trước khổ nhiều-Tùng Thiện Vương, Đoản ca hành) ai mà biết được!

Thuý Kiều là người ra đi, ra đi để khóc, lấy nước mắt viết nên bản cáo trạng.

Thuý Vân là người ở lại, đem sức may thuê vá mướn cáng đáng cảnh nhà sa sút.

Theo Kinh Dịch, Thuý Kiều thuộc quẻ Tốn Phong,Thuý Vân thuộc quẻ Ly Hoả, cả hai hợp lại là quẻ Phong hoả Gia Nhân. Tốn là trưởng nữ,quẻ ngoại, ứng với Thuý Kiều ra đối mặt với bên ngoài. Ly là thứ nữ,quẻ nội, ứng với Thuý Vân giữ việc trong nhà.

Nếu Từ Hải là chỗ dựa của Thuý Kiều "Chút thân bèo bọt dám phiền mai sau", thì Thuý Vân lại là chỗ dựa cho Kim Trọng khi chàng "Ruột tằm ngày một héo hon, Tuyết sương ngày một hao mòn mình ve, Thẩn thờ lúc tỉnh lúc mê, Máu theo nước mắt, hồn lìa chiêm bao". Không có Thuý Vân, Kim Trọng chắc phải sống dở, chết dở có đâu đến lúc "Vương Kim cùng chiếm bảng xuân một ngày" để nhờ đó mà lần tìm ra dấu vết nàng Kiều.

Đôi khi nhìn khuôn mặt phính phính của Thuý Vân ta cứ ngỡ nàng là người đẫy đà, thật ra Thuý Vân cũng "yểu điệu thục nữ" phong nhã thướt tha, nếu không, khi gặp Kim Trọng làm sao nàng "e lệ nép vào dưới hoa". Hình ảnh nàng sánh duyên cùng Kim Trọng thật là duyên dáng:

*Người yểu điệu, kẻ văn chương,*
*Trai tài gái sắc xuân đương vừa thì.*

Nếu Thuý Kiều là tâm sự của Nguyễn Du, Từ Hải là hoài bão của Nguyễn Du thì Thuý Vân là mơ ước của Nguyễn Du.

Nguyễn Du sớm mồ côi cả cha lẫn mẹ, cha ông mất năm ông lên 10, mẹ mất năm ông lên 13, mẹ ông chết rất trẻ, lấy chồng năm 16 tuổi, kém chồng 32 tuổi, thế mà chỉ 3 năm sau khi chồng mất, bà cũng theo chồng qui tiên. Bà vợ cả của Nguyễn Du là em gái của Đoàn Nguyễn Tuấn, quê ở Thái Bình, cũng mất sớm, cho đến người con trai cả của ông là Nguyễn Tứ cũng chẳng sống lâu (Theo Bùi Văn Nguyên, Nguyễn Du người tình và Nguyễn Du tình người). Bản thân Nguyễn Du cũng đau ốm triền miên:

*"Ba tháng xuân, bệnh liên miên, nghèo không thuốc"*

*(Khởi hứng lan man I)*

Bệnh hoạn không ngớt ám ảnh Nguyễn Du đến nỗi ba năm sau khi vợ ông mất, ông đã viết về giấc mộng gặp vợ:

*Ngày đêm nước chảy xuôi dòng,*
*Người đi xa mãi chờ mong tháng ngày.*
*Ba năm chẳng thấy mặt mày,*
*Lấy gì an ủi bấy chầy tương tư.*
*Giờ đây ta gặp trong mơ,*
*Tìm ta,người khổ nỗi chờ bên sông.*
*Dung nhan xem vẫn mặn nồng,*
*Áo quần xộc xệch bập bồng chẳng sao !*
*Thoạt nghe kể nỗi ốm đau,*
*Rồi nghe than nỗi bấy lâu xa vời.*
*Sụt sùi nói chẳng nên lời,*
*Xa nghe như cách màn ngoài vọng sang!*

......

*(Vân Trình dịch-Theo Bùi Văn Nguyên, Nguyễn Du người tình và Nguyễn Du tình người)*

Vợ mất rồi khi hiện về lại kể nỗi ốm đau, lòng Nguyễn Du không khỏi "thao thức rối bời". Những người thân theo nhau vì bệnh mà mất không hưởng trọn tuổi trời, có thể đã gợi cho Nguyễn Du một mơ ước có sức khoẻ dồi dào để có hạnh phúc bền lâu". Điều này phải chăng đã thôi thúc Nguyễn Du sáng tạo một Thuý Vân mạnh khoẻ, sinh động để bù đắp cho những thiệt thòi mà bản thân và gia đình ông đã hứng chịu.

**Nguyễn Thiếu Dũng**

Truyện Ngắn

# CHUYỆN TÌNH BÂY GIỜ MỚI KỂ

BÙI THANH MINH

Tôi vốn là thằng đàn ông đầy khuyết điểm. Hồi còn ở nhà má tôi thường rủa:

- Cha tổ mi! hổng biết rồi có đứa nào nó lấy mi hông?

Bả thống kê, tôi có 5 cái nhất: Bẩn nhất nhà (mùa đông tuần mới tắm một lần. Quần áo thay ra vắt lên ghế, tuần sau lấy ra mặc, coi như đã giặt); Ăn tham nhất nhà (Trái chuối chị hai bẻ đôi nhỏn nhẻn ăn mãi mới hết, còn tôi bấu núm, tước ba, tợp hai tợp trái chuối biến mất tiêu, ngửa tay xin má- phần con chưa có); Lười nhất nhà (Chị hai cầm cái chổi nhẹ nhàng ngồi xuống móc máy gầm giường, gầm ghế, còn tôi phết ba phết ra đến cửa, mắm môi phết một nhát nữa thật mạnh như người ta chơi gôn, có cái gì bắn tuốt luốt tới vườn, khỏi phải quét sân); Cục súc nhất nhà (Đi học về đến sân con vàng hoan hỷ, bục một nhát, con vàng bỗng kêu ăng ẳng chui tọt vô gầm giường, mắt xanh lè lấm lét); Nói dối nhất nhà (Con vừa làm gì đấy? Má tôi hỏi khi bước vô nhà. Dạ hông, cái lọ này đẹp thế má nhỉ? Tôi cầm cái lọ đựng xê sủi vân vi. Trong khi viên xê sủi dấu vô mồm đang ngấm nước. Rồi xê sủi sôi ùng ục trong miệng. Má và chị hai được bữa cười long họng).

Tôi cũng cảm thấy má hơi đúng.

Sau này đi bộ đội, có người yêu, khi ngồi bên nàng tôi tự nhận mình cầm tinh 5 con nhất, sẽ không một người con gái nào chịu nổi đâu, có lấy nhau rồi lại bỏ, không bỏ thì khó mà hạnh phúc được. Anh nói trước nha, cứ nhào zô sau đừng có trách. Nàng bảo:

- Em lại chỉ yêu độc 5 cái đó của anh thôi.

- Ủa, đầu em có sao không đó? Tôi ngạc nhiên.

Nàng bảo:

- Anh mà tròn trịa như hòn bi nhựa thì còn có chi để đàn bà họ yêu.

Lạ nhỉ?

Nàng thủ thỉ rằng, trong khi cả làng, cả nước đang yên giấc, thì chú gà trống *zập* cánh phành phạch *zươn* cổ gáy vang trong chuồng. Cửa chuồng vừa mở, tất cả chạy đến đống thóc giữa sân tranh nhau, chú gà trống lại dạng chân gạc gạc mấy nhát giữa đống thóc, rồi xòe cánh lượn một vòng sát sạt một con mái, trông rất *zô zuyên*. Trong lúc cả đàn đang mải mê bới đất tìm mồi nuôi con, thì chú gà trống lại phốc một nhát lên bờ tường, ật ưỡng suýt ngã, cất cao cổ gáy giữa buổi. Bới được hạt sỏi, hạ sát mỏ mổ rồi cúc cúc gọi gà mái tới, tý nữa thấy hột gạch, lại gọi, gà mái lại vẫn bị lừa, trong khi chú vẫn tỉnh bơ. Tóm được con dế đang rỉa nhỏ, chú gà nhiếp thèm quá lao *zô*, hổng cho thì thôi cũng bổ cái mỏ một nhát giữa lưng như trời oánh làm chú gà con chóe lên chết khiếp. Đủ năm tội, ấy *zậy* mà đàn gà mái, cổ nào cũng xum xoe bên chàng.

Tôi phục nàng là vì nàng uyên thâm lại hóm hỉnh như cha nàng. Nhưng tôi không tin nàng yêu tôi mãi được.

Sau khóa huấn luyện, tôi được bổ sung về đơn vị mới. Đơn vị mới là một hòn đảo thuộc quần đảo Trường Sa. Nơi thừa nắng, thừa gió, thừa nước. Nhưng mà thiếu thì… thiếu đủ thứ, trong đó cái thiếu nhất là tình cảm của nàng. Tôi ghi vào nhật ký: "Em ơi! anh không ngờ trái tim yêu thương và tuyệt đối tin tưởng của mình bây giờ nó lại phản bội anh. Mới gần đây thôi, và cũng chỉ khi ra Trường Sa anh mới phát hiện trong trái tim anh đã giấu một tên Việt gian hết sức nguy hiểm. Nó thực hiện "chiến tranh diễn biến hòa bình"- nó làm anh mất ăn mất ngủ, suốt ngày đã phải làm việc vất vả mà tối về cứ mộng mơ, mơ mộng. Em có biết tên việt gian đó là ai hông? Em đấy, chính là em!".

Ấy rồi một ngày tôi nhận được thơ của nàng từ đất liền gửi ra. Tôi sung sướng đến ứa nước mắt. Lẽ ra chỉ sung sướng thôi, nhưng mà đây lại còn ứa nước mắt là vì chúng tôi sống ngoài đảo thiếu tình cảm quê hương lắm. Cảm giác mình côi cút, bị bỏ rơi lúc nào cũng thường trực, vì thế nhận được một bức thơ, lại là bức thơ mình mong đợi nhất, giống như đứa trẻ bị lạc mẹ, bỗng dưng tìm lại được. Tôi đọc thơ nàng như một người đi biển khát nước nay có được ca nước ngọt. Hổng có thầy cô giáo nào bắt trả bài, thế mà tôi thuộc hết bức thơ.

Thế là tôi mới "cầm tinh con kiên quyết" viết cho nàng một bức thơ thật nóng bỏng để khẳng định tình yêu của mình. Tôi nhớ lúc đó cảm giác mãnh liệt lắm, tôi xác định là dù nước Thái bình dương có cạn, Quần đảo Trường Sa hổng còn cây Phong ba nữa, thì tôi- cái thằng "cầm tinh năm con nhất" sẽ yêu thương nàng trọn… 60 năm (bây giờ 20 tuổi, cộng 60 năm là 80 tuổi, thế là đủ rồi. Hổng cần hơn).

Gửi thơ theo tàu về đất liền rồi, suốt ngày rảnh lúc nào là tôi nằm ngân nga, rên rỉ bài thơ của nàng. Công nhận có được một tình yêu của một người con gái (lại đẹp nữa mới chết) mình thêm yêu đời, yêu cái Trường Sa mênh mang nắng gió và làm việc gì cũng thấy có ý nghĩa, thế mới lạ.

Một hôm đang gác ở trạm gác tiền tiêu, ngồi ôm súng ngắm mây trời non nước Trường Sa nhớ nhà quá, tôi mới mang bức thơ của nàng ra phổ các làn điệu để hát. Lúc đầu là ngâm thơ, tiếp theo là chèo, tiếp nữa là dân ca quan họ cứ lần lượt từ Bắc vô Nam - 1.730 ki lô mét, và cuối cùng là cải lương. Bỗng trung đội trưởng xuất hiện, anh quát ầm lên:

- Đang làm nhiệm vụ mà rên rỉ cái chi đấy hả?

- Dạ em đang ngâm thơ…

Anh quắc mắt:

- Có thật hông? Thơ với thẩn, của cậu nào mà yếu đuối thế?

Tôi run quá đành nói đại:

- Dạ của… Nguyễn Du ạ.

- Nguyễn Du là cậu nào? Có phải bộ đội hông mà thơ ủy mị thế, hả?

Sau lần đó tôi hổng dám mang thơ của nàng ra hát khi làm nhiệm vụ nữa. Hổng nói được ra lời thì nó lại ngấm vô trong lòng, thành ra càng nhớ nàng da diết. Và điều khổ tâm nhất đối với tôi là càng nhớ mong càng lặn mất tăm con mẹ hàng lươn. Đã mấy chuyến tàu ra mà vẫn hổng có thư nàng. Ngẩn ngơ đứng bên gốc Phong ba phóng tầm mắt về đất liền mà buồn tủi. Thế là đã rõ, hổng còn nghi ngờ gì nữa. Làm sao mà nàng đủ lòng dũng cảm gắn đời mình với cái thằng cầm tinh năm con nhất. Má tôi đúng. Và bây giờ, thưa các quý vị (nắm tay đưa lên miệng như cái mi crô của MC), ngay bây giờ tôi sẽ cầm tinh con gay gắt viết cho nàng, phải viết cho nàng chứ hổng phải ai khác một bức thơ. Thưa các quý vị: một bức thơ để cho nàng một bài học về lòng dũng cảm, về lòng thủy chung vân, vân và vân vân. Xin quý vị… gì nhỉ? À xin các quý vị xem hồi sau sẽ rõ.

Thế rồi ngay chuyến tàu tết năm ấy tôi nhận được thơ nàng. Thơ viết thế này mới khổ thân cái thằng cầm tinh con khốn khổ chứ. Trên một tờ giấy trắng khổ A4, dòng trên cùng nàng viết một dãy chữ tương tư. Dòng thứ hai một dãy chữ tình. Dòng thứ ba bên trái nàng viết chữ ĐỆM- chữ nghiêng sang trái, bên phải viết chữ GỐI- chữ nghiêng sang phải. Dòng thứ tư, bên trái nàng viết chữ đêm- chữ khổ nhỏ, bên phải nàng viết chữ NGÀY- chữ viết to kéo dài ra. Dòng thứ năm, giữa dòng nàng viết ba chữ: trông mòn mỏi. Phần tờ giấy còn lại nàng vẽ một vòng tròn kết bằng chín chữ KHÚC. Ở giữa vòng tròn có chữ TƠ VÒ.

Hết! Một bức thơ tình của nàng- tên việt gian trong trái tim tôi chỉ có thế mới khốn nạn cho cái đời thằng cầm tinh con binh nhất (giấu tên).

Thế là suốt cái mùa xuân năm ấy, tôi gần như hổng có Tết. Suốt ngày vụng vụng trộm trộm, hễ vắng người là mang bức thư ra nghiên cứu như tác nghiệp bản đồ. Tôi đã vận dụng cả khả năng trinh sát của thằng bạn cũng chịu, hổng tài nào đoán được. Nàng càng bí hiểm tôi lại càng say sưa khám phá. Chính vì thế mà khuôn mặt nàng càng ngày càng in đậm trong tâm tưởng của tôi.

Cho đến khi tôi nhìn bức thơ như thủng ra thành hình khuôn mặt của nàng, thì mới tạm dịch thế này:

Một dãy tương tư, một dãy tình

Đệm nghiêng gối ngả, đêm ngắn ngày dài trông mòn mỏi.

Một khúc tơ vò, chín khúc lượn vòng quanh.

Và thế là từ đó tôi yên tâm vì đã có một tình yêu thủy chung son sắt ở một miền quê đang đợi chờ tôi ngày xum họp.

* * *

… Mới đó mà đã mười năm rồi. Tôi đi học Học viện hải quân và về Vùng Bốn - Quân chủng công tác. Gần 30 tuổi mà vẫn "phòng không không quân". Má tôi bảo quân đội rèn cho con hổng còn 5 cái nhất nữa, mà sao cũng hổng có đứa con gái nào nó nhòm ngó đến con sao? Bạn bè đồng đội thì nay gán cho cô này, mai lại giới thiệu cho cô khác, tôi vẫn cầm tinh con hững hờ.

Có người ì xèo rằng tôi có vấn đề về khoản ấy. Mặc, tôi vẫn như tôi ngày xưa. Trong ba lô của tôi chỉ có duy nhất bức thơ của nàng. Bức thơ có vòng tròn ở giữa.

Kính thưa các quý vị (giọng hơi trầm xuống, có vẻ buồn), ngày ấy sau khi hoàn thành nhiệm vụ ở Trường Sa tôi được trên cử đi học Học viện Hải quân. Trước khi vô trường tôi được nghỉ phép về thăm nhà. Ngay ngày hôm sau tôi lấy xe máy của ba, nhét một cành san hô màu trắng và một đôi ốc biển màu tím, mua một bó hoa tươi đỏ thắm đến nhà nàng. Em gái nàng đón tôi bằng đôi mắt nhòa lệ, hổng nói gì, em dẫn tôi ra cánh đồng làng, đến một khu nghĩa địa và dẫn tôi đến một ngôi mộ mới, trên có tấm bia đá: PHẦN MỘ TRẦN THỊ HÀ. SINH NGÀY… MẤT NGÀY… HƯỞNG THỌ 20 tuổi.

Tôi lặng lẽ đặt tất cả món quà và bó hoa xuống phần mộ nàng, tiếp nhận ba nén hương em gái nàng đưa, run run thắp vào bát hương trên nấm mộ.

Bên nấm mồ, em gái nàng kể rằng nàng bị mắc một căn bệnh hiểm nghèo. Trước khi trút hơi thở cuối cùng, nàng có dặn lại khi nàng qua đời hãy đem đốt mười một bức thơ của tôi rồi bỏ tro vô chiếc lọ thủy tinh đặt trong quan tài... Rồi nàng tháo chiếc dây chuyền đưa cho em gái để trao lại cho tôi nếu tôi trở về. Trên chiếc dây chuyền đó có một trái tim bằng mê-ca trong suốt, trong trái tim đó nàng đã kỳ công gép hình nàng cùng với hình tôi trong quân phục chiến sỹ hải quân màu xanh nước biển.

Tôi rưng rưng nhận lại vật kỷ niệm của người con gái xứ dừa mà tôi đã hết mực yêu thương và lòng thầm nghĩ dù sau này đời lính có trong binh đao lửa đạn tôi sẽ mãi mãi không quên mối tình trong trắng thủy chung của người con gái của miệt vườn Tây Nam bộ.

**Bùi Thanh Minh**

Tùy Bút

# ĐẶC SẢN CHỢ LỚN

LƯƠNG MINH

Tôi là dân quê lên Sài Gòn, may mắn được sống vùng Chợ Lớn nên được biết nhiều cái lạ. Gọi là Chợ Lớn vì nó không phải là một quận huyện mà là khu vực có nhiều quận: Quận 5, quận 6, một phần quận 11, một phần quận 8, thậm chí có người còn cho là khu vực này nơi nào có người Hoa sống thì đó là Chợ Lớn (?)

Câu "ăn cơm Tàu, ở nhà Tây" thì ăn ở Chợ Lớn thì là tuyệt. muốn thưởng thức tinh hoa ẩm thực của người Hoa ắt phải vào các nhà hàng như Đồng Khánh, Ái Huê, … còn người dân có thu nhập trung bình như tôi thì làm sao có được? Anh Nhựt, bạn tôi ở quận 6 giới thiệu, ông nên đi ăn ở các khu ẩm thực ở Phan Xích Long, nơi đó có đủ các món của người Hoa mà giá không đắt lắm. Tôi biết, ăn đồ Tàu lúc nào cũng giá cao hơn món Việt, một tô hủ tiếu với miếng thịt xá xíu nhỏ, một miếng gan cứng nhưng giá bao giờ cũng cao hơn hủ tíu Mỹ Tho. Tôi có cảm tưởng như người Hoa dùng kỷ thuật trong nấu ăn, nguyên liệu ít nhưng chất lương nhiều!. Khẩu vị hay sở thích của người Việt thì tô hủ tiếu nào cục thịt to, bột bánh sợi nhiều mới cho là ngon. Tôi đã từng ăn hoành thánh ở Chợ Lớn, tô nhỏ vài sợi thịt nạt vậy mà giá ngang ngữa với tô hủ tíu lớn, thịt nhiều ở Sa Đéc.

Đến khu Phan Xích Long, quận 11, con đường nhỏ như con hẽm, ấy vậy mà có cả chục tiệm ăn, chủ yếu bán về đêm, khoảng bốn giờ chiều là các quán đã dọn ghế bàn để đón khách. Các quán bán đủ các thứ mà thực khách cần, nào là vịt tiềm thuốc Bắc, óc heo chưng, hoành thánh mì, hủ tíu xào, mì xào dòn... Các món tiềm tức chưng cách thủy nhiều giờ liền cho thịt vịt, thịt heo mềm, hay gan, tim cật, trong đó có các vị thuốc Bắc bổ dưỡng như đảng sâm, thục địa, táo Tàu, hoài sơn. Mỗi quán có một cách nấu riêng mà họ cho là gia truyền nên hương vị khác nhau, khách quen phù hợp với quán ăn mà chọn lựa. Khu này cũng có bán há cảo, sủi cảo, loại khô (hấp) và loại nước, tùy theo người thích.

Nói đến sủi cảo tức món ăn như hoành thánh (người Bắc gọi là vằn thắn) nhưng trong miếng bột gói nhân có ít tôm xay, có người nói nó từ món hoành thành chế biến thành, bởi vì cả hai loại này đều có miếng bột mì vuông bỏ thịt vào xếp lại. Hoành thánh thì thịt bầm được bỏ vô miếng mì mỏng vò viên, sủi cảo cũng tương tự nhưng thịt có pha chút tôm nhuyễn vào miếng bột mì túm lại.

Sủi cảo hay há cảo ở Chợ Lớn có hẳn một khu phố ở đường Hà Tôn Quyền, quận 11 mang tên nó. Phố sủi cảo có chừng mươi quán, ban ngày cũng có hoạt động, nhưng nó sôi động về đêm do đèn sáng dài cả con đường. Tên phố sủi cảo nhưng các tiệm quán đều có bán hủ tiếu, mì, xíu mại, đồ tiềm nhưng món chính vẫn là sủi cảo, há cảo. Nhớ có một buổi trưa, chán cơm rủ bạn ra đây làm tô sủi cảo chiên, ngồi nhâm nhi vài lon bia, tuy không giống ai nhưng rất thú vị.

Nếu như khu vực đường Hà Tôn Quyền toàn quán bán đồ Tàu thì cách đó không xa là Xóm Giá đường Hồng Bàng, hẽm 702 chuyên bán đồ chay phục vụ người hay đi chùa. Thật ra, các món chay giá thấp hơn đồ Tàu nên các học sinh, sinh viên, người lao động đến đây ăn nhiều. Tên Xóm Giá là do ngày xưa khu này bà con chuyên làm giá đậu bán cho các chợ, bán cho các tiệm mì, hủ tiếu, về sau họ lấy hủ tiếu về bán cùng với giá thành món chay. Nhiều người thắc mắc vì sao hình thành xóm bán đồ chay, một ni cô giải thích do gần đây có rất nhiều chùa, nào là chùa Sùng Đức, Tuyền Lâm, Huê Lâm, Tịnh xá Phật Quang..nên nhiều người ăn. Ban đầu, hủ tiếu Xóm Giá bán cũng đắt, về sau nhiều quán chay mở ra khắp nơi, giá cả không cũng mềm nên lượng quán chay khu này giảm bớt, giờ chỉ còn lại ít và hủ tiếu Xóm Giá chỉ còn là vang bóng một thời!

Ăn đồ Tàu cũng có đồ ăn tráng miệng giống như chè, nhưng người Hoa gọi đó là đồ ngọt. Đồ ngọt có chí mè phủ (chè mè đen), lục tàu xá (chè đậu xanh) hùng tàu xá(chè đậu đỏ) nấu có bỏ vỏ quýt khô gọi là trần bì, ăn có mùi vị thơm lạ, gia đình tôi mỗi khi nấu chè đậu đỏ, tôi cũng bỏ vỏ quýt vào. Đồ ngọt còn có hột gà trà, sâm bổ lượng,chè hạnh nhân, bạch quả, hạt sen...Trong các món đồ ngọt này, có món trở thành chè phổ thông của người Việt là sâm bổ lượng. Tiệm đồ ngọt ít có ở chợ mà là ở các con đường như tiệm Hà Ký, đường Châu Văn Liêm, hay điểm bán đồ ngọt đường Trần Quý, khu vực Chợ Thiết, quận 11.

Trong các loại đồ ngọt, có nhiều món người muốn làm ở nhà nhưng không biết cách nấu hoặc tìm không đủ nguyên liệu.Thí dụ muốn nấu sâm bổ lương, mua táo Tàu, bạch quả trong tiệm chạp phô, nhưng muốn có nguyên liệu tuyệt hảo phải vào phố thuốc bắc Hải Thượng Lãn Ông mới có. Hương vị trà nấu hột gà trà cũng vậy, mua ở các hiệu trà không có, phải đến phố này và rồi khi mua xong phải hỏi cách nấu, nếu không thì trà ra trà, hột gà ra hột gà không hòa quyện với nhau thành món ăn hấp dẫn.

Chuyện ăn uống ở Chợ Lớn nói hoài khó hết, nhưng ăn uống thì đi kèm với giải trí. Các rạp xi né xưa ở Chợ Lớn thì cũng phục vụ người Hoa lẫn người Việt. Có một thời các rạp Thủ Đô, Lê Ngọc, Đại Quang chiếu phim võ hiệp Hong Kong, người Việt người Hoa đều xem được. Mọi người đều đồng sở thích, đồng ngưỡng mộ tài nghệ của Lý Tiểu Long, Khương Đại Vệ, nét đẹp của Chân Trân, Lý Thanh, Lưu Hiểu Khánh... Tuy nhiên, để dành riêng cho người Hoa ở Chợ Lớn thưởng thức thì phải có các đoàn ca nhạc  Quảng Đông hay Triều Châu.

Năm 1994, ở quê mới lên sống Sài Gòn, buổi tối tôi đi dạo khu Chợ Thiếc thấy có văn nghệ của người Hoa, liền bước vào xem thử. Tuy không biết tiếng Hoa nhưng điệu nhạc làm tôi thích thú rất nhiều. Ngồi kế bên một ông lão, tôi hỏi chuyện khá nhiều, ông ấy cắt nghĩa tôi nghe lời ca diễn tả gì, người mới ca trên sân khấu không là ca sĩ chuyên nhưng cũng có trình diễn ở Hong Kong mấy bận.

Chỗ ca hát là một hội quán, cuối tuần các nghệ nhân tụ lại với nhau ca hát như các tụ điểm hát với nhau của người Việt. Ban nhạc thì chuyên nghiệp, ca sĩ không chuyên nhưng cũng thuộc loại ca hay mới dám bước lên sân khấu. Khán giả ngồi ở dưới được uống cà phê đen, cà phê sữa với giá bình dân, ấy vậy mà khi có người ca hay, khán giả cũng đem tặng mười ngàn đến năm chục ngàn đồng cho ca sĩ và ban nhạc. Trên sân khấu có bục gỗ vẽ huy hiệu ban nhạc, trên có sợi kẽm căng ngang cùng các cây kẹp giấy để khán giả tặng tiền kẹp vô đó. Nghe đâu, số tiền đó cuối giờ được gom lại chia cho các nhạc công. Loại hình tụ điểm này hiện nay không còn nữa, các ban nhạc như Hữu Nghị, Thống Nhất, Hoa Sen giờ trình diễn ở các nhà hàng lớn như Cát Tường (đường Trần Hưng Đạo). Các ca sĩ đoàn ca kịch Thống nhất Triều -Quảng cũng có người được danh hiệu nghệ nhân nhân dân.

Những khách đi ăn sáng ở nhà hàng Cát Tường, hiện nay còn được thưởng thức ca nhạc lời Hoa với giá cà phê - món ăn không cao lắm. Theo tôi, dù khách thưởng thức ngày càng ít đi nhưng với sự trợ giúp của các doanh nhân người Hoa cũng như của Phòng Văn hóa Thông tin quận 5 thì đây là điểm dành cho khách du lịch các nơi đến tham quan vui chơi.

**Lương Minh**

Ảnh Internet

Truyện Ký

Ảnh Internet

# THỦ ĐÔ CỦA RESORT

MINH NGUYỄN

Dự tính, sau khi kết thúc chuyến đi vui chơi ở thành phố biển Vũng Tàu, tôi sẽ chở Mây quay về Sài gòn. Nghỉ ngơi vài hôm cho đỡ mệt, rồi sẽ cùng nhau tiếp tục chạy đi khám phá nơi được mệnh danh là "Thiên đường nghỉ dưỡng Phan Thiết". Nhưng than ôi! Không hiểu, do trời xui đất khiến thế nào, mà trong đêm có mặt tham dự tiệc chia tay, có thêm màn đốt lửa trại, diễn ra ngay trên bãi biển. Mây đã vô tình nghe lóm chuyện từ ai đó, ca ngợi không tiếc lời trước vẻ đẹp hút hồn nơi cung đường biển nối từ Bà Ria ra Phan Thiết, khiến suốt đêm cô không sao chợp mắt, dù trong chốc lát.

Thế là, ngay khi trời chưa kịp sáng, Mây đã tức tốc đánh thức tôi ngồi dậy, hỏi có biết con đường biển đó không. Thú thật, sống ở Sài Gòn từ nào tới giờ, ra vô Vũng Tàu không biết bao nhiêu lượt, nhưng hỏi về cung đường mới này thì tôi hoàn toàn mù tịt, bởi chăng nó chỉ mới được đưa vào sử dụng cách nay chưa lâu, vì vậy mà tôi chưa có thời gian cũng như cơ hội ra đó để trải nghiệm.

Tôi bèn trả lời Mây:

- Thực ra cung đường này, nói thật không chỉ mới đối với anh thôi đâu, mà còn nhiều người chưa biết đến nó, ngoại trừ các "phượt thủ".

Tưởng trả lời như thế đủ làm cho Mây e ngại, nào ngờ cô nhất quyết không chịu quay về Sàigòn như dự tính, mà năn nỉ tôi chở về Bà Ria hỏi thăm đường ra Phan Thiết, bởi cô lý giải "đường đi nằm trong miệng mình chứ đâu xa".

Thôi thì trời còn có lúc mưa lúc nắng huống chi con người. Nghĩ thế, tôi dặn lòng bằng mọi giá sẽ chìu theo ý sơn nữ, vì cô đã phải cất công di chuyển từ Bắc vào tận miền Nam, cho đến khi nào cô thật sự hài lòng mới thôi. Vì thế, thay vì chạy thẳng về Sài gòn, tôi chở Mây ghé về Bà Ria, để cô ngồi ăn sáng ở quán bánh canh Long Hưng, trong khi tôi chạy đi hỏi thăm cánh lái xe ôm, cung đường biển dẫn ra Phan Thiết.

Theo tin tức tôi nắm được thì, từ vòng xoay Bà Rịa có hai đường cùng dẫn ra Phan Thiết. Một. Di chuyển theo hướng quốc lộ 55 qua các huyện Long Điền, Đất Đỏ, Xuyên Mộc, thị Xã La Gi. Hai. Đường qua Long Hải, bãi Thùy Dương, Lộc An, Hồ Tràm, Bình Châu, thị xã La Gi. Tóm lại, cho dù di chuyển theo  hướng nào đi chăng nữa thì, cuối cùng cũng gặp nhau tại địa phận thị xã La Gi, thuộc huyện Hàm Tân, trước khi nhập vào nhau thành đường 719, chạy qua các thắng cảnh nổi tiếng như: Dinh Thầy Thím, Mõm Đá Chim, mũi Khe Gà...

Sau khi cân nhắc đường đi nước bước, tôi quyết định chọn hướng đi thứ hai. Bởi, đi trên cung đường này tuy có xa hơn hai mươi cây số; bù lại, bạn sẽ được tận hưởng vẻ đẹp thiên nhiên kỳ vĩ, với một bên là những đồi cát vàng óng ôm ấp khu rừng phi lao xanh ngút ngàn; môt bên là đèo Nước Ngọt, uốn lượn, quanh co, như một con rắn khổng lồ trườn mình xuống bãi cát, nơi đang có từng con sóng biển va vào ghềnh đá tung từng đám bọt trắng xóa, nối liền giữa hai huyện Long Điền và Đất Đỏ của tỉnh Bà Rịa- Vũng Tàu. Một nơi đã được không ít người cho rằng cảnh quan nơi đây đẹp hơn biển Cà Ná ngoài Phan Rang, cho dù họ thừa biết bất cứ sự so sánh nào cũng đều khập khiểng, bởi mỗi địa phương đều mang trên mình vẻ đẹp riêng của chính nó. Tuy nhiên,  nếu bạn có dịp đặt chân đến đây một lần, nhất là đúng vào mùa xuân, chắc hẳn bạn sẽ rất ngạc nhiên khi đứng trước cả một rừng hoa phơn phớt hồng mọc kín hai bên đường, thoạt nhìn cứ ngỡ như đang lạc bước giữa mùa hoa Mai Anh Đào nơi xứ sở sương mù Đà Lạt, nhưng thực chất nó chỉ là loài cây thuộc loài họ đậu.

Tiếp tục chạy ngang qua khu bãi tắm Thùy Dương, Lộc An, Cam Bình, thị xã La Gi, tôi rẽ vào con đường ven biển dẫn tới một triền cát trắng, thấy trên đó trồng toàn cây phi lao dùng để ngăn cát thổi vào bên tron đất liền hay còn gọi bãi tắm Đồi Dương Bình Tân - La Gi.

Gửi xe ở quán nước ngay canh bãi, tôi đưa Mây tới ngồi bên

triền cát, hít thở không khí trong lành của biển, đồng thời ngắm nhìn Hòn Bà thấp thoáng xa khơi. Ôi! Đúng như nhiều người đã từng đặt chân đến đây nhận xét: "Đồi Dương Bình Tân không chỉ là bãi biển lý tưởng ở Hàm Tân nhờ có làn nước ấm quanh năm mà còn cung cấp cho thực khách nhiều món ăn hải sản tươi, ngon, bổ, rẻ".

Ngồi thưởng thức bữa trưa với các món hải sản do một số người bán hàng rong phục vụ xong, bọn tôi tiếp tục chạy xuyên qua các địa danh mang dấu ấn lịch sử như Dinh Thầy Thím, Mõm Đá Chim, núi Tà Cú, trước khi đặt chân đến mũi Kê Gà hay còn gọi Khe Gà.

Tương truyền, do vùng đất nơi đây sở hữu một mũi đất mang hình đầu con gà nhô ra biển, nên người dân địa phương gọi theo cách dân dã là mũi Kê Gà. Từ đó làm nảy sinh việc tranh luận giữa các nhóm cư dân sau này rằng: "Đã là kê sao còn gọi là gà?". Tóm lại, dù tên gọi là Kê Gà hay Khe Gà đối với tôi không mấy quan trọng bằng việc nhìn thấy gương mặt rạng rỡ nơi cô bạn đi cùng, tỏ rõ sự hài lòng trước điểm dừng chân mang đầy nét thơ mộng và lãng mạn; đặc biệt, còn có thêm sự hiện diện của ngọn hải đăng được đánh giá không chỉ lâu đời mà còn cao nhất Đông Nam Á.

Chưa kịp dừng xe lại, tôi đã nghe phía sau Mây nhảy phóc xuống đường, đứng nhìn ngọn hải đăng Kê Gà một cách trân trối:

- Tháp kia tên gì vậy anh?

Tôi cười đáp:

- Người ta gọi nó là hải đăng mũi Kê Gà.

- Hải đăng là gì?

- Là một cái tháp cao mà trên đỉnh người ta thiết kế một hệ thống đèn chiếu cùng với một thấu kinh lớn.

- Dùng để làm gì ạ?

- Chiếu sáng, hỗ trợ, cho các hoa tiêu định hướng việc di chuyển tàu bè qua lại trên biển được an toàn.

Chưa kịp nói dứt câu, tôi đã thấy Mây xăng xái cởi bỏ giày dép, tung tẩy đôi chân trần chạy nhảy quanh những mô đá lớn nhỏ, cao thấp, mọc từ dưới cát lên, một cách thích thú.

Nhìn sự hồn nhiên một cách đáng yêu nơi Mây, tôi nghĩ nên tạo cho cô sơn nữ này một sự bât ngờ, bằng cách hỏi thuê dịch vụ thuyền thúng tại quán bán nước dừa gần đó, đưa cô ra thăm ngọn hải đăng một lần cho biết.

Tiếc thay, việc bỏ ra thời gian dài lẫn công sức, hết ngồi thuyền thúng, lội bì bõm trong mực nước cao tới gối, đá ngầm trơn trợt dưới chân, để khi đặt chân lên được tới đảo, mới hay bộ đội biên phòng ở đây có lệnh không cho bất kỳ ai vào thăm ngọn hải đăng; bởi bên trong ngọn tháp đã bị xuống cấp nghiêm trọng. Vừa mệt mỏi vừa bị thất vọng trước tin tức không vui đó, tôi chỉ còn biết đưa Mây đi loanh quanh đảo, chụp vài bức ảnh kỷ niệm từ phía bên  ngọn hải đăng, trước khi quay vào đất liền.

Rời mũi Kê Gà, tôi lái xe bon bon trên đường độc đạo 719, ngang qua "Thủ Đô Resort Việt Nam", chứng kiến vô số khu nghĩ dưỡng cao cấp mọc lên san sát nhau, gợi nhớ nơi tôi sự kiện Nhật Thực Toàn Phần, xảy ra vào ngày 25-10-1995, thu hút hàng vạn du khách, các nhà khoa học, phóng viên các hãng truyền hình thế giới, đã đổ xô về vùng núi Tà Don, Mũi Né, nghiên cứu, quan sát, hiện tương thiên nhiên kỳ thú... nhờ vậy phát hiện ra vẻ đẹp tìm ẩn của vùng biển Phan Thiết - Mũi Né, mà bấy lâu nay người ta chỉ biết đó là nơi sản xuất nước mắm.

Và.Sau hơn hai giờ vừa di chuyển vừa tận hưởng vẻ đẹp bên các hoang mạc cùng biển cả, bọn tôi đã đặt chân tới cửa ngõ Phan Thiết : Công viên Đồi Dương - Thương Chanh. Một địa danh được hợp nhất từ hai bãi tắm công cộng nằm cạnh nhau trên cùng bãi biển. Nay do nhu cầu du lịch ngày càng phát triển, chính quyền Phan Thiết đã cho cải tạo, chỉnh trang, hai bãi tắm trên thành công viên Đồi Đương, nhằm giúp cho người dân địa phương có nơi vui chơi, giải trí, tắm biển, sau mới tính tới chuyện phục vụ du khách.

Qua tìm hiểu tôi được biết, công viên Đồi Dương ngoài việc sở hữu bãi tắm dài trên 2 cây số, tọa lạc ngay giữa lòng thành phố ra, nó còn thừa hưởng thêm một rừng phi lao dài tít tắp, cho dù gần đây diện tích của khu rừng có bị thu hẹp lại, nhường chỗ cho các khách sạn, khu vui chơi, quán cà phê, nhà hàng ăn, mọc lên khắp nơi.

Dạo chơi một vòng nơi rừng dương, thả hồn bên tiếng lá xào xạt vẳng bên tai, tôi có cảm giác như thể đang lạc trôi vào nơi chốn bồng lai tiên cảnh nào đó. Và cứ thế, thay vì đưa Mây đến ngồi trên bờ kè xi-măng ngăn cách giữa khu rừng với bãi biển bên ngoài, tôi dìu cô đến ngồi vào chiếc bàn vắng khách ở quán cà phê gần đó. Ôi! Cái chỗ ngồi quả là tuyệt vời dành cho những ai yêu thích sự lãng mạn khi đứng trước biển. Bởi từ đây, bọn tôi dễ dàng nhìn ra biển trước mặt, quan sát cảnh sinh hoạt, vui chơi, giải trí, của mọi người qua buổi chiều đang dần tắt nắng.

Đang lơ mơ bên hình ảnh vừa bắt gặp, tôi bỗng giật mình khi nghe Mây hỏi:

- Ngoài thanh long r a ở Phan Thiết còn có thêm đặc sản nào nổi tiếng nữa không anh?

Tôi cười đùa trả lời cho cô:

- Nếu yêu cầu kể đủ các món đặc sản hiện có ở Phan Thiết, anh e phải kể cả ngày lẫn đêm vẫn chưa chắc đã hết, tới lúc đó em còn hơi sức đâu mà đi khám phá, chi bằng đi tới đâu em sẽ tìm hiểu tới đó vẫn hơn.

- Anh nói thiệt hay chỉ để hù dọa em gái quê mùa này vậy?

- Tin hay không thì tùy.

Mây năn nỉ:

- Anh thử kể cho em nghe loại đặc sản lâu đời nhất đi, có như thế em mới tin.

Tôi làm ra vẻ quan trọng:

- Cách đây ba trăm năm, Phan Thiết từng được biết đến là địa phương có nhiều làng nghề sản xuất nước mắm truyền thống; đặc biệt, với loại nước mắm Tĩn. Đầu tiên là tổ chức Liên Thành Thương Quán, do các nhà nho yêu nước trong phong trào Duy Tân lập ra, với mục đích "Chấn hưng kinh tế" mà điển hình là ngành nghề sản xuất nước mắm. Bởi cách sản xuất phổ biến nước mắm vào thời gian này, thường do các cơ sở nhỏ đảm nhận việc, ủ, chượp, cá, muối, với tỉ lệ nhất định trong các lu, khạp bằng sành, sau đó mang phơi nắng để hấp thu nhiệt độ cao, nhằm giúp cho các nguyên liệu bên trong mau chin ngấu hơn, so với cách chế biến trong các thùng gỗ hình trụ hay còn gọi là các thùng lều.

- Vậy ra Phan Thiết chính là cái nôi của nghề sản xuất nước mắm tĩn?..

- Đúng vậy..

- Tĩn là vật gì mà em chưa được nghe qua lần nào?

Tôi giải thích cho Mây hiểu:

- Tĩn là loại bao bì làm từ đất nung qua lửa, có bụng phình to ở giữa, chứa khoảng 3 lít 5 nước mắm, miệng trám kín bằng vôi vữa bởi một cái dĩa cũng làm từ đất nung, quét bên ngoài lớp vôi trắng; ngoài ra, 2 bên hông tĩn còn được gắn hai chiếc quai làm từ tre-nứa hoặc mây.

- Những chiếc quai dùng vào việc gì?

- Giúp người mua xách các tĩn nước mắm đi từ điểm bán về nhà mình nhẹ nhàng.

- Bằng cách nào người ta lấy nước mắm ra khỏi tĩn để dùng trong việc nấu nướng hàng ngày?

- Người bán thường dùng một cái gáo nhỏ hay một cái quặn làm bằng tre, để múc nước mắm đưa ra ngoài, qua miệng tĩn.

- Nghe anh kể, em tò mò muốn được nhìn tận mắt, các dụng cụ nây một lần.

- Em yên trí, đợi khi nào đến làng Khánh Thiện anh sẽ ghé bảo tàng "Làng Chài Xưa" nằm trên đường Nguyễn Thông, để em có thể nhập vai làm dân chài, tìm hiểu qui trình sản xuất nước mắm Tĩn ở Phan Thiết như thế nào.

Mây trố mắt nhìn tôi ngạc nhiên:

- Ồ! Thật vây sao anh, nếu được như thế thì còn gì bằng..

Tối đến, sau khi ăn đặc sản ở quán ăn nằm dọc bờ sông Cà Ty, ghé thăm biểu tượng tháp nước Phan Thiết, ăn kem plan ở quán Mộng Cầm bà giáo Việt, nghe ca khúc Hàn Mặc Tử do Trần Thiện Thanh tức ca sĩ Nhật Trường, người con của đất Phan Thiết sáng tác vào năm 1965

"Hàn Mặc Tử xuôi về quê cũ giấu thân nơi nhà hoang/ Mộng Cầm hỡi thôi đừng thương tiếc, tuổi thân cho nhau mà thôi/ Tình đã lỡ, xin một câu hứa, kiếp sau ta trọn đôi/ Còn gì nữa thân tàn xin để một mình mình đơn côi"

Nhắc đến Hàn Mặc Tử, nhắc đến Mộng Cầm, mà không nhắc

đến lầu Ông Hoàng e sẽ là điều thiếu sót, bởi nơi đây từng ghi dấu nhiều kỷ niệm giữa hai tâm hồn thơ. Theo tài liệu ghi chép lại. Vào năm 1911, công tước người Pháp tên De Montpensier đã cho xây dựng ngôi biệt thự của mình tại Phan Thiết, đúng hơn là trên một ngọn đồi, nằm gần tháp chăm Po sha inư. Để có điện dùng cho việc thắp sáng vào ban đêm, ông này đã cho đặt máy phát điện và xây nhiều hầm ngầm chứa nước mưa, dành cho những người sống trong ngôi biệt thự dùng cả năm...

Dựa vào sự hào nhoáng, hiện đại của ngôi biệt thự vào thời đó, người dân Phan Thiết đã gọi luôn nó bằng cái tên: "Lầu Ông Hoàng". Sau. Trong kháng chiến chống thực dân Pháp, ngôi biệt thự bị thiêu hủy, chỉ còn trơ lại nền nhà, hầm chứa nước và một cái tháp cao hình vuông. Nơi mà sau này, những nhà thơ hậu bối lưu truyền, đó là nơi Hàn Mặc Tử đã cùng Mộng Cầm hay ghé đến ngắm biển, đọc thơ cho nhau nghe vào mỗi chiều cuối tuần..

Sáng ra, sau một đêm sống ảo cùng Phan Thiết, tôi định chở Mây chạy thẳng vào Hòn Rơm, nhưng vừa trờ tới ngã ba Hàm Tiến, thấy bên đường có bảng chỉ xuống  bãi đá Ông Địa, nên đã dừng xe hỏi ý kiến Mây:

- Mình ghé bãi đá kia một lát rồi đi tiếp nha em?.

Mây cười với hai con mắt có đuôi đáp:

- Anh muốn thế nào em cũng chịu, vì từ khi đặt chân vào đất Sài gòn, chẳng phải em đã liều nhắm mắt đưa chân theo anh rồi còn gì?

Tôi đùa lại:

- Nói thế em không sợ các chàng trai H'Mông nghe được sẽ ghen tị ư?

- Vậy em ở luôn trong này với anh chịu không?.

- Anh sợ lo cho em không xuể thôi.

- Em chỉ cần ngày hai bữa rau, cháo qua ngày.

- Nói vậy mà không phải vậy phải không cô nương?.

Sau màn đối đáp, tôi cùng Mây bước đi dạo chơi trên bãi cát có nhiều mõm đá mang hình thù ngộ nghĩnh, do bị nước biển bào mòn qua năm tháng; hình thành nên các nhân vật này, con thú nọ, tùy vào sự tưởng tượng phong phú của người xem.

Đúng lúc đó tôi nghe Mây hỏi:

- Bãi này tên gì vậy anh?

Tôi chỉ tấm bảng nằm khuất sau cành cây to cho Mây thây thay vì trả lời cho cô: Bãi đá ông Địa.

Vâng! Bãi đá này được đặt tên bãi ông Đia. Là một trong số những bãi biển vẫn còn giữ được ít nhiều vẻ đẹp nguyên sơ của Phan Thiết. Để cho Mây cảm nhận hết vẻ đẹp nơi này, tôi đưa cô đi dọc theo con đê có hình chữ J ngược, với một bên xếp vô sô kè sao bằng bê tông dung để chắn sóng, bên còn lại là con đường dẫn xuống bến thuyền thúng xanh, đỏ, trắng, vàng, xếp thành hàng dài trông rất đẹp mắt.

Đứng trước cảnh biển đẹp lung linh Mây ước:

- Ước gì em có nhà ở đây nhỉ?.

- Để chi vậy?

- Để được bơi lôi, tắm biể, nằm phơi mình trên cát; để được ngắm từng con sóng va vào ghềnh đá bắn tung tóe những bọt nước trắng xóa; để được ngắm bình minh hay hoàng hôn buông xuống.ở mỗi buổi chiều...

- Nghe có vẻ lãng mạn nhưng xem chừng hãy còn thiếu.

- Thiếu gì anh?

- Một người tình.

- Có cần thiết lắm không?

- Muốn thực hiện điều ước đó, em chỉ còn cách làm dâu Bình Thuận, thì may ra..

- Ai chịu ưng em?.

- Muốn là được.

- Có phải anh quen với gia đình nào nên định mai mối ai cho em chăng?

- Nghèo mà ham, mới chỉ nghe nói bấy nhiêu thôi, đã thấy hai mắt em sáng còn hơn đèn ô tô ấy.

- Ham hố một cách dễ thương chứ không có tội hi hi.

- Suy nghĩ kỷ đi rồi báo cho anh biết.

Bỗng dưng Mây chợt nhớ ra điều gì đó hỏi:

- Ờ! Mà sao gọi đây là bãi ông Địa mà đi từ nảy đến giờ em có thấy ổng đâu đâu?

Để trả lời câu hỏi của Mây, tôi đưa cô đi trở xuống bãi cát bên dưới, chỉ cho cô thấy cái am thờ cùng với tảng đá có khuôn mặt đầy đặn, nụ cười hỉ xả, quay mặt nhìn vào bờ.

Vừa nhìn thấy tảng đá Mây chợt ồ lên thảng thốt:

- Ô! Ông Đia đây rồi.

- Sao em dám chắc đây là ổng?

- Vì em nhận ra khuôn mặt ổng rất giống với tương được dân buôn bán thờ chung với vị thần tài.

- Ra vậy! Nhưng đây chỉ là bản sao của tượng ông Địa trước đây, bởi sau thời gian dài bị sóng gió bào mòn, bức tượng ngày xưa không còn được nguyên vẹn, nên người dân ở đây đã tạc lại tượng khác để thờ cúng.

Rời bãi đá chạy tới "rạng dừa Hàm Tiến" hay còn gọi bãi Rạng Mũi Né, tôi bắt gặp bên đường vô số thân cây dừa, có tuổi đời ngót nghét trăm năm, nghiêng mình, hướng ngọn về phía biển. Thoạt nhìn, cứ ngỡ như đang ngồi trước màn hình xem video- lip, giới thiệu thiện đường du lịch biển Hawaii thu nhỏ.

Rạng. Theo cách giải thích của dân gian: Rạng là nơi có nhiều bãi san hô chết cùng các dải đá ngầm chìm trong nước. Tuy nhiên, bãi Rạng Mũi Nè không chỉ có vậy, mà còn thừa hưởng những triền cát đẹp đến mê hồn cùng một làng chài cổ, điểm nhấn văn hóa biển nổi tiếng mà khách du lịch khi đã đặt chân đến Phan Thiết, ai cũng muốn một lần ghé thăm, cho dù đa số ngư dân làng chài đã di dời đi nơi khác, nhường chỗ cho các khu resort sang trọng, các dịch vụ vui chơi ồn ào mọc lên.

Dạo chơi khắp lượt dưới những tán dừa xanh mát một hồi, bọn tôi đặt chân lên những bậc thang xi măng gần đó, để đến với ngôi chợ lộ thiên họp ngay trên bãi biển; đồng thời, phát hiện nơi cánh mũi, mùi cá, mùi muối, mùi ngai ngái... tận mắt chứng kiến cảnh sinh hoạt giữa người mua kẻ bán tấp nập hòa lẫn trong tiếng động cơ xe pháo nổ giòn, tranh nhau vận chuyển các chiến lợi phẩm đánh bắt trong đêm, sớm đưa vào chợ để các chị phụ nữ đang ngồi chờ, phân loại thứ nào ra thứ nấy, trước mắt bán cho mối lái mang về các chợ nhỏ tiêu thụ, còn thừa ra bao nhiêu mới bán cho du khách..

Từ giả làng chài cổ, thay vì ghé qua suối Hồng thả đôi chân trần, lội bì bõm trong dòng nước ngập tới mắt cá chân, khám phá các nhũ đất màu gạch non, màu đỏ thắm, xếp thành bức trường thiên nhiên vô cùng kỳ vĩ; hay ghé lên đồi cát bay thuê tấm nhựa, chơi trò chơi ván trượt, lao từ đỉnh đồi cát xuống bên dưới vực. . tôi chở Mây băng qua những khu rừng dương rì rào hát vang trong gió; băng qua những tiểu sa mạc rát bỏng trải dài từ Bình Thuận ra đến Ninh Thuận, trước khi đât chân đến Hòn Rơm.

Theo đia phương chí, Hòn Rơm xưa là vùng đất hoang vu, nhà cửa thưa thớt, không điện nước, giao thông chỉ tới chợ Mũi Né là hết. Muốn đi sâu vào các xã bên trong, người ta buột phải thuê xe ôm hay thuê xe chuyên dụng từ 2 cầu, mới có thể vượt qua các cánh đồng cát bạt ngàn

Nay nhờ sự phát triển vượt bậc của ngành công nghiệp không khói, đường xá Bình Thuận nói chung và Phan Thiêt nói riêng, mở ra đến đâu thì nhà cửa, khách sạn, resort, khu du lịch sinh thái, theo nhau mọc kín đến đó, biến nơi được xem là thiên đường nghỉ dưỡng của Nam Trung Bộ, mất đi phần nào vẻ đẹp quyến rũ, thơ mộng, sự lãng mạn vốn có..

Đang dáo dác tìm chỗ gửi xe, tôi loáng thoáng nghe bên tai, giọng Mây từ sau vọng tới:

- Đây là đâu mà suốt hai bên đường em thấy toàn là cát và màu nước biển xanh không vậy anh?

Thay vì trả lời cô tôi hỏi:

- Ở phía Bắc em có nghe tên Hòn Rơm - Mũi Né bao giờ chưa?

- Chưa! Có phải đó là mũi đất dành cho tàu thuyền đi biển trốn vào mỗi khi gặp bão?.

- Về mặt ý nghĩa thì vậy, song truyền thuyêt lại kể, năm 16 tuổi công chúa út của vua Chăm bị lâm trọng bệnh. Sợ bà khó qua khỏi cơn bạo bệnh, vua cha cho bà lui về khu vực Hòn Rơm lập am riêng, lấy biệt danh Nà Nê để chuyên lo việc tu tập. Lâu dần, người dân địa phương quen tên bà nên đọc trại thành bà Né. Và. Cũng từ mũi đất chưa có tên trước đây, người ta ghép mũi đất cùng với tên của bà thành ra Mũi Né?

- Còn vì sao lại gọi là Hòn Rơm?

Tôi trả lời Mây:

- Theo các vị cao niên. Vào mùa khô, trong lúc dong thuyền qua lại trên vùng biển Long Sơn, từ ngoài khơi nhìn vào trong đất liền, ngư dân bắt gặp trên đỉnh núi nhô ra biển một vật thể có màu vàng rực, trông giống hình ụ rơm khổng lồ in dấu lên nền trời xanh, nên họ gọi luôn nó là Hòn Rơm

Và. Hôm nay, sau hiện tượng nhật thực toàn phần xảy ra vào năm 95, Phan Thiết- Mũi Né nói chung và Hòn Rơm nói riêng, đã trở thành điểm du lịch nổi tiếng, nhờ vẫn còn giữ được vẻ hoang sơ với bãi biển dài trên 17 cây số, nước luôn trong vắt, sóng êm, không chút đá ngầm, thích hợp cho việc du lịch và nghỉ dưỡng.

Vốn là người không thích sự ồn ào, không thích tham dự vào các chơi trò chơi mạo hiểm qua các trò dù lượn, trượt nước, chèo thuyền kayak... tôi bỏ qua bãi trước, đưa Mây đi thẳng ra bãi sau, thưởng ngoạn cảnh trời nước bao la, ăn uống, vui chơi, ngay dưới chân núi Hòn Rơm cho tới xế trưa. Sau đó, tiếp tục di chuyển trên đoạn đường, dường như vẫn còn ngửi thấy mùi nhựa đường hăng hắc; bắt gặp, bên này là những cồn cát trắng phau bên kia là đại dương mênh mông xanh biết màu nước biển.

Chẳng bao lâu, bọn tôi cũng đã đặt chân lên địa phận Bàu Trắng, nghe kể nơi này ngày xưa là một cái hồ lớn. Về sau, thấy sự đi lại từ bờ hồ bên này sang bờ hồ bên kia tốn khá nhiều thời gian nên, người Chăm nghỉ ngay đến việc đắp một cái đập chạy vắt ngang qua hồ, giúp cho việc qua lại được gần hơn. Và. Dĩ nhiên, từ đó Hồ lớn được chia thành một lớn một nhỏ với tên gọi Tiểu hồ và Đại hồ.

Do trong tiếng Chăm, bàu có nghĩa là hồ nên người địa phương gọi tiểu hồ là Bàu Ông và đại hồ là Bàu Bà. Được biết, diện tích Bàu Bà lớn hơn Bàu Ông, lại nằm giữa những triền cát trắng nên Bàu Bà còn được gọi là Bàu Trắng hay còn gọi là Bàu Sen, bởi vào mùa hè trong hồ thường thấy phủ kín màu sắc của sen hồng.

Sau khi kiểm tra vé qua cổng, bọn tôi đi theo sau đám đông

khách du lịch, lội bộ nơi con đường ngập trong cát đến mắt cá chân, cùng với âm thanh rì rào reo trong tiếng lá nơi rừng dương, tựa hồ như đang nghe có ngàn con sóng đang đuổi theo ngay phía sau. Tưởng tượng nơi mình sắp  qua tiếng lá reo rì rào nơi rừng dương, thoáng hiện trong đầu hình ảnh tình tứ, lãng mạn, về nơi mình sắp đặt chân đến. Nhưng than ôi! Cát mỗi lúc một quấn quýt dưới chân, trì kéo, không muốn xa rời; nhất là, cát như vị khách không mời lại chui tọt vào giày, khiến việc di chuyển thêm khó khăn.

Nhìn Mây khổ sở lê từng bước chân một cách tội nghiệp trên cát, tôi đảo mắt tìm xung quanh xem có cách nào khác giúp cô không, tình cờ phát hiện những dấu chân in trên vạt cỏ cạnh hồ nước. Mừng rỡ, tôi giữ tay cô bạn đi chậm lại, sau đó lặng lẽ rời đám đông du khách đang bận đừa giởn phía trước, rẽ sang con đường vừa mới phát hiện. Quả nhiên, với lối đi này không những giúp bọn tôi cảm thấy thoải mái, mà còn đở phải vất vả khi phải di chuyển trên cát để đến nơi được mệnh danh là tiểu sa mạc Sahara Bình Thuận.

Giống như bên Hòn Rơm, thay vì ngồi xe địa hình, mô tô phân khối lớn, tham gia các trò chơi cảm giác mạnh, đầy nguy hiểm tại khu du lịch sinh thái Bàu Trắng, tôi đưa Mây dạo chơi trên các triền cát, phát hiện trong cái nắng cái gió nơi đây, hình ảnh giống như người con gái khỏa thân trên cát, để lộ ra đôi bồng đào trắng nõn nà mà, người dân địa phương tự hào nhân cách hóa nó bằng tên gọi “Đồi cát Trinh Nữ”

Giống như nhiều cô gái khác, Mây hăm hở chạy đến đứng bên nàng cát, tạo dáng trước ống kinh nhờ tôi chụp cho vài bức ảnh kỷ niệm, trước khi tìm lối đi xuống bên dưới, thuê thuyền neo sẵn, chở đi quanh hồ ngắm cảnh. Nhìn mặt hồ phẳng lặng như gương soi, in bóng màu sen hồng cùng  những đồi cát nhấp nhô, khiến Mây không sao im lặng bèn quay sang hỏi tôi:

- Hồ tên gì mà thấy trồng nhiều sen vậy anh?

Tôi trả lời cô:

- Do được trồng nhiều sen nên bàu Bà ngày nay còn được du khách gọi là bàu Sen.

- Ôi! Thảo nào nhìn nó tình tứ và lãng mạn quá đi mất.....

- Em biết không, hồ tuy nằm sát với biển nhưng nước trong hồ luôn ngọt và không bao giờ thay đổi, dù đang trong mùa nắng hay mưa.

Nghe giới thiệu như thế, Mây chưa vội tin, bèn đưa tay vốc một ít nước đưa lên miệng thử.

Tôi nhìn cô cười hỏi:

- Thế nào em?

- Quả là ngọt mát một cách kỳ lạ.

- Đã vậy trong hồ còn có nhiều loại cá dành cho tín đồ thích đi câu nữa.

Mây reo lên:

- Hay chút nữa minh đi câu cá nha?

Tôi từ chối:

- Anh mà đi câu còn khuya cá mới chịu xuất hiện để ăn mồi

- Vậy anh giỏi nhất môn nào?

Tôi đùa:

- Ngoại trừ câu cá ra, môn nào anh cũng giỏi, nhất là việc tán gái.

- Xí! Anh xao vừa thôi.

- Sao em dám khẳng đinh như thế?

- Không phải thế sao, bằng chứng là đi bên em suốt mấy ngày nay, có thấy anh tán tỉnh em câu nào đâu?

- Chưa có dịp thể hiên thôi.

- Hay anh nghĩ em xấu hơn các cô gái Sai gòn?

- Thôi nha đừng có nói lời tự kỷ đó với anh

- Tại sao?

- Anh sợ mấy chàng trai quê em hay tin người đẹp của mình đang có mặt trong Nam, lại bay ngay vào đây lôi thôi thì khổ cho thân anh thôi..

- Làm gì có chuyện đó xảy ra mà anh lo.

- Sao em tự tin vậy?

- Trai H’ Mông có lệ “cướp vợ” hẳn anh thừa biết, trong khi em đang ở tận miền Nam, có cho tiền cũng không biết đường mà vào?

- Em lý sự kiểu đó coi như anh chịu thua rồi.

Có lẽ, do bắt gặp vẻ bối rối hiện lên trên gương mặt của tôi hay sao, nên Mây thôi không đùa nữa, mà làm như vô tình hỏi:

- Hồ này người ta có cấm du khách bơi lội không anh?

Biết là Mây cố tạo lối thoát để cho tôi đỡ ngượng nên vờ hỏi như vậy.

Tôi trả lời:

- Không thấy có bảng cấm, nhưng nghe nói bàu này có chỗ rất sâu, nếu ai không giỏi bơi thì chẳng nên thử làm gì.

Loáng một cái người chèo thuyền đã đưa bọn tôi ra đến giữa bàu sen. Từ đây nhìn vào bờ thấy rõ từng đôi đôi chở nhau trên những chiếc xe mô tô phân khối lớn; hay nhóm năm bảy người đứng ngồi trên những chiếc xe jeep địa hình, lúc ẩn lúc hiện sau những triền cát, trông giống cảnh rượt đuổi nơi các phim hành động được chiếu trên màn hình.

Xế trưa, trong lúc ngồi thưởng thức ly dừa ba nhát, tôi để ý thây Mây không tỏ ra mấy hào hứng  nên hỏi:

- Em mệt phải không?

- Anh dựa vào đâu mà hỏi em như vậy?

- Nhìn em có vẻ bơ phờ.

- Anh có tin là em dư sức bẻ gảy sừng trâu không?

- Ở đây làm gì có thứ đó để em thử.

Thay vì trả lời đôi co Mây hỏi vặn lại tôi:

- Có nơi nào đi tiếp hay sao mà anh sợ em mệt?

- Phan Rí Cửa..

- Cửa sông hay biển?

- Tên một thị trấn nhỏ, nhưng nổi tiếng nhờ sự sầm uất của một cảng cá lâu đời, tọa lạc ngay cửa sông Lũy, do các phượt thủ phát hiện khi di chuyển trên cung đường đẹp như mơ, nối liền Mũi Né, Bàu Trắng, chùa Cổ Thạch, Bãi đá 7 màu, Cà Ná...

- Phan Rí Cửa gân đây không anh?

- Xíu hà.

- Tầm khoảng bao nhiêu lâu?

- Chừng nửa giờ đổ lại.

- Cũng không đến nỗi xa lắm.

- Có điều anh chưa hiểu vì sao, các tuyến du lịch thường chỉ đưa khách tới khu du lịch sinh thái Bàu Trắng vui chơi xong thì, kết thúc chuyến đi mà không đưa họ đi tiếp ra Phan Rí Cửa?.

- Chắc Phan Rí Cửa không có nhiều nơi đến hấp dẫn?

- Thật ra, Phan Rí Cửa sở dĩ chưa được các tổ chức du lịch quan tâm, bởi tâm lý e ngại du khách trong nước thường chỉ thích trải nghiệm, khám phá, ở những nơi có nhiều di tích lịch sử hay có bề dày văn hóa hơn là du lịch nghỉ dưỡng, tắm biển, thưởng thức hải sản... trong khi ở Phan Rí Cửa chỉ đáp ứng được nhu cầu nghỉ dưỡng, ăn hải sản tươi rẻ, thì chưa đủ.

- Anh đã tới Phan Rí Cửa lần nào chưa?

- Trước năm 75 anh có ghé thăm gia đình người bạn sống bằng nghề sản xuất nước mắm truyền thống ở đó. Thú thật, vào lúc đó thị trấn Phan Rí Cửa bé như lòng bàn tay; nhưng mật độ dân cư lại khá đông đúc so với nhiều thị trấn khác; đặc biệt, ngay cửa sông Lũy có một cảng cá lâu đời, nổi tiếng qua việc giao thương buôn bán sầm uất, từng được xem là cái nôi khai thác hải sản của vùng duyên hải Nam Trung Bộ một thời.

Sau khi nghe tôi kể qua về Phan Rí Cửa, Mây đã không ngừng suy nghĩ, trước khi đưa ra quyết đinh, thôi không đi ra tham quan nơi đó nữa. Nghe xong, trong bụng tôi có chút mừng thầm, nhưng lại tiếc cho Mây, vì ngay sau đó tôi kịp thời nhớ ra đã đọc được từ Paul Morand câu danh ngôn:

"Khi di du lịch trở về, có lẽ con người ta đã lớn thêm, nhưng chắc chắn có một điều là trái đất phải nhỏ lại".

**Minh Nguyễn**

thơ

TRẦN THỊ KIM DUNG

# RA KHƠI

Ra khơi để thấy trời biển rộng
Con tàu lướt sóng vượt trùng dương
Vững niềm tin vươn lên phía trước
Tình người trải rộng đến muôn phương

Ra khơi để biết trời biển đẹp
Xanh xanh mặt biển nối chân trời
Ngày mới ánh dương hồng rực rỡ
Hoàng hôn ửng đỏ tựa son môi

Ra khơi để thấy mình bé nhỏ
Mỏng manh như chiếc lá xuôi dòng
Hãy cứ băng mình qua sóng gió
Bến bờ hạnh phúc vẫn chờ mong

Ra khơi khám phá bao điều lạ
Vạn vật muôn màu cõi nhân sinh
Để biết tận dòng sâu của biển
Ghềnh đá san hô, ngọc ẩn mình

Nếu chẳng là trai thành ngọc quí
Cũng đừng như ốc mượn hồn ma
Hãy cứ ngẩng cao đầu phía biển
Vững bền cội rễ trước phong ba.

NGUYỄN HẢI THẢO

## 39°C

Nhâm nhi tách cafe sáng
cảm vị ngọt đắng thấm trên đầu lưỡi
nhâm nhi nỗi buồn tan loãng trong ánh mai
ngày mới lộ diện...

Ở đây
mùa xuân đã chết gục
mất tăm dấu tích
những ồn ả hội hè đã qua
những hỉ nộ ái ố cũng qua
trả lại khoảng trống mênh mông đến lặng người!

Mùa hạ kiêu hãnh lên ngôi
bằng đôi chân dậy lửa
đốt cháy không gian
đốt bỏng con tim vốn đã bất thường nhịp đập
nhiệt kế leo thang trưa 39°C
khô khốc và khát!

Nhọc nhằn giấc ngủ
nhọc nhằn cơn mê sảng đêm
thèm một cơn mưa đến tê dại
khánh kiệt niềm vui...

thơ

HUỲNH DUY LỘC

## HOÀI NIỆM MƯA

buổi sáng nơi quê nhà
không nghe tiếng chim hót
mờ mờ chút ánh sáng ngoài khung cửa sổ
trên mái tôn tí tách khúc nhạc mưa
bạn bè thân kẻ còn đây người sớm mất
sao nỡ vội xa tôi như tia chớp trên mây
vài người còn thì đang ở rất xa
tuổi trẻ lo cày trong cuộc mưu sinh
người già ngồi đong đo kỷ niệm
cà phê tự pha cho mỗi bữa
hương thơm bỡ ngỡ lạnh bờ môi
hòa vị đắng thời gian trôi vội vã
tiếng muỗng khua buồn lắc cắc chạm lòng ly
tôi dắt tôi với bóng cùng đi
từng bước chân dẫm dò hoài niệm
chợt gặp lại mình trên lối đi quá khứ
đứng chờ em vai ngã nắng nghiêng chiều
dù những chiếc lá thời gian rơi khắc khoải
tôi đã là gã đàn ông trưởng thành
em cũng vội bước qua thì con gái
chúng ta giờ không còn trẻ nữa
nhưng trong tận chiều sâu
cõi lòng tôi
em mãi luôn là "nhỏ"
của những chiều tan học lúc sa mưa.

thơ

TRẦN DZẠ LỮ

## NẾU GIỜ NÀY CÒN MẸ

*(Thay lời muốn nói của con gái)*

Nếu mà giờ này còn mẹ
Ba đâu một chắc âm thầm?
Cuối năm lui cui dọn dẹp
Hóa ra góa vợ năm năm…

Nhìn ba, con càng yêu mẹ
Chắt chiu một bến lo chồng
Chăm con, sá chi dâu bể
Tháng ngày mòn tuổi thanh xuân…

Ông trời lấy lại chỉ hồng
Se duyên nửa đời là hết
Ba buồn khi ngày cận Tết
Thắp nhang nhớ cuộn vào lòng…

Ở vậy, lủi thủi bên con
Ba không cần đi bước nữa
Lấy thơ làm vui lần lữa
Để quên trái ấu không tròn!

Nếu mà giờ này còn mẹ
Sầu kia hết chỗ qua đây
Con reo như chưa từng thế
Ba mừng hạnh phúc trên tay…

thơ

NGUYỄN HÙNG PHONG

## GIEO NEO SÔNG MẶN

Gió lao xao sông mặn
Sóng ngược nước dập dềnh
Xô lục bình rám nắng
Xuôi ngược kiếp lênh đênh!

Sông quê nước lớn ròng
Đất cằn cây úa lá
Bâng khuâng mùa gió lộng
Nước xâm mặn từng nhà!

Buồn cây lúa trên đồng
Đất khô hằn nứt nẻ
Nước mặn lúa thưa bông
Thương lưng còng dáng mẹ!

Xót cây dừa treo trái
Trơ nắng dải gió đưa
Tiếng ru hời xa ngái
Vọng buồn mỗi sớm trưa!

Lo cây không ra quả
Hoa ủ rũ vườn nhà
Bướm vàng làm khách lạ
Ong hờ hững bay xa!

Giận người ngăn dòng nước
Sông mặn chát đất nghèo
Nước trên nguồn nước khóc
Người khó nhọc gieo neo!

thơ

DUNG THỊ VÂN

## HÃY CÙNG EM CẦU NGUYỆN

Anh ạ phấn son để mà chi
Khẩu trang đeo kín mặt thấy gì
Môi đỏ bây giờ không ai ngắm
Chỉ sợ Corona loài siêu vi

Anh ạ riết rồi ai cũng sợ
Nhìn nhau mà cứ thấy lo lo
Rửa tay tiệt trùng luôn cẩn thận
Mặt mày che kín nhận ra "O"

Anh ạ thương thay thành Vũ Hán
Virus Corona họa ly tan
Trời cao che chở cho Hồ Bắc
Cầu cho nhân loại được bình an

Anh ạ hôm nay trời không nắng
Mưa xuân lay rụng cánh mai vàng
Việt Nam vui vẻ ba ngày tết
Vũ Hán dịch tràn phủ màu tang

Anh ạ hãy cùng em cầu nguyện
Xin cho thế giới được bình yên
Virus Corona loài chết tiệt
Hãy biến nhanh cho dân chúng bình an.

thơ

NGUYỄN THÁI DƯƠNG

# ĐẦY VƠI NGHÌN NỖI...

Lòng ta dăm lúc ngổn ngang
Nỗi đau hạnh phúc, nỗi bàng hoàng vui
Nên câu thơ nửa ngậm ngùi
Nửa như hớn hở giữa thời lao đao

Lòng ta dăm lúc tiêu tao
Nỗi lơ đễnh nhớ, nỗi dào dạt quên
Nên câu thơ nửa bồng bềnh
Nửa như chìm lắng dưới mênh mang trời

Lòng ta dăm lúc chơi vơi
Nỗi tha thiết giận, nỗi hời hợt thương
Nên câu thơ nửa chán chường
Nửa như thanh thản trước ngang trái đời

... Bức tranh tâm trạng rối bời
Lòng ta ấy, cứ đầy vơi nỗi niềm
Biết làm sao được hở em
Oán than: không lẽ. Điềm nhiên: không đành...

thơ

NGUYỄN QUỐC HƯNG

# CHỈ CÓ EM NHÌN TA CƯỜI THÔI

Ta cám ơn em, thương ta khổ
Một tên hàn sĩ trắng hai tay
Bệnh tật theo ta từ thuở nhỏ
Nhưng trong ta ước vọng đong đầy

Em theo ta chẳng hề hãi sợ
Thân ta nhiều lúc lo chưa xong
Mà sao cứ hạn rồi giông tố
Đẩy ta lên xuống, lại quay vòng!

Bán buôn toan tính ta thì dở
Nhà nghèo mỏng vốn cậy nhờ ai?
Bao đêm ta thức cùng với bóng
Lo lắng tương lai, lại thở dài

Trời xui em cứ theo ta mãi
Em thân gầy yếu chẳng lên cân
Nhìn em ta thấy ta mang tội
Em cười lặng lẽ đâu than thân

Theo ta em có nghe mòn mỏi
Năm dài mộng ước cứ trôi xuôi
Qua bao thất vọng đời chới với
Chỉ có em nhìn ta cười thôi!

thơ

NGÀN THƯƠNG

## MÊNH MANG TÌNH KHÚC

"Ra khơi" - Bài hát một thời
Bến bờ dâng ngập bồi hồi nhớ nhung

Trùng dương dậy sóng mơ mòng
Người đi mang tiếng tơ lòng nhẹ thênh

Lâu rồi khẽ hát buồn tênh
Từng cung bậc chợt ngân lên điệu sầu

Phạm Duy còn mãi xưa -sau
Mênh mang tình khúc thuở nào phiêu du

Một ngày về biển gió ru
Dã tràng xe cát đâu ngờ sóng tan

Choàng vai cho ấm nỗi hàn
Nghe hồn lắng xuống ráng vàng hoàng hôn

Bâng khuâng hoài niệm cũ càng
Mùa Xuân chưa mất. Gọi thầm em ơi.

thơ

NGUYỄN VĂN GIA

# DỊU DÀNG NHƯ GIỌT NẮNG

Dịu dàng
như giọt nắng
Tình cờ
đậu xuống vai
Và nỗi buồn
vô cớ
Lanh canh
chạm vào nhau

Chiều ai qua
lối nhỏ
Vi vu
nghe tiếng gió
Về
đứng giữa trời không
Lòng lao xao
tiếng lá

Tìm chi
tìm mải miết
Chút làn hương
đã phai
Câu thơ buồn
lỡ viết
Từ vẻ đẹp
tàn tro

Nỉ non
trong vườn nhỏ
Tiếng dế
buồn đêm sâu
Trăng mùa thu
chưa tỏ
Đã ngọt ngào
hương cau

Câu thơ buồn
lỡ viết
Biết để dành
cho ai...

thơ

TRẦN HẠ VI

## CỦ HÀNH

Mỗi cuộc trò chuyện
của chúng ta
là một lần cởi vỏ tâm hồn
Áo quần son phấn vài lớp vải lớp sơn
chiều sâu tâm hồn
thăm thẳm
Anh cởi mở với em một lần
cũng là tự rọi vào lòng mình thêm lần nữa
Căn phòng bí mật có nhiều cánh cửa
Mở khóa một lần
lại thêm cửa bên trong
Rất nhiều câu chuyện đã thuộc nằm lòng
Khi kể ra
lại mang nhiều ý nghĩa khác
Những ký ức ngỡ ẩn sâu phần vỏ não lười nhác
nhoi nhói phận mình
thở nhịp đau chung
Mỗi lần thổ lộ cứ ngỡ kết cùng
Chỉ để mở ra nhiều nhận thức mới
Thành La Mã không xây trong một ngày*
Hãy kiên trì cùng anh dặm dài vạn lý
Dẫu ta có thể yêu nhau
và chẳng cần hiểu gì nhau
Anh - củ hành mộc mạc
chiều nay
cởi thêm một lớp
làm mắt em cay...

*: ngạn ngữ

thơ

TRẦN VẠN GIÃ

## THƠ TẶNG CHỊ HAI NGHỆ AN

1.
Chị từ xứ Nghệ vô thăm
Dáng gầy, tóc chị lâm râm trên đầu
Chị em mình đã cơ cầu
Chiến tranh loạn lạc biết đâu mà tìm
Biết rằng máu chảy về tim
Biết rằng đáy biển mò kim đắng lòng
Ngồi nhìn mây đục mênh mông
Từng rơi nước mắt chờ mong cha về
Cha đi cách biệt sơn khê
Bóng chiều ngả xuống trên đê đầu làng
Chị nay tay xách, nách mang
Măng nay đã lớn tre tàn còn đâu

2.
Hàn huyên suốt cả đêm thâu
Hạt sương rơi xuống dãi dầu hương cau
Hỏi sông Bùng chỗ nông, sâu
Đền Cuông nhớ bóng Mỹ Châu thuở nào
Cát làng ven biển ra sao
Lạc rang thơm phức đượm vào cố hương
Một đời để nhớ để thương
Như hình với bóng trên đường trưa nay
Lên xe mắt chị cay cay
Chị ơi em sẽ có ngày về quê.

Bình Văn

NGÃ DU TỬ

# ĐỌC TẬP TRUYỆN NGẮN XÓM CÔ HỒN CỦA KHA TIỆM LY

Trung tuần tháng 4/2016 nhà thơ, nhà văn Kha Tiệm Ly vừa hoàn thành tác phẩm XÓM CÔ HỒN do NXB Hội nhà văn ấn hành với quyết định xuất bản số 158/QĐ-NXBHNV ngày 01/2/2016 nộp lưu chiểu tháng 4/2016. Khi biết thông tin nầy hầu như những anh em văn nghệ tự do rất vui vì sự nỗ lực của anh được đền bù xứng đáng, (1000 quyển đặt mua trong vòng 15 ngày).

Nhà thơ, nhà văn nghèo như anh Kha Tiệm Ly nếu không có anh em ủng hộ có lẽ khó mà khai sinh được tác phẩm mình dù anh rất muốn cho ra đời một tác phẩm văn để đủ bộ sưu tập cho chính mình là "đa tài năng trong làng văn", đâu phải như các hội viên hội nhà văn của nhà nước chỉ cần thông báo và gửi bản thảo để xuất bản lên hội là nhà nước cấp ngay kinh phí (có khi tác giả cũng bỏ thêm cho tác phẩm mình bắt mắt)

Vừa rồi nhân anh em gặp nhau tại nhà anh Du Phong ở Long Thành, Đồng Nai anh có tặng tôi tác phẩm nầy rất trân trọng, Tôi viết vài dòng để kỷ niệm với anh, mặc dù tôi và anh rất thâm tình chi giao đã từng đông, bắc, nam du, rong chơi trong cõi giang hồ văn nghệ tứ chiến.

Viết văn không phải thế mạnh của anh Kha Tiệm Ly, độc giả và anh em văn nghệ trong cũng như ngoài nước biết nhiều tới Kha Tiệm Ly là những bài thơ được lồng vào tư tưởng, vừa hí lộng vừa đùa giỡn với bản thân, vừa khôi hài mà ý nhị, cốt lõi cười đời, cười quan tham, cười những kẻ có danh vị mà nhân cách quá tệ hại không bì được với gói xôi, chén mắm, không có chút lương tri, lương năng, lương tâm và đặc biệt anh luôn gìn giữ tiết tháo của một kẻ sĩ thời đại, của bậc chính danh không chịu luồn cúi trước bỉ ổi trò đời dâu bể nầy, điều nầy tôi và anh đồng quan điểm và tôi rất nể phục anh, Sở trường của anh là phú và văn tế, những bài phú trứ danh đã trước bạ tên tuổi trên thi văn đàn lừng lẫy trong và ngoài nước, có thể nói nhất nhì Việt Nam như Hoàng Sa nộ khí phú, Hoàng Sa Tiếu Ngạo Phú, Điểm Mặt Quân Thù Phú, Trường Sa Tâm Thư Phú v.v và những bài văn tế như Văn Tế Tham Quan, văn hành…

Tuy không phải sở trường như phú hay văn tế, thế nhưng nhờ giọng văn anh đậm chất giản dị mà thực thà của Nam bộ tính, không bóng bẩy chẳng cầu kỳ, cũng chẳng khúc mắc triết lý sâu xa, chỉ khôi hài nhẹ nhàng, hí lộng chừng mực nên ai đọc cũng hiểu, tố chất ngôn ngữ mặn mòi của phương ngữ Nam bộ không lẫn vào đâu được, Đặc biệt trong XÓM CÔ HỒN nầy có 9 chuyện truyền kỳ, mang lối văn cổ điển của thời trước ở thế kỷ 18, 19 và đầu bán thế kỷ 20, Văn truyền kỳ là loại văn mang yếu tố hoang đường, mục đích dẫn dắt người đọc chiêm nghiệm và nghiền ngẫm trong xã hội thực tại để làm sáng tỏ một vấn đề hầu giúp người đọc thấy rõ trắng đen, vàng thau của thực thể đang là.

Thời nầy hầu như không thấy tác giả Việt nào viết kiểu nầy, phải chăng anh là người còn sót lại của thể loại nầy một thời, tuy nhiên đọc hết chuyện ta thấy có tố chất của nhân văn, phê phán rất rõ ràng.

Ngoài 9 truyện truyền kỳ ấy ra hầu như 10 chuyện còn lại là thể loại khác tùy thời tùy lúc mà người đọc sẽ có cảm tưởng như được đánh động nhiều mặt trước một xã hội đầy nhiễu nhương thực tại cùng khắp mà anh đang dự phần, Nếu như XÓM CÔ HỒN là truyện ngắn chủ lực để anh lấy làm tiêu đề chung cho tác phẩm văn của mình thì không thấy gì là cô hồn cả, chẳng qua người bình dân thấy có miếu thờ cô hồn nên gọi vậy, riết rồi thành quen đây là tố chất của Nam bộ, thấy là đặt tên miễn dễ nhớ dễ phân biệt là được, từ cô Thủy mở phòng Karaoke bia ôm cho đến ông Cao nhà văn nghèo, Tư ba gác, Sáu thợ hồ, bà Hai cho thuê nhà… tuy họ ít học ăn nói bộc trực hơi lỗ mảng, bỗng chảng chẳng văn chương nhưng đầy chất chữ tình, chữ nghĩa với láng giềng, họ đối đãi với nhau rất đề huề trong cách cư xử làng xã, xóm làng. Ông đặt vấn đề ở chỗ tuy họ rất nghèo, ít học nhưng hiểu ra nghĩa lý của con người còn hơn lắm kẻ áo quần bảnh bao, sang giàu nhưng giả nhân, giả nghĩa thấy danh, thấy lợi là làm bất biết nghĩa nhân đạo lý "Cũng vì chữ lợi mà mầy ca tụng phường vô sỉ, mập mờ đen trắng thị phi." * và anh cũng cho rằng như thế ấy là tội lỗi "Mầy đã vô tình bôi nhoà ý thức, làm lệch đường nhận định của kẻ hậu sinh. Xét ra cũng là tội ác!"*

Và mỗi truyện một vẻ, mỗi nhân vật lại phản ảnh một nét riêng mà đời sống này đã hiển hiện hết, ví dụ như trong truyện "Đậu cô lang" một câu chuyện mang tính chất liêu trai, và hoang đường song thông qua nhân vật "người anh hùng đã mất là Tô tướng quân" ở miếu để Đâu cô lang hiểu thêm nghĩa lý ở đời thực để sống cho ra sống chết cho ra chết trong cõi hồng trần mà mình có hân hạnh dự phần "Điều đáng nói là sống như thế nào, và chết ra làm sao mới là chuyện đáng lưu tâm, "dù là kẻ dân quèn quần bô áo vải, hay là bậc thượng lưu mũ rộng giày cao cũng không ngoại lệ. Dù là vua, là công hầu khanh tướng mà khi sống, coi dân như kẻ tôi đòi, tha hồ bóc lột, vét từ hạt thóc củ khoai, rỉa từ cọng xương miếng tuỷ; với công khố thì tìm đủ mưu ma chước quỉ để bòn rút cho đầy túi tham không đáy. Những kẻ ấy dù sống, nhưng có khác gì loài sâu bọ, có đáng là người?"* hay là "Bọn chúng còn sống ngày nào thì càng khổ cho lê dân bá tánh ngày ấy,có chi vinh dự?"* hoặc như bọn thầy thuốc trí thức giả danh vô lương tâm chỉ biết làm tiền trên thân xác người bệnh hình như họ chỉ là kẻ không có tình đồng loại con người dù mang hình tướng người "Đó chẳng phải là đám trên thế gian được mọi người quý trọng, được tán dương là "lương y như từ mẫu" đó sao? … "thay vì đem y thuật cao minh của mình để cứu người với tấm lòng nhân ái thì công đức biết bao nhiêu!, Đàng nầy chúng lại lấy sở trường của mình để moi tiền con bệnh không cần biết số tiền ấy là do con bệnh bán đất bán nhà…" *

Còn những người viết lách thì sao? Thời nào cũng vậy, kẻ chính danh thì thắp đuốc mà đi tìm chưa chắc họ ra cọng tác bởi họ trân trọng nhân cách của mình, họ tự chịu trách nhiệm với ngòi bút thiêng liêng, trong mảnh đất văn chương kỳ ảo vô biên, nhưng cực kỳ khó chịu, chỉ có kẻ hạ đẳng làm vài câu thơ chưa đúng niêm luật, nhờ người nầy sửa sang lại nhờ người khác chạy chọt mục đích cuối là cũng vào được tận hội nầy hè kia, ôi thôi anh đều một mực phê phán trong thời đại nhiễu nhương hỗn loạn mà anh đang sống;

*"Không rành luật đối, cũng xưng mầy đó ta đây,*
*Chẳng sạch vần gieo, cũng vô hội nầy hội nọ!*
*Thơ in vài tập, bán chẳng ai mua, mà chừng như đội đá vá trời,*
*Văn viết đôi bài, mời không ai đọc, mà đã vội khua môi múa mỏ!"*
(Văn "hành")

Hoặc như trong tác phẩm XÓM CÔ HỒN nầy thì "… Nếu chẳng phải đành bẻ cong ngòi bút để tán dương phường vô lại, hay kể cả kẻ thù chiếm lấn biên cương? Đó là phường bồi bút! Hoặc ngoan ngoãn cúi đầu viết theo vương lịnh. Đó là hạng bút nô tài!" * nếu như người viết văn chương mang tính cách của kẻ sĩ thì hãy tự thân viết với cảm xúc thật của mình để mang đến cho đời dù chưa phải là kỳ trầm hương bát ngát cũng hổ tương cùng đời sống mà làm nên những lợi lạc cho đời. "Kẻ sĩ chân chính luôn đắn đo từng ý tưởng, để khỏi muộn màng khi xuống bút, giống như tên bật khi khỏi dây cung, làm sao bắt lại? Văn chương cũng không thuần là thứ để kẻ sĩ gởi gắm tâm tư; càng không phải để mua vui trong buổi trà dư tửu hậu mà phải có chủ đích hẳn hoi. Dù chẳng là hùng binh nhưng cũng phải góp phần đánh đuổi giặc thù, dù chẳng phải gươm thiêng nhưng cũng phải chung vai đập tan cường quyền, bạo lực" *

Và còn nhiều truyện trong XÓM CÔ HỒN mỗi truyện mang một sắc màu, một hình thái mà trong đời sống đều hiển hiện dù thế nào thì với anh viết cho nhân gian mang chất liệu của truyền kỳ hay hiện thực đều sẻ chia một thông điệp rõ ràng về tính chất của luân lý và đạo đức ngõ hầu vun đắp thêm cho nền đạo lý đã suy đồi đang được cảnh báo trên các phương tiện trong xã hội hiện tại.

Với anh làm thơ, viết văn, hay viết phú hoặc văn tế đều có trách nhiệm rất đáng được trân trong bởi quan niệm của anh rất rõ ràng "… Người nghệ sĩ luôn đổ tâm huyết vào tác phẩm của mình, dù tác phẩm ấy chỉ để thưởng thức bên chung trà chén rượu, huống chi là một tác phẩm để đời! Người nghệ sĩ có lòng tự trọng, cũng không thể vì quyền lực hay chén cơm manh áo mà chấm bút phóng bừa xem tác phẩm là phương tiện đạt tới vinh hoa, mà bất chấp búa rìu dư luận! Thảo dân một đời cầm bút, kinh tởm sự đê hèn của những kẻ tự xưng là thi sĩ, văn nhân, mà lại quì mọp mình để uốn cong ngòi bút hầu cầu hưởng lợi lộc nhất thời mà lưu tiếng xấu trăm năm"*

Vì vậy, tôi cũng hân hạnh giới thiệu với các bạn văn chương hãy tìm đọc XÓM CÔ HỒN của tác giả Kha Tiệm Ly, hy vọng các bạn sẽ tìm được lời hay ý đẹp nếu các bạn có công đãi cát tìm vàng trong mảnh đất văn chương mà Kha Tiệm Ly là người đang gieo và gặt trên mảnh đất thơ mộng đầy sắc màu lung linh của thời đại.

**Ngã Du Tử**

*Sài Gòn mạnh hạ 2016*

* những câu trong "" là của nhà văn Kha Tiệm Ly

NGUYỄN HOÀI VÂN

# QUÊ HƯƠNG

*Quê hương ai mà chẳng có*
*Là vị ngọt lúa đồng*
*Là ánh nắng ban trưa*
*Là cơn gió nhẹ đưa áng mây hồng*
*Là tiếng hát ve sầu nghe phiêu lãng*
*Là bờ đê chung thủy với xuồng ghe*
*Là ầu ơ, tiếng gọi quê thương nhớ*
*Là hiền hoà dáng mẹ, mẹ tôi.*

Và tôi cũng có một quê hương thi vị như thế, cứ mỗi chiều tà là ra đồng xem mạ non, rồi mê hình ảnh làm nông cơ cực, à và cả những ngày chân lấm tay bùn mùa vụ gặt hái nữa chứ.

Nhớ lại cái thời lớp bốn lớp năm, cứ tới mùa gặt là hai mẹ con xúm xít ra mót lúa đồng, gom đầy hai ba bao lúa nguội là ngồi lại tuốt lúa, đạp lúa lấy hạt trên cái cầu đá cũ quê hương, cứ như thế giữa cái nắng trưa hè, rồi lấy cuộn bánh cặp chuối ra hai mẹ con ăn, xong ra mót tiếp đến chạng vạng rồi về, giọt nắng nơi đồng ruộng bát ngát thấu nhẹ qua da mặt đen nhẻm của tôi. Ngước mặt nhìn áng mây bay nhẹ nhàng rồi che khuất ánh sáng mặt trời mùa Hạ chói mắt vài giây thôi, bóng mát của mây nơi cánh đồng ôi ả là một chút gì đó hạnh phúc dịu dàng khó tả, hiếm thấy gió lay vì giữa buổi trưa hè chỉ toàn vang âm tiếng ve sầu ca hát với nhau, bất chợt một làn gió nhỏ lướt nhẹ lên má lời thì thầm "bạn thấy mát chứ?". Cái nắng nóng đó, mẹ tôi ra mót, tôi ở bờ đê tìm chỗ có bóng râm để tuốt lúa lấy hạt, nhưng cái khó ở đây là bờ lúc này cây chưa đủ lớn để ngả bóng, thế là chịu, cùng chơi với nắng để làm xong việc thôi chứ biết làm sao đây, tiếng xào xạc của những bước chân đi trên rơm rạ và gặt những bó lúa nguội nằm nép vào đụn lúa bị rơm phủ lấp để vào bao và dần dần bao cũng đầy, rồi mẹ con tôi cười vui, mẹ bảo "đã chiều chiều rồi, tuốt cho nhanh để còn về", tiếng xào xạc đó, tiếng gió lay nhẹ đó và lời mẹ kêu đó, in sâu vào trong tim tôi và tôi gọi nó là thi vị của Mùa Lúa, đơn giản là như thế, không cần những gì quá cầu kỳ đâu, một dòng sông bến nước, một tiếng gió nhẹ, một bờ đê yên ả hay tiếng gặt hái nhẹ nhàng bởi bàn tay chai sần của mẹ mưu sinh, đấy chính là những điều hạnh phúc rồi, càng nghĩ càng thấy thương mẹ dù biết rằng công việc đó nặng nhọc lắm nhưng vì con vẫn gắn với đồng ruộng bao la... bây giờ lớn, tôi ngẫm lại mà thương quê và trên hết là thương mẹ, bàn tay của mẹ đã nhặt lụm chắt chiu những hạt lúa vàng nuôi lớn khôn tôi, nay xa quê mới biết thơm mùi lúa, bởi lẽ vì thế mà nhà thơ Chế Lan Viên từng viết "Khi ta ở, chỉ là nơi đất ở / Khi ta đi, đất đã hóa tâm hồn".

Đôi khi cái hạnh phúc nó không là điều gì xa vời mà chỉ những hình ảnh nhỏ nhặt trước mắt ta thôi, nhưng nó chan chứa biết bao kỷ niệm. Và bây giờ cứ đi ngang những cánh đồng, bờ đê, tôi man mác hoài niệm lại những hình ảnh hạnh phúc đó và trên bao giờ hết là vọng lời mẹ ru, tôi xin mượn những vần thơ từ tâm hồn để khép lại trang ký ức tươi tắn này.

*"Hôm nay về lại nơi đây*
*Để ta sống lại đắng cay thuở nào*
*Giờ đây hoa lá đổi màu*
*Hòa chung nhịp sống xôn xao cõi lòng".*

**Nguyễn Hoài Vân**

NGUYỄN LONG XUÂN

# ĐÊM TRỪ TỊCH... XÃ DAK-Ơ-H. BÙ GIA MẬP (BÌNH PHƯỚC)

Mặt trời đã dần dần xuống bên kia núi. Những đám mây cuồn cuộn trên bầu trời rực lên một màu đỏ tía như muốn xô đẩy, chống chọi màn đêm đang ụp nhanh xuống... đêm chuyển giao giữa năm cũ và năm mới.

Trời se lạnh, làm tăng cảm giác thú vị của núi rừng. Những cơn gió đêm quất nhẹ hơi lạnh vào da mặt khi tôi lướt đi với chiếc xe gắn máy cà rịch cà tang. Tôi đón mùa xuân đầu tiên của mình trên vùng phố núi yên bình này( xã Đak Ơ, Huyện Bù Gia Mập, Bình Phước) mang lại cho tôi nhiều dư vị lạ lẩm khác với những ồn ào, náo nhiệt nơi phố thị Sài Thành.

Ngày 30 Tết, khu chợ vùng cao cũng có đầy đủ vật phẩm và hoa quả dùng cho ba ngày Tết tuy không đầy ắp như ở Sài Thành. Người ta cũng đi chợ sắm Tết nhưng nét từ tốn trong lựa chọn hàng hóa cũng như ngã giá không ồn ào, vội vã như những khu chợ nơi phố thị. Người Kinh và người dân tộc chen vai đi mua sắm không có sự phân chia ai có tiền nhiều hơn ai; vả lại, chuyện nói thách giá hầu như ít thấy; người cần mua nói giá tiền và người bán cứ thế cân đong cho đủ món hàng, thế thôi!. Một nét đẹp văn hóa thật dễ thương còn lưu lại

Mọi việc chuẩn bị đón Tết rồi cũng xong... Đêm giao thừa không có pháo hoa, con đường chính của xã nối liền các thôn ngày thường đến tối là đã vắng vẻ, đêm nay càng thêm cô tịch. Trời tối dần. Không khí càng lạnh, tôi đã phải mặc thêm áo ấm nên mới ung dung cưỡi xe trong đêm trừ tịch ở nơi phố núi này. Lượn xe một vòng chợ, mọi người đã về nhà chuẩn bị đón giao thừa, cả xã chỉ có một hội chợ mùa xuân. Có chừng mươi gian hàng ca hát trò chơi là nơi tập trung khá đông thanh niên và trẻ nhỏ, trai gái có dịp hò hẹn nắm tay nhau vào hội chợ…

Tôi tìm đến chùa Hoa Sen, tuy còn bé nhỏ nhưng đèn hoa rực rỡ, khói hương nghi ngút… Phật tử đã hội tụ về dâng hương lễ Phật. Thay vì "xin xăm" như các nơi thì tập tục ở đây là "hái xăm". Mỗi lá xăm được bỏ vào một phong bì đỏ thắm và được treo đầy trên một cành cây. Phật tử hay khách thập phương sẽ khấn nguyện, sau đó xin hái một lá xăm và đưa cho thầy "giảng xăm" để biết vận mạng, tình duyên gia đạo của mình trong năm mới. Và mọi khuôn mặt rạng ngời niềm tin vào năm mới sẽ xóa đi vận rủi mang lại nhiều may mắn cho những lời thành tâm nguyện cầu.

Mọi cái đều như được thu nhỏ lại… Tôi thích thú hít thở khí trời trong lành và hòa mình vào thời khắc thiêng liêng ấy. Mọi người như cởi mở hơn, gần gũi và tình thương như nhân đôi. Sau khi thắp một nén hương và cầu nguyện cho gia đình, bạn bè và cho cả những con người chân chất đáng yêu kia luôn được an khang như ý, tôi lại leo lên con ngựa sắt cà rịch cà tàng của mình chuẩn bị quay về nhà người thân cho kịp giao thừa... nơi nơi nhà nhà đều sáng đèn. Ngoài một mâm quả, đèn nhang chuẩn bị đón giao thừa, trước sân mỗi nhà đều có một đống củi chất theo hình chóp nón, cao ngang đầu người. Thoạt đầu, tôi không rõ họ chất củi để làm gì? Mọi chuyện đều vỡ òa khi chuông điểm giờ giao thừa sắp đến, các chủ nhà ra thắp hương khấn vái bốn phương. rồi đống củi được đốt bừng lên. Lần lượt những ngọn lửa của mọi nhà được đốt lên sáng rực. Ánh lửa bùng lên như xua tan cái lạnh lẽo trong đêm trừ tịch.

Tôi phóng xe về trên con đường vắng vẻ khi nãy đã sáng rực hai hàng cây lửa, có đống lửa cao ngất. Đi chầm chậm trong khoảng trời rực lửa ấy, lòng tôi chợt ấm áp lạ thường! Những buồn vui như rũ bỏ, tôi thấy mình như bay bổng theo làn khói bay cao… bay cao…

**Nguyễn Long Xuân**

Truyện Ngắn

TIỂU LỤC THẦN PHONG

# CHUYỆN HỌ NHÀ HOA

Ánh nắng ban mai xuyên qua khung cửa sổ lớn lấp loáng lung linh trong căn phòng trắng tinh khôi, cậu chủ vẫn còn vùi mình trong chăn ấm nệm êm. Hôm nay là chủ nhật, không phải đi làm nên ngủ nướng. Jack tự thưởng cho mình một ngày chủ nhật thoải mái nhất mà cậu ta có thể, cứ như những ngày chủ nhật khác. Jack sẽ ngủ đã đời rồi dậy vệ sinh, ngồi tịnh tâm trước tôn tượng bổn sư, ăn sáng và bước ra vườn.

Ánh nắng nhảy nhót nghịch ngợm trêu khuôn mặt thanh tú đẹp như thiên thần. Tia nắng vạch mí mắt, ngoáy mũi, bẹo má…mà Jack vẫn say sưa trong giấc điệp không hay biết gì cả. Tia nắng cắn lên đôi môi mọng của cậu chủ, không biết cậu chủ  cảm nhận được hay đang mơ gì đấy mà thoáng nét mỉn cười, nụ cười dường như rạng rỡ dưới ánh sáng đầu ngày.

Cô tường vi leo lên tận cửa sổ, những nụ hoa hồng phấn đẹp dịu dàng, thơm nhè nhẹ, vô số nụ và hoa tươi thắm đón chào xuân, tiếng cười nói trong trẻo từ những đoá tường vi:

- Cậu chủ hư quá, ánh ban mai đã chan hoà khắp thế gian mà còn ngủ vùi trong chăn!

Có tiếng cười khúc khích:

- Tường vi nhìn trộm cậu chủ ngủ phải không? Hôm nay chủ nhật mà.

Tường vi khẽ rung rinh, quay lại nhìn thì thấy bụi tiểu bạch hoa, trời! hoa đâu mà nhiều thế, không ai đếm xuể. Tường vi thầm thốt lên khi nhìn thấy tiểu bạch hoa, những nụ hoa nhỏ li ti như bông tuyết đậu trắng bụi cây. Tiểu bạch này của xứ ôn đới, không phải tiểu bạch ở Hoa Sơn của bồ tát Quán Thế Âm, tuy khác nhau nhưng biết đâu có chung nguồn cội? những nụ hoa tiểu bạch tinh khiết rung rinh trong làn gió làm cho muôn vạn cánh hoa rắc trắng đám cỏ bên dưới khung cửa sổ. Tường vi thỏ thẻ:

- Mỗi mùa xuân tớ đều leo lên tận khung cửa sổ này cơ mà! mấy chủ nhật trước cậu chủ đã ra vườn vào giờ này, sao hôm nay còn ngủ?

Tiểu bạch thì thầm:

- Có lẽ cậu chủ còn say trong giấc mộng, tớ trêu cậu đấy thôi, thực tình tớ cũng muốn nhìn gương mặt đẹp như thiên thần đang ngủ của cậu chủ, tiếc là tớ không thể leo lên bậu cửa như cậu được! Tớ chỉ thấy cậu chủ khi cậu ấy ra vườn dạo. Tớ nghe bọn trường xuân, mộc lan bảo rằng:" Gương mặt cậu chủ lúc ngủ trông thánh thiện lắm!". Cậu thật may mắn, được nhìn cậu chủ ngủ. Cậu chủ nhiều phước báo, sinh ra thông minh, đẹp trai, sống trong một gia đình hoà thuận êm ấm. Cậu chủ cũng như bọn mình đều từ đất, nước, gió, lửa mà ra. Cậu chủ và loài người hơn bọn mình bởi có thần thức, vì thế mà loài người cho bọn mình là vô tri. Cậu chủ yêu quý bọn mình, vẫn thường chăm sóc và tâm sự với bọn mình như một người bạn vậy, vì thế mà tớ yêu cậu chủ lắm!

Một làn gió xuân nhè nhẹ lướt qua khu vườn, tiếng chuông đính đon reo thánh thót như pha lê chạm, như ngọc khua. Cả tường vi lẫn tiểu bạch đều ngoái nhìn về hướng hồ cá koi, chao ôi mấy mươi cái chuông đủ màu sắc bên hồ, những cái chuông tulip trắng, vàng, đỏ, hồng, cam… khoe sắc hương lay trong gió. Những cái chuông rực rỡ nhưng mong manh, cái đẹp mong manh hiển hiện sự vô thường, tuy mong manh nhưng hiện hữu quanh ta. Những cái chuông tulip trước khi tỏa sắc hương đã từng ngủ vùi trong băng giá suốt mùa đông. Nhìn thấy thấy tường vi và tiểu bạch, Tulip bảo:

- Nhờ cậu chủ mang bọn tớ về đây, hôm nay bọn tớ mới có dịp khoe sắc hương với muôn hoa ở khu vườn này, tớ biết ơn cậu chủ lắm!

Vây quanh những cái chuông ấy có rất nhiều những cánh bướm trên mặt đất, những cánh bướm không biết bay bao giờ, những cánh bướm nở giữa những chiếc lá xanh xanh mà người ta gọi là pansies.

Những cánh bướm pansies còn rực rỡ hơn cả những cái chuông tulip. Tay hoạ sĩ thiên nhiên thật tài tình, vung những nét cọ tùy hứng trên cánh hoa mà thành những tác phẩm đẹp của đất trời. Họ nhà hoa pansies đẹp, thơm và mong manh lắm, tựa như cánh bướm! Nếu bảo tulip là nữ vương thì pansies là cung nữ:

- Thưa nữ vương, bọn em rất thích cậu chủ, nhờ cậu chủ mà bọn em được hầu quanh nữ vương.

Tulip cười nắc nẻ trong nắng mai:

- Ta cũng như các em thôi, tiếc rằng cậu chủ đã có hậu cung. Ta biết cậu chủ cũng yêu bọn mình lắm nhưng cậu chủ là người chừng mực, biết giữ giới hạn. Cậu chủ rất đa tình, phong lưu nhưng có đức hạnh và trách nhiệm, người như vậy bảo sao ai không yêu. Họ nhà hoa ta ở Hoàng Hoa trang này đều mê cậu chủ cả.

Bên kia hồ cá koi, vạt vạn thọ và cúc rực rỡ một góc vườn, mùi hương thoang thoảng trong gió  xuân, khác với sự mong manh, yểu điệu của tulip và pansies. Cúc và vạn thọ trông khoẻ mạnh, dạn dày sương gió hơn, lại dễ sống, sao cũng chịu được, dân dã bình dị không biết có phải vì thế mà người đời có vẻ xem thường, ít qúy trọng như tulip, phong lan, mẫu đơn…Tuy thói đời là thế! Nhưng ở Hoàng Hoa trang này thì cậu chủ đều yêu qúy và trân trọng như nhau cả. Có lần vạn thọ và cúc tủi thân vì không được xuất hiện ở những sảnh đường sang trọng hay ở phòng khách hào nhoáng. Lúc ấy cậu chủ đã an ủi:

- Hà tất các em phải so sánh làm gì? mỗi người mỗi vẻ, tuy không sang trọng qúy phái nhưng các em lại có ý nghĩa cao cả và mùi đạo vị. Cúc, vạn thọ và hoa huệ vẫn thường được dâng cúng dường Thế Tôn hoặc gia tiên. Không phải ai cũng được như thế đâu! Cúc và vạn thọ có truyền thống lâu đời ở phương Đông, những ngày tết không thể thiếu!

Cậu chủ còn kể:" Ngày xưa có gã du tử yêu hoa, nhất là hoa cúc, bao nhiêu tiền cũng dành để sưu tầm hoa. Vị thần chủ cúc hoa động tâm, bèn cải trang làm một vị khách chơi hoa tìm đến nơi gã du tử nọ. Sau khi giới thiệu nhân thân và biếu tặng gã du tử một giống cúc qúy. Gã du tử vui mừng xin kết nghĩa huynh đệ. Vị thần chủ cúc hoa thương anh ta vì yêu hoa mà sống nghèo khổ nên bảo anh ta bán hoa mà sống. Anh ta giận, cho là người bần tiện nên tuyệt giao. Vị thần chủ cúc hoa thông qua họ hàng của anh ta mà bí mật chu cấp. Cho đến một ngày khi phát hiện ra sự sung túc của mình mà không biết từ đâu, anh ta đi tìm người huynh đệ kết nghĩa kia thì không còn thấy nữa, từ đó anh ta biết vị khách đó chính là thần chủ cúc hoa."

Bên xứ Phù Tang cũng có câu chuyện hoa cúc xanh rất hay, cậu chủ kể cho bọn hoa trong vườn cùng nghe:" Thời các shogun thống lĩnh, có một chàng samurai không biết phạm lỗi gì mà ăn năn sám hối phát nguyện đào con đường hầm xuyên qua núi. Dãy núi dài và cao lắm, ngăn cách con đường từ quê chàng lên kinh đô Kyoto. Nhiều người ngăn cản, thậm chí cho là anh ta khùng, không thể nào làm được. Chàng samurai vẫn quyết tâm làm, núi đá vốn cứng vậy mà cũng không cứng bằng cái tâm kim cang, tháng năm dài đằng đẵng cũng không làm nao núng lòng quyết tâm, có những lúc tưởng chừng ngã gục, trước mắt chàng samurai lại xuất hiện những đóm sáng xanh hình hoa cúc lấp lánh tiếp sức cho anh ta, cứ như thế công việc lại tiếp tục. Đến một ngày kia, khi mà những nhát búa cuối cùng thông đường hầm, ánh sáng tràn vào, muôn vạn đóm sáng xanh hình hoa cúc lung linh khắp đường hầm, một đoá lớn đậu trên hai bàn tay chai sạn của chàng.

Ngoài cửa thì những đóm sáng xanh ấy đậu xuống cây cỏ hoá ra những vạt hoa cúc xanh biếc vô cùng ảo diệu, từ đó những đoá hoa cúc xanh của xứ Phù Tang nổi tiếng khắp thiên hạ.

Hoàng Hoa trang vào xuân, bướm ong rộn ràng, muôn sắc hoa tưng bừng. Hoa đào hồng cả một góc trời, bốn mươi gốc đào trong vườn, cứ mỗi mùa xuân về là đồng loạt nở hoa. Cảnh tượng Hoàng Hoa trang như một cõi thiên thai, một vùng nguyên sơ cổ tích nào vậy. Nụ hoa đào chúm chím, cánh hoa đào mới nở phơn phớt hồng như má đào gái đẹp của cổ tích ngàn năm phương Đông, cánh hoa dần dần sậm màu qua từng ngày cho đến một lúc nào đó thì đỏ mọng như đôi môi đầy hấp dẫn của gái xuân thì. Cánh hoa đào bay trong gió, cánh hoa đaò rơi hồng cả thảm cỏ xanh. Dù không nói ra nhưng muôn hoa trong vườn đều biết cậu chủ yêu hoa đào như thế nào. Cậu chủ vẫn thường tâm sự chuyện hoa đào với muôn hoa ở trong vườn, cậu chủ kể:" Mùng năm xuân kỷ dậu, vua Quang Trung dẫn quân nhập thành Thăng Long sau khi đánh tan tác hai mươi chín vạn quân Thanh. Vua cho người mang một cành đào vào Phú Xuân để tặng vợ là công chúa Ngọc Hân. Cành đào xuân kỷ dậu là cành đào báo tin thắng trận, cành đào tình yêu, đó cũng là cành đào có một không hai của lịch sử mấy ngàn năm tộc Việt. Bản thân công chuá Ngọc Hân cũng là một nụ hoa đào vẹn toàn tài sắc của đất Thăng Long. Công chúa theo tiếng gọi tình yêu, theo chồng vào tận đất Phú Xuân".

Cậu chủ vẫn thường thơ thẩn dạo quanh vườn và tự hỏi: "Hoa đào Hoàng Hoa trang với hoa đào của Thôi Hiệu ở đô thành Nam trang có gì khác nhau? Cũng hoa đào đó mà người xưa đâu? vẫn má hồng thấp thoáng cho bao gã du tử ngẩn ngơ, vẫn mây trắng bay như ngàn năm trước mà dòng đời bể dâu liên tục chẳng dừng". Lúc hứng cậu chủ còn viết:

*Hồng lên xuân sắc hoa đào*
*Vô ngôn biệt ý xin chào người dưng*
*Vì chưng thương nhớ quá chừng*
*Năm rồi năm lại chưa từng... hỡi em*

Dưới những cội đào, từng cụm hoa thủy tiên đung đưa theo gió xuân, những đoá hoa đẹp và thơm ngát, tùy theo dáng và màu hoa mà cậu chủ đặt tên như: mân bạc chén vàng, bạch ngân phất lộc, Kim hoa thanh diệp, hoàng tử lục lang…Thủy tiên là một loài hoa nở sớm đón chào xuân. Thủy tiên chịu nỗi oan, chúa xuân cũng từng rơi lệ:

- Thiên hạ bảo thủy tiên là hoá thân của chàng narcissus, chàng ta đẹp trai nhưng ích kỷ, chỉ yêu bản thân mình đến nỗi chết chìm vì cái bóng mình trong làn nước. Hoa thủy tiên đâu có ích kỷ, càng chẳng phải là biểu tượng của ích kỷ. Thủy tiên dâng sắc hương cho đời, ấy là tấm lòng đáng qúy biết bao!

Các loài hoa khác thông cảm cho thủy tiên. Hoa lily lên tiếng:

- Em cũng bị hàm oan như thủy tiên, sắc hương em cũng đâu kém ai, được chưng khắp nơi từ sảnh đường qúy tộc cho đến nhà thường dân. Ấy vậy mà nhiều người không cho phép em được cúng dường Thế Tôn hoặc chưng trong nhà ngày xuân. Họ bảo sẽ chia ly, họ nhầm lẫn giữa cái tên tiếng Anh của em với cái âm chữ chia ly trong tiếng Việt, thật vô lý làm sao!

Các loài hoa gật gù:

- Lily nói đúng đấy! người đời cứ gán ép một cách vô tội vạ lên bọn mình những ý nghĩa vô lý, những quan niệm vu vơ. Bọn mình dâng hương sắc cho đời để rồi phải chịu những lời đau đớn như thế!

Quanh vườn có nhiều bụi hoa diên vĩ tím, hồng, trắng, cam... nhiều màu lắm, hoa diên vĩ đã được danh hoạ Picasso chọn làm mẫu trong tranh, bức tranh lên cả triệu đô, lừng danh khắp thế giới, đây cũng là vinh dự chung cho họ nhà hoa

Những bụi clover mà dân thường gọi cỏ ba lá, những cái lá như hình con ách của quân bài, lại giống hình trái tim... tùy cách tưởng của người đối diện mà hình từ trong tâm lưu xuất ra. Hoa clover nho nhỏ, mà dễ thương, đôi khi người đời coi thường là cỏ nhưng ở Hoàng Hoa trang này là một loài hoa như mọi loài hoa khác, không có thứ bậc, không có sang - hèn, không có trí-ngu khi mà cùng dâng sắc hương cho đời. Cái đẹp mong anh nhưng hiện hữu, cái đẹp không có giai cấp, không có quan điểm chính trị, cũng chẳng ưu tiên cho bất cứ con người nào hay một nhóm nào, tất cả bình đẳng trong cái đẹp và thưởng thức cái đẹp. Trong cái đẹp không có chỗ cho sự quản lý hay sở hữu, nó là của tự nhiên, nó tận tâm hy hiến cho đời. Cỏ ba lá, bồ công anh, panies dại... và bao loài hoa khác ở Hoàng Hoa trang chung sống hài hoà, tương trợ sắc hương, đồng hành dâng cái đẹp cho đời. Hoàng Hoa trang còn có một loài hoa mà cậu chủ yêu lắm, đó là quỳnh hương, tiếc rằng em không thể đến khi xuân sang. Trách vụ và bổn phận của em vào mùa thu, có lẽ quỳnh hoa là thần chủ của mùa thu vậy.

Làn gió xuân lắng xuống, các loài hoa im lặng trong phút giây, lúc ấy dường như có một làm sóng nhè nhẹ tỏa ra khắp nơi. Những lẵng hoa dã yên treo tòng ten lung linh khoe sắc dưới nắng mai. Đám anh thảo quanh bốn bìa vườn rù rì:

- Bọn em trông giống hoa anh túc nhưng thật sự chẳng có liên can gì nhau. Người ta lấy nhựa của trái anh túc chế thuốc phiện và dùng cho những mục đích xấu, ấy là lỗi của con người chứ chẳng phải ở hoa anh túc!

Anh chàng đỗ quyên đỏm dáng an ủi:

- Em đừng lo lắng, không ai lầm lẫn giữa anh thảo và anh túc đâu! vả lại anh túc cũng toàn diện sắc hương, người ta sử dụng như thế nào ấy là lỗi ở họ. Anh túc không có lỗi, họ nhà hoa cũng chẳng có lỗi, tuy nhiên vì cộng nghiệp mà đôi khi chúng chịu chung số phận hẩm hiu, bị chặt phá, thiêu đốt, tận diệt… Thời đại hôm nay, nền công nghiệp của loài người đang tàn hại thiên nhiên cây cỏ cũng như môi trường sống của muôn loài. Không chỉ học nhà hoa mắc nạn mà bao nhiêu cây cỏ, động vật hoang dã cũng chịu chung số phận. Ngay cả con người cũng bị ảnh hưởng, bị đe dọa vì sự ô nhiễm môi trường một cách nghiêm trọng. Biển cả đầy nhựa thải, sông hồ chết vì chất thải công nghiệp, núi rừng cạo sạch, ngay cả không khí cũng không còn trong lành để thở.

Đỗ quyên nói một hơi dài, có lẽ tâm sực chất chứa bấy lâu, nay mới có dịp bộc bạch. Bên cạnh đỗ quyên là những cụm cẩm tú cầu xanh, trắng, hồng, tiá…chen nhau che khuất cả đám lá. Những chùm cẩm tú cầu thật đẹp, không biết ngày xưa trái cầu mà các tiểu thư tung ra để tuyển chồng đẹp có bằng những cụm hoa cẩm tú cầu này?

Mười giờ sáng Jack bước ra vườn, ánh nắng chan hoà tràn ngập khu vườn, lũ chim ca ríu rít trên những tàng cây, bọn sóc lanh chanh chuyền cành, muôn hoa rạng rỡ đồng thanh:

- Cậu chủ, hôm nay trông tươi tắn và đẹp trai quá! phải chăng đêm qua đã có giấc mơ hoa? Rõ ràng tướng từ tâm sanh kia mà!

Jack dạo quanh vườn, hít thở không khí trong lành pha lẫn hương hoa, bất giác buộc miệng:

- Sao hôm nay vườn hoa rực rỡ quá? Ta đã đến đây và ta đã thấy, thật tuyệt diệu phút giây hiện tại này! ngày xưa đã qua rồi, ngày mai chưa biết ra sao, chỉ có phút giây hiện tại này đẹp biết bao.

Jack nâng niu một cành cẩm tú cầu tự nghĩ thầm:

- Phải chăng đây là quả cầu duyên mà ta bắt được trong giấc mơ đêm qua?

Một làn gió xuân thổi qua, những cánh hoa đào bay bay trong gió, rắc lên mái tóc xanh mượt của Jack.

**Tiểu Lục Thần Phong**
*Ất Lăng thành, 03/2020*

Truyện Ngắn

TIỂU NGUYỆT

# PHỐ XƯA, CÓ MỘT NGÔI NHÀ

Ông Thành xếp quần áo và những đồ dùng cần thiết vào cái túi xách, ông đi lên đi xuống rồi lại nằm lên giường nghĩ xem thử còn thiếu gì không. Ông Thành mỉm cười một mình, lắng nghe niềm vui, niềm hạnh phúc đang trở về. Nghĩ đến Thụy là lòng ông bỗng xao xuyến như thuở mới lớn, cái thuở vừa biết yêu, biết mộng mơ xa xôi. Trái tim đã trải bao năm tháng thăng trầm, khổ đau của ông vẫn rung động, vẫn hồi hộp như ngày nào. Thụy không đẹp nhưng có cái gì đó cuốn hút khi ông nhìn thấy cô lần đầu tiên, với chiếc khăn choàng trắng nổi bật trong buổi tiệc cưới con của người bạn. Thế rồi ông Thành ngạc nhiên hơn, khi cô bước lên sân khấu để góp vui một tiết mục theo lời mời của MC. Thụy điềm tĩnh giới thiệu về bài hát mà chính cô là tác giả lời thơ được một người bạn cô phổ nhạc. Bài thơ nói về tuổi học trò hồn nhiên với những ước mơ trong sáng, đã làm ông xúc động. Giọng cô sâu lắng, cảm xúc, diễn tả hết những ước mơ của một thời tuổi trẻ. Ông Thành lắng lòng thưởng thức. Có một cái gì đó trong ông như bừng sống dậy, và trái tim tưởng đã cằn khô vì bao nỗi bất hạnh của ông, lại rung lên theo từng lời hát. Tình yêu đã trỗi dậy mãnh liệt trong ông sau mấy mươi năm ngủ yên chăng?

Cuộc đời ông Thành có được bao năm hạnh phúc khi mà mọi thứ bên ông đều thay đổi, sau cuộc biển dâu mùa xuân năm 1975? Từ một Phó trưởng ty Xã hội được mọi người trọng vọng, rồi làm một "phó thường dân" không có nghề nghiệp gì, phải bương chải vất vả đủ nghề, đủ việc, kiếm sống. Người ta thuê gì ông cũng nhận làm, không ngại gian khổ; hết lòng vì gia đình, mong vợ con được đầy đủ, ấm êm. Ông đau khổ, hụt hẫng tưởng chừng không gượng nổi và lao vào rượu bia giải sầu khi người vợ thân yêu của ông đã từ bỏ ông ra đi. Ông đắm chìm trong những cơn say để quên đi tất cả, rồi một ngày trong cơn say, ông bỗng nhiên nhận ra đời sống này vô cùng quí giá, ông không thể đánh đổi với một con người bạc nghĩa. Ông Thành vô cùng bàng hoàng, vì suýt chút nữa men rượu đã giết chết cuộc đời ông và tương lai của hai đứa con nhỏ dại của ông.

Ông như vừa thoát ra khỏi cơn mê, lao vào làm việc không kể ngày đêm, làm đủ thứ nghề: nào sửa xe đạp, thợ điện, làm vườn, trồng trọt, ai cần việc gì ông cũng làm mong kiếm tiền để lo cho các con ăn học đến nơi đến chốn. Giờ đây các con ông đã thành đạt, đã yên bề gia thất; ông cảm thấy đời ông đã được an ủi, bù đắp phần nào cho tháng năm còn lại của đời người.

Lần đầu gặp, Thụy có hơi bỡ ngỡ đôi chút, khi thấy một người đàn ông đứng tuổi, mang cành hoa lên sân khấu tặng cho cô. Thụy thấy vui khi nhận cành hoa từ tay ông Thành trao tặng một cách trân trọng, trông ông điềm đạm trong dáng vẻ lịch lãm của người trí thức văn nghệ, đã làm cô ấn tượng. Chỗ ngồi của Thụy đối diện với chỗ ông Thành ngồi ở bàn phía bên kia, cho nên ông và Thụy đôi khi bắt gặp ánh mắt của nhau. Ánh nhìn của ông đã khiến cô giật thót người mà chính cô cũng không hiểu vì sao lại thế. Ánh mắt ấy như quyến luyến, như gần gũi, có sức hút như nam châm mà cô đã từng bắt gặp ở đâu đó từ xa lắm mà cô nghĩ mãi chẳng nhớ ra. Thụy lảng tránh ánh mắt của ông Thành, nhưng vì tò mò nên một lát cô lại nhìn qua chỗ ông như vô tình; để rồi, mỗi lần bắt gặp ánh mắt cô, ông mỉm cười gật đầu chào. Khi tiệc cưới sắp tàn, ông Thành bước lại chỗ Thụy làm quen:

- Chào em! Cho phép anh ngồi bên em một lát được không?

Thụy nhìn ông Thành - cúi đầu chào:

- Dạ! Xin anh cứ tự nhiên.

- Em là bạn ba mẹ cô dâu hay người nhà?

Thụy mỉm cười nhìn ông Thành thân thiện:

- Dạ! Em là bạn thời sư phạm với Hồng - mẹ cô dâu, anh ạ!

- Vậy à? Anh là bạn thời sinh viên của ba cô dâu, vậy chúng ta cũng là bạn nhau rồi.

Thụy cười hiền lành:

- Em không dám đâu ạ! Làm sao em dám làm bạn cùng anh kia chứ!

- Sao lại không? Hay em chê anh… - giọng ngập ngừng, không xứng làm bạn với em.

Thụy hốt hoảng:

- Dạ không phải đâu ạ! Em có gì mà dám chê với khen ai, anh cứ đùa.

Ông Thành cười gượng:

- Vậy mà anh nghĩ… - ngập ngừng giây lát, anh già quá không xứng bạn với em.

- Trời ơi! Anh nghĩ vậy tội cho em quá!.

Ông Thành rạng rỡ:

- Vậy làm bạn nhé! Anh tên Thành, sáu lăm tuổi; hiện sống ở nhà số 108, đường Hằng Thuận - thị trấn Phố Xưa thuộc huyện An Phú, hai con, không vợ.

Thụy cười khúc khích:

- Thật vậy ư? Anh nói giống như tự khai lý lịch không bằng.

Ông Thành cười lớn:

- Có sao anh khai vậy, đúng sự thật, có gì gian dối anh xin hoàn toàn chịu trách nhiệm.

Thụy cười khanh khách:

Anh vui tính thiệt đấy, anh làm em vui lây. Mới nhìn anh, là tự nhiên em đã tin anh rồi.

Ông Thành ngạc nhiên:

- Thiệt hả em? À, vui mà cũng lây hả em? - ông Thành bỗng cười lớn, Em tên chi vậy?

- Anh hỏi gì cơ? Thụy lơ đãng hỏi lại.

Ông Thành dạn dĩ:

- Anh muốn biết tên em - lại cười, em cũng khai lý lịch đi rồi mình cùng ký luôn.

Thụy đăm chiêu:

- Em là Thụy, con gà là tuổi của em, nhà ở Mỹ Á.

- Sao em không nói chuyện chồng con?

Thụy dí dỏm:

- Chuyện chồng con khó nói quá anh ơi!

- Sao khó nói? Nếu đã có lòng thành, thì không có gì khó cả, em ạ!

- Chồng chê - Thụy che tay lên miệng, cười - chồng bỏ, mà nói ra người ta cười cho nữa.

Ông Thành nghiêm nét mặt:

- Người xinh đẹp, hiền lành như em mà chê, mà bỏ, thì người đó chắc có đôi mắt "bị sao rồi"!

- Mắt sáng lắm đó anh, không cần mang gương mà đọc sách vanh vách.

Cả hai cùng cười, tiếng cười đã làm họ cởi mở hơn, gần gũi hơn và họ đã trao đổi cho nhau địa chỉ liên lạc. Đúng là cơn gió nhân duyên tình cờ đã đưa họ gặp nhau và rồi đến với nhau khi tuổi đã xế chiều. Tình yêu đã làm tâm hồn họ trẻ lại. Người này nghĩ gì đều trùng hợp ý của người kia. Lạ chưa! Không hiểu sao họ lại giống nhau nhiều như vậy, có lẽ họ đã có nhân duyên từ nhiều đời nhiều kiếp, bây giờ mới đến thời điểm được gặp nhau chăng? Nghĩ vậy, nhưng ai mà biết được chuyện từ muôn kiếp trước, chỉ biết rằng họ cuốn hút nhau trong cái nhìn đầu tiên; rồi dần dần họ yêu nhau lúc nào chẳng rõ. Thụy như người trở về từ cõi chết, ông Thành là chiếc phao đã cứu cô trong cơn hoảng loạn. Thụy đau đớn khi Tấn - chồng cô, đã bỏ cô chạy theo người phụ nữ khác, cô ta trẻ trung, xinh đẹp và giàu có, cô không sao sánh bằng, đành chấp nhận ly hôn để anh ấy ra đi. Thụy ngụp lặn trong khổ đau, không thể nào thoát ra được; dù người thân, bạn bè cố khuyên can. Thụy mặc cảm với mọi người chung quanh, cô luôn nghĩ mình thấp kém nên không giữ được chồng. Nhưng rồi cô tự ý thức can đảm nghĩ rằng: "*Nếu người đã quyết ra đi, thì không thể nào níu giữ chân người - hạnh phúc không thể là sự van xin, ngoài bài ca chia tay*". Thế rồi theo thời gian lặng lẽ trôi, cô cũng đã nguôi ngoai đi phần nào, coi như duyên hết, nợ dứt.

Thụy yêu quí ông Thành hơn, khi biết rằng ông có cùng ước mơ, hoài bão với mình. Trong một lần Thụy ghé thăm Hồng - bạn thời sinh viên của cô, Thụy đã nghe Hồng nói nhiều về ông và đã làm cô xúc động. Ông Thành luôn giành thời gian để tìm mọi cách cứu giúp, thăm những người neo đơn, nghèo khó; mang đến cho họ niềm vui, niềm hạnh phúc tinh thần, hay với những món quà dù bé mọn. Ông hiểu hơn ai hết nỗi cô đơn, nỗi khổ đau vì thiếu cha, thiếu mẹ của những đứa trẻ mồ côi, bởi ông đã mất cả cha lẫn mẹ từ lúc vừa lên mười; cho nên ông luôn nguyện với lòng, sẽ chăm lo cho các em, để các em bớt đi phần nào nỗi bất hạnh. Rồi Thụy hiểu ông hơn chút nữa qua những lời ông tâm sự với cô, rằng: "*Anh mơ ước từ lâu lắm rồi, nếu có đủ duyên lành, đủ điều kiện, anh sẽ kêu gọi bằng hữu, người thân xây dựng một bệnh viện nhỏ, có thể bắt đầu bằng ngôi nhà Tình Thương giành cho trẻ em, cho những người nghèo. Anh sẽ đi quyên thuốc men, dụng cụ y tế ở những người bạn là dược sĩ, bác sĩ, chủ nhà thuốc cả trong và nước ngoài, liên hệ với các tổ chưc Y tế trợ giúp y bác sĩ khám chữa bệnh - tất cả sẽ miễn phí. Người góp công, người góp của, cùng xây dựng một bệnh viện tình thương như thế; nhưng tiếc quá, dù đã có bao kế hoạch, mà chưa thực hiện được, luôn canh cánh bên lòng*". Thụy ngưỡng mộ ông Thành hơn, khi biết tấm lòng ông luôn hướng về thiện nguyện; và ước sao sẽ có ngày cùng ông Thành thực hiện ước mơ mà ông hằng ấp ủ, sẽ cùng ông làm những việc có ý nghĩa ấy cho cuộc sống hữu hạn, khổ đau, tạm bợ, mong manh nầy. Càng hiểu ông, Thụy càng trân quý tình yêu ông giành cho mình và xem đó là "*món quà đặc biệt*" mà ông Trời đã ban tặng cho cô, khi tuổi gần xế chiều. Thụy đã luôn chia sẻ cùng ông về mọi nỗi vuibuồn hằng ngày,và đáp lại, ông đã thương nhớ, thăm hỏi nàng mỗi sáng, mỗi chiều.

* * *

Ông Thành mang cái xách trên vai, đi bộ vào con đường có hai hàng cây xanh mát. Đây rồi! Đường Hằng Thuận - ông mỉm cười, đưa mắt dò trên những bảng số nhà, ông dừng lại số nhà 108; lấy chìa khóa từ túi xách mở cổng, ông bước vào sân. Căn nhà nhỏ chung quanh trồng hoa thật nhiều, đủ các loài hoa ông yêu thích. Đây là nhà của ông Quýnh (bạn thời trung học của ông Thành). Ông Quýnh mua căn nhà dưới phố để tiện việc mua bán, căn nhà này không có người ở nên ngày nào ông Quýnh cũng phải chạy về đây quét dọn và tưới nước cho hoa. Hôm ông Thành ghé lại thăm bạn, ông Quýnh mở lời:

- Căn nhà 108 của tớ không người ở, hay cậu thu xếp về đây sống đi, nhà sẵn có mọi vật dụng, không cần lo chi cả.

- Tụi mình lâu lâu gặp nhau vài hôm là đủ, ở lâu là chán nhau liền.

Ông Quỳnh nghe bạn nói, cười lớn:

- Tớ không chán chút nào, có cậu tớ thấy vui. Hay cậu có người nào cứ đưa về đây sống, mình hoan nghênh. Già rồi cần có người để chia sẻ vui buồn chứ cậu!

Ông Thành cười theo bạn:

- Trời ơi! Già rồi, lại lận đận, làm gì có ai mở lòng ra với mình hả cậu?

- Ừ! Ai nói già không tình yêu? Sống mà không có tình yêu thì coi như ngày không có mặt trời.

Ông Thành giơ tay cười:

- Cậu vẫn "*văn vẻ hoa bướm*" như xưa. Thôi, cậu đưa cho mình một chìa, khi nào mình ra, có cái mà mở cửa. Coi như mình thuê nhà cậu vậy.

Ông Quỳnh thấy bạn giơ tay, cười ha hả:

- Được. Chìa khóa đây, cậu muốn ở với ai tùy ý; mình sẽ không tính tiền nhà đâu, cho cậu mượn đó.

Ông Thành nhận chìa khóa nhà, bạn đưa, cẩn thận cất vào túi xách.

Thỉnh thoảng ông ra thị trấn Phố Xưa thăm chơi, ghé lại căn nhà 108 nghỉ ngơi, riết rồi ông coi như nhà mình. Căn nhà nho nhỏ, cửa sổ phòng khách ngó ra vườn là khóm hoa Cánh Bướm mong manh vàng rực. Trên cửa sổ là hai bình dây Trường Sanh phủ xuống xanh mát, khi ngồi nơi đây ông cảm thấy rất an bình. Căn nhà xinh xắn, đã sạch sẽ, nhưng ông Thành vẫn quét dọn, lau chùi lại để đón Thụy. Ông dọn dẹp xong nhà cửa, lấy điện thoại bấm số:

- Alo! Em sắp tới chưa? Anh chờ em ở cà phê Hoa Vàng đó nhen, ra khỏi thị trấn, rẽ phải hai trăm mét là tới.

Ông Thành vội đóng cửa,đến quán cà phê chờ đón Thụy. Ông chọn chỗ ngồi sát bên hòn non bộ có nước chảy róc rách vừa đẹp, vừa mát, thảnh thơi đốt một điếu thuốc, nhìn ra phía ngoài cổng để có thể thấy Thụy khi cô bước vào. Ông nghĩ, lát nữa đây khi gặp Thụy mình sẽ như thế nào, phải làm gì? Trái tim ông bỗng rộn lên khi vừa thấy Thụy bước vào cổng, đảo mắt tìm ông.

Ông Thành bước ra, giọng ngập ngừng:

- Chào em! Em đi đường có mệt không?

- Dạ! Em không sao, anh đến lâu chưa?

Tay chân hai người như dài thêm ra. Ông Thành cầm lấy bàn tay Thụy bóp nhẹ như thầm cảm ơn cô đã đến bên đời ông - nhìn sâu vào mắt Thụy:

- Anh mới đến, mình ngồi uống nước, nghỉ một lát rồi đi ăn cơm nhé!

Thụy nhìn ông ngượng ngùng:

- Dạ! Em rất hạnh phúc.

Ngồi yên vào ghế, tay xoay xoay ly cam vắt, Thụy có dịp nhìn sâu vào mắt ông, cảm thấy từ đôi mắt dịu hiền kia tỏa ra bao tình cảm yêu thương ấm áp. Cô thoáng nghĩ đến tấm hình ông đã gởi cho cô năm ngoái, với lời chú thích "*Nơi làm việc của anh*" đã làm cô chú ý; rồi những bài thơ ông gởi tặng sau đó đã làm cô xúc động vô cùng. Thụy mỉm cười nhìn ông yêu thương, trìu mến. Những câu thơ ông gởi, cô đã giữ kỹ trong lòng - đó là những tâm sự, lời tỏ tình dễ thương, thật sâu đậm.

*"Gặp em cơn gió tình cờ*
*Mà sao tình đã như tơ tóc rồi*
*Giọng em sâu lắng, xa xôi*
*Gieo vào anh những bồi hồi, bâng khuâng*
*Nét nhìn, ánh mắt trong ngần*
*Sao đời em chịu gian truân giữa giòng*
*Anh như con suối xanh trong*
*Đợi em ghé bến giữa giòng phù du*
*Bao ngày canh cánh mặc dù*
*Lời thơ chỉ để thiên thu nhớ người".*

Đầu tiên Thụy cũng nghĩ như ông, lời thơ chỉ để thiên thu nhớ người; thế nhưng hình bóng ông đã tràn ngập trong trái tim nhỏ bé của cô. Và cô đã yêu ông tự lúc nào cũng chẳng rõ, chỉ biết rằng cô rất nhớ ông và luôn nghĩ về ông với những gì tốt đẹp nhất.

Hai người đi ăn cơm rồi về căn nhà 108 Phố Xưa. Bước vào phòng, ông Thành dạn dĩ hẳn ra. Ông cười - nói khẽ:

- Cho anh ôm em nhé, em yêu!

Thụy ngượng ngùng trong vòng tay ông. Ông hôn lên má, lên chiếc cổ trắng của cô nhẹ nhàng, nụ hôn nồng nàn, ngọt ngào quá đã làm đỏ bừng đôi má Thụy. Cô nói lí nhí:

- Em hạnh phúc lắm, cảm ơn anh!

Họ yên lặng nằm bên nhau, có lẽ cùng đang lắng nghe tiếng đập của yêu thương đã bao tháng ngày chờ đợi. Tay họ nắm chặt nhau, nằm yên với bao cảm xúc. Thế rồi, họ như đôi tình nhân đã lạc nhau từ kiếp nào nay đã tìm thấy nhau. Ông quay lại, ôm cô thật chặt trong lòng - ông thì thầm:

- Anh yêu em! Yêu em.

Thụy rươm rướm nước mắt hạnh phúc trong lòng ông - cô thì thào:

- Cảm ơn anh đã đến cuộc đời em. Em yêu anh!

- Ta phải cảm ơn nhau, em yêu ạ!

- Dạ! Cảm ơn nhau!

Thụy hôn lên khuôn mặt phong sương, rất đỗi phúc hậu của ông, cô thủ thỉ:

- Em không nghĩ cuộc đời mình lại được gặp anh thế này, ý trời cả phải không anh?

Ông Thành bóp nhẹ bàn tay đang run rẩy của Thụy, trấn an:

- Đúng vậy! Duyên số cả em ạ! Em đừng lo nghĩ gì hết, mình đã hết lòng vì gia đình; giờ đây ông Trời bù lại cho mình hạnh phúc cuối đời, coi như an ủi mình đó em ạ.

Thụy cười khúc khích:

- Em có sao đâu, tình yêu đến bất cứ lúc nào trong đời anh nhỉ!

Ông Thành hôn lên môi, lên má Thụy; những nụ hôn mà ông tưởng chừng đã lịm tắt sau mấy mươi năm.

Ông Thành mở toang cánh cửa sổ, những tia nắng hanh vàng rọi vào phòng. Cơn gió chiều như đang reo vui trên những khóm hoa tươi tắn trước sân.

**Tiểu Nguyệt**

Truyện Ngắn

MANG VIÊN LONG

# NGỌC CỦA NGÀY XƯA

Ngôi nhà nằm thụt trong con hẻm ngắn trên đường được gọi là số 1, nhưng chỉ là đường đất, có rải đá sỏi không đều, và là con đường vắng vẻ nhất của thị xã! Phía bên kia đường, nhiều đoạn chưa có nhà cửa, là những bờ tre xanh, những bến ghe nhỏ mở ra sông Chùa; yên tĩnh, lồng lộng gió. Lần đầu tiên theo Nguyễn đến xin ở trọ nơi đây, Bích đã cảm thấy yên tâm, vui thích vì sự yên tĩnh của quang cảnh, khi anh đã sống ở một thành phố náo nhiệt, xô bồ quá lâu. Chiến tranh đã dồn người lên phố chợ, tạo thêm hỗn loạn, ồn ào. Con đường quạnh vắng nằm bên dòng sông êm ả đã làm cho Bích càng yêu mến thêm cái thị xã còn nhiều nét dễ thương, thơ mộng nầy.

Hai tuần đầu đến thị xã để nhận nhiệm sở, Bích đã tạm trú nhà một người chú đồng hương trên đường phố chính Trần Hưng Đạo nhộn nhịp, nên anh đã rất áy náy, mong tìm một nơi yên vắng, để không làm phiền người chú đồng hương tốt bụng. Lòng tốt nhân thế bao giờ cũng có giới hạn. Bước quá giới hạn ấy, là điều mà xưa nay Bích đã hết sức cố tránh. Nỗi lo lắng của Bích được cọng thêm kể từ ngày cô con gái của người chú đồng hương nọ từ Saigon trở về, vì đã xin được việc làm ở Ty Ngân khố. Thảo - tên cô gái vừa tốt nghiệp trường tài chánh, lại được mẹ thu xếp ở ngay trên tầng lầu, cạnh phòng của Bích! Hằng ngày lên xuống, ra vào, đều thấy mặt nhau…

Một hôm, đi dạy về, vừa mở cửa phòng - Bích đã thấy một chiếc lọ sành trắng muốt, cắm một nụ sen hồng tươi tắn, trông rất gợi cảm. Bích biết là do bàn tay nào đã trang điểm cho chiếc bàn làm việc của anh; nhưng không thể mở miệng nói lời nào, dầu chỉ là lời cảm ơn gọn gàng. Lần đầu trong đời, Bích thấy rất khó xử. Tình yêu vẫn còn là một cái gì mơ hồ, xa lạ với anh sinh viên nghèo vừa mới ra trường. Suốt những năm được đến trừơng, Bích đều đã phải tự lực, chỉ biết cặm cụi đèn sách lúc được rãnh việc kiếm ăn, bởi nếu chẳng may thi hỏng, thì sẽ tức khắc bước vào những ngõ cụt đã đành sẵn cho tuổi trẻ như anh. Sau đợt thi tú tài toàn phần chỉ hai năm, Bích kiểm lại, đã thiếu mất nhiều bạn bè! Họ đã chết tức tưởi ở tuổi 22, 25 - khi chưa được biết yêu là gì!

Cho đến một buổi sáng chủ nhật, Bích dậy trễ, vừa bước ra khỏi phòng đã gặp ngay Thảo. Nàng cúi chào - cười: "Anh Bích ngủ nhà lạ có được không?" - "Rất ngon! Thảo không thấy anh luôn thức dậy trễ, nhất là ngày chủ nhật sao?" - "Em thấy phòng anh thường bật đèn rất khuya..." - "Thức để viết mấy cái vặt vãnh mà thời sinh viên chưa có thời gian, cho vui thôi..."

- Anh viết truyện sao?

- Anh thích nhất là truyện ngắn...

Bất ngờ, Thảo hỏi:

- Trong các loại hoa, anh Bích thích loại hoa nào nhất?

Ngẩm nghĩ giây lâu - Bích cười:

- Anh cảm thấy loại hoa nào cũng đẹp...

- Nhưng anh Bích phải có... một loại hoa riêng cho mình cơ chứ?

Hôm ấy, Bích đành trả lời bằng nụ cười, và sự im lặng...

Anh đã mãi mãi không thể trả lời Thảo, bởi ngay chiều hôm ấy Bích đã dọn đến ở chung với Nguyễn - người bạn đồng nghiệp quê Phan Thiết đã tốt nghiệp Quốc gia sư phạm trước Bích hai khóa, và Bùi đang làm việc ở Ty thông tin, quê Nha Trang; nơi ngôi nhà nằm thụt trong con hẻm vắng đường số 1 ấy...

Bà chủ nhà trạc ngoài sáu mươi, trông lùi xùi, nhưng rất tinh tế, cởi mở. Đang sống chung với bà là cậu con trai, và cô con gái út là Ngọc. Ngôi nhà nằm trên nền cao, giữa khu vườn được bao bọc bởi bức tường rêu xanh, loang lở; chia làm hai phần kề sát nhau: Nhà trên khá rộng là dãy bàn thờ đặt ở giữa, sát vách tường; bên trái kê bộ sa - lông gỗ, bên phải là chiếc giường rộng. Nguyễn và Bùi nằm ở đó đã ba năm. Bích là người mới, được bà cho mượn chiếc giường sắt cá nhân với tấm nệm mousse, để gần bộ salon, sát vách phía trong bên trái, gần cửa sổ mở ra vườn sau. Ba mẹ con bà chủ ở nhà dưới. Cậu con trai thi đậu Trung học, hai năm không đậu Tú tài một, ở nhà rong chơi lang bang, tránh vào Đồng Đế. Ngọc đang học lớp 12 - chuẩn bị thi Tú tài hai…

Ngày đầu, Nguyễn đưa Bích đến gặp bà chủ - anh cười: "Má, con đưa thêm một đứa con nữa đến ở với má đây!".

Bà vẫn nhìn xuống chiếc áo len đang đan dở - nói:

- Tao nhiều con rồi, không dám thêm, thời nầy nhiều con trai thêm nhiều khổ…

- Thằng nầy hiền lắm má à!

Nguyễn giới thiệu: "Nó vừa tốt nghiệp, về dạy cùng trường với con đấy!".

Bà ngước lên nhìn Bích - cười hiền: "Ngó bộ cũng cao ráo, đẹp trai hơn mầy!"

- Làm sao bằng con được, má?

- Chưa biết nó ra sao, nhưng trông…thẳng thớm hơn mày…

- Vậy là má đã kén được rể rồi sao?

Ngọc ngồi ở bàn học phía sau võng, cắm cúi vào vở, nhưng có lẽ đã nghe hết? Cô bé im lặng, chẳng ngẩng đầu lên, không nhúc nhích, nhưng chắc đang cảm nhận một nỗi gì bâng khuâng, là lạ, đang nao nức xao xuyến trong lòng? Ngọc thường ngày vẫn liếng thoắng, cười nói như trẻ con, nhưng sao lúc nầy lại tỏ ra lạnh lùng, chững chạc? Tình yêu đã dần dà làm cho sự hồn nhiên trở nên đằm thắm, sâu kín chăng?

Một buổi sáng Bích đang ngồi một mình ở bậc cấp trước hiên nhà, bà chủ đi chợ, còn cậu con trai đi rong đêm qua không về, thì Ngọc đi đi vào ngỏ! Áo dài xanh, huy hiệu, nón lá, tóc xõa ngang vai, và chiếc cặp đen. Lúc Ngọc bước qua sân để về phòng riêng ở phần nhà dưới, Bích ngẩng lên: "Sáng nay em về sớm vậy?"

Ngọc cười:

- Ông thầy cưới vợ…

- Em có được mời không?

- Làm gì có? - Ngọc thoáng cười, Lớp có cử người đem hoa đến chúc mừng…

- Nếu anh cưới vợ, em có đi dự không?

Ngọc không trả lời câu Bích hỏi, mà hỏi lại:

- Có phải cô gái…làm ở Ty Ngân khố thường ghé thăm anh không?

- Sao em biết rõ vậy?

- Em hỏi anh Nguyễn…

- Không phải - Bích nhìn đứng lên khuôn mặt trắng hồng, bầu bỉnh, phúc hậu của Ngọc, cười - một cô gái đang học cùng lớp với em đấy…Anh chờ cô ta thi xong, sẽ đi hỏi!

- Ai vậy, anh? - Giọng Ngọc trở nên lạ lẫm, gấp gáp, sao thầy lại…yêu học trò?

- Đâu có gì lạ? - Bích lãng tránh, anh có nhiều người bạn đã chết rất sớm, khi chưa được yêu thương…

Ngọc đứng yên trước mặt Bích như bị cột chân. Bích đứng dậy, bất ngờ bước tới, ôm lấy khuôn mặt Ngọc, hôn.

Từ buổi sáng yên tĩnh trong sân vườn một mình với Ngọc, Bích thấy Ngọc ý tứ, lặng lẽ hơn xưa. Ngọc càng im lặng, Bích cảm thấy càng yêu quý Ngọc hơn. Có cái gì sâu kín trong sự hồn nhiên trong trắng của Ngọc mà Bích luôn muốn được khám phá! Có cái gì quyến rủ đằm thắm của Ngọc mà Bích luôn muốn được chia sẻ! Nụ hôn thoáng qua, bất chợt, ngay cả chính anh cũng không hề nghĩ trước, có lẽ vẫn đang còn phảng phất hương nồng sâu đậm? Bích nhớ lại lời dặn dò của người chị khi anh về thăm, trước ngày đi nhận nhiệm sở: "Chị em mình mồ côi, phải biết tự lo lấy thân, không ai lo giúp đâu. Em liệu coi có cô nào hiền lành, nên cưới vợ cho rồi nhé!". Bích mỉm cười, nghĩ đến một lá thư sẽ viết cho chị…

Bích chỉ đi dạy được hai năm thì bị đẩy vào trường Đồng Đế cùng hằng ngàn người trẻ khác. Bức thư chuẩn bị viết cho chị cũng đành xếp lại, như anh đã phải xếp lại bao bản thảo đang viết dang dở. Xếp lại, và cất kỹ dưới đáy rương những ước mơ, kể cả những niềm hy vọng của tuổi thanh xuân đang dạt dào niềm tin, sức sống. Bích đang bước vào con đường khác, con dường gập ghềnh, gian truân, của cuộc chiến tương tàn…

Ra trường Đồng Đế chỉ được mấy tháng, là đến ngày 30 tháng

4 năm 1975, chưa nhận thêm một lần quân phục nào. Bộ đồ dày cộm chật chội đã được cởi bỏ, nhưng, Bích đã lại phải mặc bộ áo quần rộng thùng thình với hàng chữ "tù tàn binh" ở chốn rừng sâu đến gần hai năm! Về lại quê, Bích cảm thấy mình nhẹ nhỏm, trần trụi, như thuở nhỏ còn sống lơ ngơ bên chị sau ngày mẹ mất. Trở về như một tên lãng du trắng tay, mỏi mệt, nặng trĩu ưu phiền.

Nhờ chiếc xe đạp cũ của chị, Bích đã tìm được công việc làm hằng ngày để quên đi nỗi buồn trống trải: Sáng giở theo mo cơm, còng lưng đạp xe lên vùng núi An Trường, đốn củi! Chiều gò lưng chở về cho chị bán. Than đang khan hiếm, không được phép đốt thêm. Dầu lửa như một nhiên liệu quý hiếm. Củi của Bích mang về hằng ngày được bán hết. Sống nhờ những cây củi khô mục trên rừng được một năm, thì anh phải chuyển nghề, vì các trạm kiểm lâm vây bắt gay gắt hơn. Khi đốn củi, Bích đã để ý đến những bụi mây quanh rừng, nên vẫn lên đường với mo cơm và bình nước, như mọi ngày! Mây anh bức được là những sợi mây to, dài, có thể làm roi cày, hay chế biến hàng mây đan, nên đã kiếm được miếng ăn, khá hơn trước. Sống với việc bức mây trong rừng sâu gian khó, bầm trầy ấy được gần hai năm, Bích ngã bệnh sốt rét. Anh không gượng dậy nổi để đạp xe vượt gần hai mươi cây số với nghề cũ, đành phải bày tiệm sửa xe đạp trước hiên nhà, khi anh chưa hề biết tháo ráp xe, hay từng bộ phận của xe như ổ líp, cổ xe, trục giữa lúc xe bị hỏng…Ban đầu, anh vá lớp xe là chính. Sau, học thêm – rồi trở thành người thợ có uy tín trong thị trấn.

Nhờ vào nghề vặt sửa xe đạp, Bích đã gặp Nga - một cô giáo, khách hàng thường lui tới sửa xe ở tiệm của anh. Hằng ngày, Nga phải đạp xe hơn 7 cây số về xã ngoại ô để đến trường. Xe được ráp toàn đồ cũ, hay mới được sản xuất, nên vẫn thường gặp Bích hằng tuần! Xe đạp là phương tiện di chuyển tiện lợi duy nhất lúc nầy, bởi hầu hết các loại xe máy đều không có tiêu chuẩn mua xăng. Nếu xe của Nga bị hỏng nặng, phải thay thế, anh mới nhận tiền công, Nếu hỏng nhẹ, anh làm giúp Nga như người thân. Có lẽ, cảm kích tấm lòng tốt của anh thợ nhà nghèo, Nga đã yêu thương anh. Một lần nàng ghé lại sửa xe, đã hỏi: "Sao em thấy nhà chỉ một mình anh, còn chị đâu rồi?"

Bích cười: "Chị nào?"

- Thì bà xã anh, chứ còn ai?

- Em làm ơn giới thiệu cho anh một bà xã nhé!

- Thôi đi! Nga lườm, để bà xã anh bẻ giò em!

- Em tin anh đi - Bích ngước nhìn Nga, anh nói thật…

Nga đã tin Bích. Nửa năm sau, chị Bích đã mang sính lễ đến nhà cô giáo Nga ở cuối phố xin lễ hỏi. Khoảng một tháng sau, lễ cưới đơn giản đã được tổ chức ở hai gia đình. Một năm, Nga đã có thai. Từ tháng thứ tư, buổi sáng Bích đã dậy sớm, đạp xe chở Nga đến trường; trưa lên chở về. Tháng thứ sáu, Nga đã bị sẩy thai - một đứa con trai đã sớm ra đi…

Mãi ba năm sau, Nga vẫn không thể có thai lần nữa - và Bích ngày càng nhận thấy Nga không muốn có con. Một hôm, Nga nói: "Tôi với anh chắc là hết duyên nợ với nhau rồi!"

- Em nói vậy, là sao?

- Hết duyên thì chia tay thôi - Giong nàng khô khốc.

- Em nghĩ đơn giản vậy sao?

- Có gì mà không đơn giản, anh!

Im lặng một lát - Nga cười: "Chỉ tốn một tờ giấy thôi anh…".

Bích quay lại cắm cúi với công việc đang làm, nhếch cười, nói thầm với mình: "Đơn giản là vậy…".

Chia tay với Nga, vài tháng sau - Bích từ giã chị để vào Saigon - miền đất lạ, náo nhiệt, bon chen; nhưng chẳng ai muốn biết ai làm gì. Bích nghĩ, Saigon sẽ rất thích hợp với đời sống lang thang của anh! Thà cứ dửng dưng, mà ít phiền lụy, dễ thở, như Saigon một thuở anh đã sống, còn hơn cứ lấm lét nhìn vào người khác…

Hơn hai mươi năm sau, thật lạ, Bích tình cờ gặp lại Ngọc khi dĩ vãng dường như đã phai mờ, tan mất trong trí nhớ nhập nhằng, cằn cỗi của anh, lúc đang đứng chờ để được ghi tên mua tấm vé về lại quê thăm chị dịp Tết như đã hẹn, tại khu bến xe Miền Đông. Bích bước vội đến, cầm lấy bàn tay Ngọc:

- Ngọc ơi, em đang làm gì ở đây vậy?

- Em chờ từ bốn giờ sáng để mua vé …

- Về quê?

- Dạ!

- Vậy lâu nay em ở đâu?

- Em đang sống với con, xin làm việc ở xưởng may Thịnh Phát Tân Bình…

- Còn bà má?

- Chết rồi - Ngọc thở dài, đã mãn tang năm ngoái…

- Còn Mẫn - anh trai em…

- Vượt biển, mất tích lâu rồi…

Cả hai rời đám đông, tiến đến dãy lều dọc bến xe, gọi hai ly café đá. Ngọc kể lại chuyện chồng con tan vỡ thương đau hơn bốn năm qua,, chuyện Nguyễn và Bùi sau ngày cuốn gói về quê đã trở lại thăm mỗi người một lần, rồi mất hút, không biết đang trôi dạt nơi đâu, chuyện của Thảo lập cốc ẩn tu, chuyện khu hẻm đường số 1 đổi thay nhộn nhịp…Bích hỏi:

- Vậy em lập gia đình được mấy năm?

- Chỉ hai năm - đôi mắt nàng rưng rưng, em chịu hết nổi anh ạ! Má đã ngăn cản em trước ngày làm đám cưới, nhưng em cứ nghĩ - ưng người lớn tuổi, quê kệch, họ sẽ thương yêu mình nhiều hơn, nhưng ai dè…

- Đàn ông mà đeo theo hỏi tiền lương của vợ từng đồng hàng tháng để giữ, rồi phát tiền chợ hằng ngày - anh chưa được biết bao giờ!

- Anh ấy nhận lương cao hơn em gấp hai lần, nhưng có bao giờ em hỏi đồng nào đâu, dầu là để lo cho con lúc đau bệnh…

- Rồi em lấy gì để lo cho con và em?

- Hai chị thương, thường gởi cho thêm…

Bích cảm thấy không nên hỏi thêm Ngọc chuyện gì, anh đang nhớ đến bàn tay gầy ốm, khô ráp vừa cầm, và bàn tay thon tròn trắng muốt của Ngọc buổi chiều ngồi bên nhau ngày nào - mà chạnh lòng. Bích gượng cười: "Còn cô Thảo sao lại đi tu?"

- Sau ngày chi ấy bị biên chế cho nghỉ ở Ty Ngân khố hai năm, chị đã xin vào ở chùa, hành điệu, làm Sa di Ni ba năm, là quay về nhà…

Ngọc ngước lên, thoáng nhìn Bích:

- Chị Ngọc nói với em, vì chị "không đủ duyên xuất gia", nên phải quay về nhà lập "tịnh xá" tự tu hành…

Ngọc nhìn thẳng lên mắt Bích: "Em nghe bạn em nói, chị Thảo

bảo ở chùa ba năm, nhưng "mắt thấy tai nghe" nhiều chuyện, nên đã tự quyết định xin về, tham cứu kinh sách mà tu tập ở nhà riêng...". Ngọc chờ đợi phản ứng của Bích - nhưng tuyệt nhiên Bích im lặng. Nàng hỏi: "Còn anh thì sao?"

Bích như chợt tỉnh, đưa tay móc chiếc bóp ở túi quần sau, lấy một tờ giấy đã được xếp làm tư, còn cũ, đưa về phía Ngọc: "Em đọc nhé! Anh đã đọc nó không biết bao nhiêu lần, mỗi khi buồn, muốn nhìn lại một chặng đời bất hạnh đã qua... ". Ngọc cẩn thận mở tấm giấy gần bị đứt rách theo đường xếp, chăm chú đọc. Nàng ngẩng lên, ngơ ngác nhìn Bích: "Sao lạ vậy anh?"

- Anh cũng chẳng biết gì thêm, thì làm sao trả lời em! Bích thoáng cười, cuộc đời có nhiều chuyện đến đi không ngờ như vậy, em ạ! Đơn giản và gọn gàng trong một mảnh giấy...

- Em nghĩ, ai mà được anh yêu thương, thì sẽ hạnh phúc lắm chứ! Ngọc nói, như lời thì thầm, lẽ ra anh phải được hạnh phúc, anh Bích à...

- Có vài người bạn cũng đã nghĩ như em, nhưng cuộc đời đâu phải "sòng phẳng" như vậy? Im lặng giây lâu, Bích nhìn soi lên khuôn mặt xanh xao của Ngọc, cũng như em - ngày xưa, anh đã từng làm "thầy bói" bảo em sau nầy sẽ rất sung sương, vì khuôn mặt phúc hậu và dáng đi khoan thai nhẹ nhàng, em không nhớ sao?

Ngọc cúi đầu, im lặng.

Đám đông chờ đợi phía trước quày bán vé mỗi lúc một đông, dài thêm ra như không bao giờ dứt - Bích thở dài: "Kiểu nầy chắc anh em mình phải ăn Tết xa quê rồi!"

- Hiện giờ anh đang ở đâu?

- Quận tám, bên kia cầu chữ Y...

- Anh thuê nhà trọ sao?

- Không, anh mua được một ngôi nhà nhỏ - nhưng cũng có chỗ để dành cho mẹ con em, Ngọc à...

*Tháng 12 - năm 2008*

**Mang Viên Long**

Bình Thơ

MAI LIÊN GIANG

# MỘT CÁCH TIẾP CẬN THƠ HOÀNG VŨ THUẬT (TỪ GÓC NHÌN VĂN HÓA)

Hoàng Vũ Thuật hiện diện như một hiện tượng thơ rất đáng chú ý trong đời sống thi ca Việt Nam đương đại. Thơ ông là kiểu thơ có mắt, có chân, có khả năng *bay lên xuyên tường rào/ xuyên núi/ xuyên đất/ đến và đi không biên giới.* Với hơn 10 tập thơ, từ *Những bông hoa trên cát* (1979), *Thơ viết từ mùa Hạ* (1984)… đến *Màu* (2010), *Mùi* (2014), *Cây xanh ngoài lời (2017),* Hoàng Vũ Thuật mang lại cho người đọc nhiều cảm nhận mới mẻ. Đã có khá nhiều bài viết tiếp cận thơ ông từ nhiều góc nhìn khác nhau với những phát hiện về *Nỗi cô đơn kéo dài vô tận* (Hoàng Đăng Khoa), *Thơ Hoàng Vũ Thuật- nhìn từ thi pháp học của Roman Jakobson* (Hoàng Thụy Anh), *thế giới tương hợp trong thơ* (Hồ Thế Hà), *Cô đơn thuộc phạm trù cái đẹp* (Nguyễn Đức Tùng), *Có một đường thơ mang tên Hoàng Vũ Thuật* (Nguyễn Thái Hoà), *Hoàng Vũ Thuật và những khối vuông rubic*(Yến Thanh)... Với ông, làm thơ như là định mệnh, là niềm khát sống, là điểm khởi đầu cho một hành trình văn hóa.

*1. Thiện như một phạm trù văn hóa trong thơ Hoàng Vũ Thuật.* Tiếp cận thơ Hoàng Vũ Thuật từ góc nhìn văn hóa, trước hết, có thể thấy hướng thiện như một mạch thơ, một tứ thơ dào dạt, và hơn thế nữa… *Thiện* ở đây như một phạm trù văn hóa.*Thiện* là yếu tố văn hóa đặc biệt đưa con người từ các miền khác nhau trên trái đất xích lại gần nhau hơn bằng nhiều cách. *Thiện* trong văn hóa sống là một dấu ấn văn hóa nhưng cũng là một chân lý trong thơ Hoàng Vũ Thuật. Trước cái thiện của văn hóa ứng xử, con người đôi khi vẫn phải phân vân, lưỡng lự nhưng có khi cần gia nhập tuyệt đối.Những mâu thuẫn phức tạp trong hành trình tìm kiếm cái thiện như một giá trị đích thực của cuộc sống là điều đáng trân trọng trong thơ Hoàng Vũ Thuật.*Thiện* trong thơ là một trong những phương thức tạo điểm gặp gỡ giữa con người với con người không biên giới. Tinh thần này xuyên suốt trong thơ Hoàng Vũ Thuật từ *Những bông hoa trên cát, Thơ viết từ mùa hạ, Giàn bí đỏ, Thế giới bàn tay trái, Cỏ mùa thu, Đám mây lơ lửng…* đến *Tháp nghiêng, Ngôi nhà cỏ, Màu, Mùi, Cây xanh ngoài lời. Thiện* hiện hữu trong tình yêu thương sâu sắc với cuộc sống, với con người, trong quá trình dấn thân sáng tạo nghệ thuật. Theo Hoàng Thụy Anh, "Văn hóa trong thơ Hoàng Vũ Thuật cộng hưởng xuyên suốt đời thơ, nhưng được thể hiện rất rõ qua hai mảng: văn hóa nhận thức và văn hóa sống"[(1)]. Trong hành trình thơ này, dù có khi hoài nghi về sự sống nhưng Hoàng Vũ Thuật luôn có niềm tin vững bền vào cái thiện của nghệ thuật đích thực, của lao động sáng tạo. Thơ ông vì vậy có cái nhìn chân thật về các giá trị cuộc sống, diễn đạt một cách sâu sắc về đời sống tâm hồn con người.Những vấn đề triết lý hướng thiện trong thơ ông càng được minh bạch, khúc chiết hơn khi ông chất vấn với các giá trị văn hóa. Nếu những điều này được ẩn mình trong các tập thơ trước qua đối thoại gián tiếp với hình ảnh của *bông hoa, cát, mùa hạ, cỏ, đám mây, ngôi nhà, tháp…* thì gần đây Hoàng Vũ Thuật diễn đạt rõ hơn bằng cách đối thoại trực tiếp. Thiện chính là văn hóa tinh thần của người Việt và cũng là biểu hiện văn hóa của toàn nhân loại. Con người dù ở một vị trí nào cũng cần đến nó. *Anh dầm trong nước, trong mưa gió/ Dành lại cho đời một khoảng khô"* (*Mùa lũ*); *Một đời anh chờ em/ Rừng một đời lá đổ/ Một ngày em chờ anh/ Biển một ngày giông tố/ Anh gọi hoài tên em/ Ngàn mây trôi không nói/ Anh gọi hoài tên em/ Cây rừng thay lá mới* (Biển và rừng)... Các hình ảnh anh, em, các chi tiết nghệ thuật trong thơ Hoàng Vũ Thuật đều có khả năng sống nhiều đời sống với ý nghĩa của biểu tượng.Các từ *yêu, anh, em, nàng...* xuất hiện nhiều trong thơ Hoàng Vũ Thuật không phải chỉ để nói chuyện tình yêu đôi lứa mà còn là kí hiệu của quá trình hành xử hướng thiện ở cuộc đời con người trong nhiều cảnh huống khác nhau. Thơ ông viết về nhiều vấn đề tốt xấu của con người nhưng điều quan trọng là hướng con người vào ý thức hướng thiện. Khi quá trình nối kết văn hóa trở thành nhu cầu tất yếu, nhà thơ cần đối thoại, thể hiện sự thông hiểu, cách nhìn nhận và ứng xử với các giá trị văn hóa trong quá trình sống của con người theo hướng thiện. Nói như Hoàng Thụy Anh, thơ Hoàng Vũ Thuật "phản ánh khá trung thực đời sống nhân loại, bè nổi lẫnbètrầm đều tồn tại nhiều khổ đau, chia lìa, li tán... Nó khiến con người phải oằn lưng gánh chịu những thương tích, những lở lói chưa thể liền sẹo. Hoàng Vũ Thuật tháo tung, giải phẫu cõi thế của *Mùi* với một khao khát thay đổi lại thế giới này, để con người đến với con người bằng tấm lòng chứ không phải bằng sự đố kị, ích kỉ, hẹp hòi, để chúng ta dừng lại trước những thi ảnh, ngẫm ngay từng ý tưởng mà tự vấn, suy nghĩ, thiết lập một bầu không khí tươi đẹp hơn. Ý thức ấy xuyên qua mỗi con chữ, mỗi câu thơ, mỗi thi ảnh. Vì thế, bài thơ nào của ông cũng nằng nặng nỗi lo, bất an trước trắc trở của nhân loại. Nhà thơ nhận biết được, thấy được và can đảm, táo bạo lật tẩy những gì đang tồn tại hai mặt. Nhưng một khi máu và nước mắt song hành thì đâu dễ cứu vãn được?"[2]. *Xuyên núi, xuyên đất*… và thơ Hoàng vũ Thuật có khả năng lan thấm vào các thế hệ bạn đọc không đường biên: *con thương Tổ quốc thời loạn lạc/ giặc ở bên hông giặc ở sau nhà/ con thương Tổ quốc/ chiếc đòn gánh hai đầu mưa sa/ sao đường đi chênh vênh heo hút/ vẹt mòn* bàn chân mẹ (Đám tang của biển, Cây xanh ngoài lời). *Thiện* là yếu tố tạo lực hút, rút ngắn khoảng cách giữa thơ với người đọc trong những cấu trúc ngôn từ không dễ hiểu của thơ Hoàng Vũ Thuật.Bởi hướng thiện nên trong thơ Hoàng Vũ Thuật thể hiện rõ quan niệm sống là để trải nghiệm một giá trị.

*2. Sống như một giá trị văn hóa*. Sống bao nhiêu đời sống cho vừa? Sống một hay sống nhiều đời sống? Sống là để chết hay sống là để sống, chết đã hết chưa hay chết là tận diệt, là hết?... Đó là trăn trở trong thơ Hoàng Vũ Thuật và cũng là điểm giao văn hóa của nhân loại. Đối với các triết gia, điều này luôn được đặt ra với các khái niệm như linh hồn, thể xác, kiếp sống, luân hồi, tâm linh, oan hồn từ các quan điểm đa chiều của các trường phái tôn giáo. Tuy vậy, câu hỏi này chưa dễ gì đến hồi kết thúc bởi sự sống và cái chết vẫn cứ mãi song hành. Như một cách đối thoại văn hóa sống, càng gần tới chân trời của lẽ sống chết, Hoàng Vũ Thuật càng ý thức rõ ràng hơn về điều này. Đã có ý kiến cho rằng: "Dưới nguồn cảm hứng nào, thơ Hoàng Vũ Thuật đều ẩn chứa một mạch ngầm tư tưởng, chứa đựng ý nghĩa triết học văn chương. Nó nói lên cốt cách, bản lĩnh, nhân cách người nghệ sĩ và trở thành biểu tượng văn hóa sống trong một giai đoạn xã hội nhất định… Thơ như lớp sóng ngầm có khả năng thẩm thấu và lan tỏa trong tâm hồn độc giả"[3]. Đánh giá này rất đúng với thơ Hoàng Vũ Thuật. Quan điểm rõ ràng của nhà thơ là chết không phải là kết thúc: *Về bên kia thế giới vĩnh hằng đâu phải là mãn hạn/ câu thơ mắc nợ/ lẽo đẽo cân đo/ mười tháng hai mươi mốt ngày /cuộc chiến phi lý/ trong cơn đau anh nhận ra/ dũng cảm chân thật và hèn nhát/ anh nhận ra từng gương mặt/ như con đường nhận ra những bước chân/ ký thác/ không thể xóa đi vết lở lói nơi con người/ chẳng lẽ thay cho họ/ trái tim con bò/ mẫn cán/ nhai lại/ đôi khi một đời không đến được/ tới giờ yên nghỉ/ mới thấy chúng ta giàu có rất nhiều/trong mỗi ý niệm sống vô hạn/ ta đã là của nhau* (*Chết không phải là kết thúc* – Mùi). Thơ ông vì vậy giúp bạn đọc ngộ rõ ý niệm về lẽ sống chết để tâm lạc hơn. Từng khoảnh khắc sống với nhà thơ đều là quá trình đối thoại với văn hóa ứng xử. Sống trong thơ Hoàng Vũ Thuật là sắc sắc không không, là vô vi, là kiếp trần gian sinh sôi, là đến và đi không biên giới. *Kẻ đào huyệt tự chôn mình* dưới chân Kim Tự Tháp/ Bầy chó sói nơi cánh đồng hoang *rú rống đêm thâu/ Người gieo vãi gom nhặt hạt mạch thơm bên/ dòng sông Nin chảy xiết/ Xích sắt mòn cổ chân nô lệ da đen/ Vó ngựa Vạn Lý Trường Thành lốc cốc tiếng ống/ xương va vỡ khô khan/... /Hạt bụi nào* đúc nên em, *ban cho em trái tim rung/ tiếng chuông đồng vọng chiều xa/ Hạt bụi nào* đúc nên ta trọn cõi phiêu diêu*/ quên tháng quên năm?/ Rồi một mai nhật thêm sáng, nguyệt thêm trong/ mà cuộc người* đã tan, kiếp người đã tận/ Rồi một mai đời *thả rơi ta dọc đường những tờ/ giấy mỏng/ Trước bàn cờ đen trắng/ Có có, không không* (Mùi) hay *đâu đó rất xa vừa nhìn thấy vừa không nhìn thấy/ nghe được sờ được/ dòng thác nóng ran hai bờ đêm/ nguyên bản cuộc sống vốn thế/ cơn sốt bất thần run bần bật/ có thể viêm nhiễm sau cuộc phẫu/ có thể mới ra đời đã biến mất/ có thể từ trời cao đổ xuống từ dưới đất trồi lên/ mằn mặn nhàn nhạt hương một loài/ hoa không tên gọi/ mùi mưa mùi nắng mùi gió mùi cáu bẩn/ mùi nguyên trinh/ mùi kiệt quệ mùi phục sinh mùa/ mùi của mùi* (Mùi). Kể cả khoảnh khắc sáng tạo trước nhà thờ Đức Bà Paris, ông cũng đã nghĩ đến những linh hồn oan ức. Từ góc so sánh giữa văn hóa sống thi vị giữa trời Âu với văn hóa sống thú vị của một đất nước mang tiếng là nhân văn, nhân đạo cao cả, Hoàng

Vũ Thuật có những câu thơ gợi tả sâu sắc *đàn chim không biết sợ hãi/ chúng sà xuống hồn nhiên/ giữa lòng bàn tay/ ăn mẩu bánh mì/ hình như không biết tôi đến từ xứ sở mà chim/ là đặc sản/ ở đó loài chim bị chém ngang tiếng hót/ vặt trụi lông/ thiêu trên bếp than rừng rực/ ở đó chim không có quyền bay vào trời rộng/ bơi giữa hồ xanh trong/ chim chỉ biết mua vui yến tiệc/ hai mươi tám vị tông đồ ngự trên tường cao/ hai mươi tám cánh thiên thần/ trắng muốt/ tôi là thằng gù Quasimođo/ đơn độc kéo hồi chuông/ hỡi những hồn oan* ***bé nhỏ bây giờ*** *nơi đâu*(Trước nhà thờ Đức Bà Paris). Hay khi bên tượng Linga, ông đã viết với ý nguyện dâng lên Hoàng Hậu Paramecvari như thể hoàng hậu vẫn đâu đây trong tâm hồn người Việt. Oan hồn xuất hiện trong biến loạn lịch sử luôn ám ảnh những thi sĩ *trong tấm áo sương/ nàng là hoàng hậu vừa tấn phong của vương quốc/ tình yêu/đôi má quét lửa/ sơn hà/ sơn hà/ sơn hà ơi/ đàn ngựa chiến hí vang lao về trong đêm huyền sử/ nghi lễ nước mắt/ sung mãn những vần gân nóng hổi/ sản sinh/ dưỡng nuôi nghìn thế hệ/ cao trên cao/ lởn vởn hồn oan thoát chạy trước cơn biến loạn/ thánh tích linh thiêng đổ sụp bên đồi/ ôi linga/ ngạo nghễ máu dựng đứng giữa bầu trời*" (Bên tượng Linga). Từ quan điểm sống, Hoàng Vũ thuật có cách viết riêng về cái chết: *cái chết được thử nghiệm/ I rắc/ giờ thì Li Băng/ máu xoáy sẹo đen lòng biển/ những ngày thảm khốc tôi vùi chân bên dòng Nêva... thác máu dát đỏ cung điện Mùa Đông/ máu chảy trên hè phố tôi qua / trước khải hoàn môn tốp lính kín mặt vành băng trắng/ a men/ a di đà/ tôi giật lùi và chắp tay lên ngực/ nhân loại kéo nhau đi về phía bỏng rộp.../ như thời Pi e đệ nhất/ chẳng ai nhận biết bước chân mình/ cái chết cao hơn mọi thứ/ có thể tin hay không*" (Màu)...Ý thức rõ ràng về cái chết nên Hoàng Vũ Thuật luôn trân trọng từng khoảnh khắc sống trong cuộc đời, trong thơ, trong mọi không thời gian sáng tạo. Thơ vì vậy như là những khoảnh khắc nhật ký sống sinh động đã đi qua từng sát-na cuộc đời ông với bao hỉ nộ ái ố. Trong niềm tin vào đức hạnh nhiều kiếp từ thế giới tâm linh, Hoàng Vũ Thuật đã có sự điều chỉnh phương cách sống theo một tinh thần khoa học, phù hợp với thực tại. Phải chăng đây cũng là một cách thức tạo ra sự hài hòa trong văn hóa sống giúp nhà thơ tìm đến sự cân bằng trong xã hội. Với ý thức chết không là tận diệt nên Hoàng Vũ Thuật đã sống một cách xứng đáng, trước hết là sự nghiêm túc đối với sáng tạo nghệ thuật. Những đột phá bất ngờ trong việc sử dụng các cấu trúc ngôn ngữ, hệ biểu tượng, nhịp thơ, thủ pháp lạ hóa, sự tài hoa trong quá trình lắp ghép yếu tố nhạc tính trong thơ... tạo nên một Hoàng Vũ Thuật có phong cách riêng, đáng được trân trọng.*Thiện* trong thơ Hoàng Vũ Thuật vì thế có khả năng đến gần với tự do.

*3. Tự do là khát vọng sống, khát vọng nghệ thuật.* Tự do, từ bi, độ lượng cũng là điểm nối kết của văn hóa nhiều quốc gia. Theo Sartre, tự do là bản chất của con người! Điểm thu hút của thơ Hoàng Vũ Thuật từ chi tiết nghệ thuật trong cách nhìn liên văn hóa còn là ở chỗ không nhằm đặc tả văn hóa hay cố ý tạo ra những sự kiện văn hóa liên quan theo cảm quan truyền thống. Mà điều này như một lẽ tự nhiên thấm vào từng câu thơ. Văn hóa sống của ông chính là sự tự do, là sự từ bi, độ lượng trong mọi cảnh huống và ngay cả trong tình yêu thương. *Tự do là giọt máu của anh và tôi/ là bóng từ bi hiện ra khuya khoắt/ là vòng tay người yêu dấu* (Tự do). Trầm tĩnh, sâu sắc, điềm đạm, từ tốn trước vần xoay của thế thái là cách ông tạo nên khoảng vượt thoát cho thơ cũng như cho chính cuộc đời mình. Thơ ông buộc người đọc sửng sốt trước cảm xúc sống của tác giả khi đối diện với các tầng tầng văn hóa chi phối mạnh mẽ đến khát vọng sống tự do của con người. *"Chị đi tìm tự do trên đất tự do như tìm báu vật"* (Janet). Và đất nước nào trên thế giới này mà không muốn có tự do! Như thế, nói về văn hóa của Mỹ hay của Nga, của Bỉ, của Việt Nam thì cũng chính là của nhân loại rồi. Văn hóa trong thơ ông vì vậy có khi chính là biểu hiện của bản năng sinh tồn, của khả năng thích ứng của con người với thế giới, là khoảnh khắc giành giật sự sống trước tử thần luôn rình rập con người như ốm đau, bệnh tật, chết chóc, hủy diệt, chiến tranh, chia ly, thù hận, ô nhiễm và bạo lực… có khi là hiện tồn của phi ngã, bất nhân, sự sụp đổ của nền văn minh châu Âu hiện đại *bức tường hình chữ V khoét vào đất/ vô số dòng tên lạnh/ chôn cùng màu đá đen/ nước mắt người mẹ lần tìm con/ không đủ sáng/ nước mắt người vợ lần tìm chồng/ không đủ ấm/ tôi chợt nhớ những chiếc hầm chữ V/ đêm đêm ở quê nhà/ chôn nụ cười trẻ thơ/ mẹ ngóng con sau lỗ thông hơi mờ mịt/ vợ ngóng chồng qua cửa âm u/ đất rùng mình/ sau loạt bom hoang dại.*(Bức tường kỷ niệm chiến tranh Việt Nam ở Washington). Có thể nói đây là những câu thơ xúc động nhất của Hoàng Vũ Thuật khi đối diện với văn hóa. Trong khoảnh khắc ấy vừa có cả sự đớn đau chua xót, lòng căm phẫn lẫn với niềm tự hào tôn kính thiêng liêng. Hay khi ở Mátxcơva, dướitượng Exênin, Hoàng Vũ Thuật viết *hai người đàn ông thổi kèn/ vừa thổi vừa nhảy/ ngôn thanh tám mươi năm trước/ vòng người cuộn thắt/ ngực áo tháo tung/ Exênin đứng mà đang chạy/ dòng chữ bị săn/ đuổi/ thơ làm được gì.../ mắt Exênin đẫm nước... tiếng kèn vỡ vụn/ máu trào sau nụ hôn* (*Viết dưới tượng Exênin* – Màu). Các chi tiết văn hóa xuất hiện trong thơ ông khá đa dạng như cầu Mirabeau, *Đảo Liberty-New York,* Cali,Vạn Lý Trường Thành, Matxcơva – Phố Tuyết, mộ Lép Tônxtôi, cỗ xe ngựa, Xanh Pêtécbua *trên cầu Mirabeau/ Apollinaire đang quệt sơn vòm cong tuyết sáng/ sông Seine chậm rãi/ nhịp điệu tháng ngày qua/ dòng người dài thêm già đi mà sông thì mãi trẻ/ mùa này cây trút lá cho trời rộng thêm/ khôi nguyên trái tim ứa ra vệt son tươi rói/ bầy mòng biển líu ríu tình yêu dại khờ/ anh gieo vào đôi mắt nâu câu thơ Mirabeau /Apollinaire còn đây/ em thả tóc vàng óng mượt/ cầu đỏ bừng sau cặp môi hôn* (Cầu Mirabeau). Có khi tác giả diễn tả nỗi đau từ văn hóa sinh thái qua hình ảnh của những *cánh tay chọc thủng gạch ngói/ những chiếc nón vẫy mưa/ những tiếng kêu đứt đoạn/ những hốc mắt đói nhìn...sách vở trộn bùn đất/ rơm rạ trộn thây người.../... hai mươi vạn ngôi nhà nhô lưng rùa / lặn ngụp/ nước ngự trị trong thung lũng chết/ mênh mông Kiến Giang Thạch Hãn sông Gianh sông La/ khóc vì thiếu nước*(Lá cứ hồn nhiên). Văn hóa còn quyện vào thơ Hoàng Vũ Thuật liên tục từ các hình ảnh liên quan đến Văn Cao, Trịnh Công Sơn, Mozart Beethoven hoặc Bach, Kobo Abe, người đàn bà trong cồn cát, con hủi buồn Helena Mniszek, đảo Tự do, gã đàn ông da trắng cầm đàn, chiếc túi thổ cẩm, con rồng đất phương đông, cây đèn gió, cầu Chùa… đến *ngôi tháp cổ nghiêng, những viên gạch sững sờ, trái tim Lạc Việt, người Digan* (Màu), hình Giê-su đóng đinh trên cây thánh giá... Mỗi lần xuất hiện chúng đều có sức gợi tả lớn. Và như ông đã viết: *hôm nay ngày cuối/ bắt đầu một kiếp khác/ tự do* (người). Điều quan trọng là Hoàng Vũ Thuật đã biết trước và hành xử với chúng rất đúng mực.Hình ảnh, tên gọi các nhà thơ bậc thầy nổi tiếng của nhân loại đến từ các châu lục có mặt trong thơ Hoàng Vũ Thuật khá đa dạng từ các góc nhìn.Sự xuất hiện của họ là biểu hiện của quá trình kết hợp giữa năng khiếu nghệ thuật và quá trình khổ luyện của Hoàng Vũ Thuật. Nhà thơ chưa hề ngừng nghỉ học hỏi các tiền nhân! Đây là bài học về lao động nghệ thuật đáng trân quý từ thơ ông cho thế hệ sau. Tự do cũng là mục đích đến của mỗi nhà thơ trong hành trình sáng tạo nghệ thuật. Tự do như một khát vọng sống, khát vọng nghệ thuật đã thể hiện trong cách Hoàng Vũ Thuật lựa chọn ngữ liệu, lựa chọn kết cấu tác phẩm, cấu trúc câu thơ. Thơ của Hoàng Vũ Thuật vì vậy được đánh giá là "vừa trực diện vừa đầy ám dụ. Hiện thực đớn đau, đổ nát, mất mát, chia lìa... được chứng nghiệm bởi một cái tôi hiện sinh, khao khát được sống tự do, tìm kiếm tự do đích thực... hiện hữu song song giữa hai cái tôi: cái tôi ý thức và cái tôi vô thức. Hai cái tôi này có lúc hòa quyện, có lúc đối nghịch nhưng đều cùng nhau giúp nhà thơ tìm thấy cái tôi của chính mình. Cái tôi vô thức có lúc như đánh mất bản thể trong bầu không khí khác nhưng đã được cái tôi ý thức dẫn đường, vượt lên nỗi bi phẫn, tiếp tục hành động, dấn thân để tìm kiếm tự do. Khát vọng đi tìm tự do đích thực của cuộc sống cũng như việc khẳng định, tìm kiếm bản thể của mình chính là mắt xích, vẻ đẹp của tập thơ"(4). Không chỉ là khát vọng tự do, thơ Hoàng Vũ Thuật còn thể hiện những tầng nghĩa khác từ điểm nhìn liên văn hóa. Ở các tập thơ cuối, sự cộng hưởng văn hóa đa quốc gia càng thể hiện rõ nét. Qua các biểu tượng liên văn hóa, triết lý sống của người nghệ sỹ càng hiện rõ hình hài.

*4. Liên văn hóa trong thơ Hoàng Vũ Thuật.*Cuối thập niên 80 của thế kỷ XX, khái niệm liên văn hóa trở thành một trong những hướng nghiên cứu tác phẩm khá phù hợp với xu thế phát triển văn học toàn cầu hóa.Liên văn hóa hướng đến sự giao thoa, rút ngắn khoảng cách giữa các vùng văn hóa. Theo đó, trong sáng tác, liên văn hóa cũng là vấn đề được các tác giả luôn trăn trở. Làm thế nào để quá trình đối thoại giữa các nền văn hóa trong thi phẩm tạo điều kiện cho người đọc có cơ hội tiếp xúc với tinh hoa văn hóa của các nước khác mà vẫn giữ được tư chất riêng của mình.Liên văn hóa trong văn học xuất phát từ sự dung hợp, đối thoại văn hóa.Hướng tiếp cận tác phẩm như là một cách giao tiếp văn hóa được nhiều nhà nghiên cứu quan tâm. Trong nhận định của Hyundok Choe "Tính liên văn hoá hàm ý một mối quan hệ bình đẳng giữa những nền văn hoá khác biệt như những chủ thể bình đẳng với các quyền bình đẳng. Đó là nền tảng để chấp nhận người khác với tính căn nguyên độc đáo của họ trong khi vẫn nhận biết sự khác biệt và đa dạng"(5). Sự đa dạng của văn hóa trong tác phẩm là điều quan trọng giúp người đọc tiếp cận với nhiều sắc thái không gian, thời gian sáng tạo thẩm mỹ. Liên văn hóa trong thơ thường biểu hiện ở tính phong phú về biểu tượng do văn hóa các dân tộc trên thế giới mang lại. Theo quan điểm của Kristeva, "văn bản luôn ở trong tư thế vận động, kí hiệu trong văn bản mang nhiều nghĩa và có nhiều yếu tố hòa nhập vào nhau để tạo nên tác phẩm văn học, trong đó có sự kế thừa của các văn bản trước đó. Đây là tính liên văn bản của mọi văn bản"(6). Đặc điểm liên văn bản thường có mối liên hệ sâu sắc với liên văn hóa trong văn học. Trong Thơ Hoàng Vũ Thuật, điều này được tạo nên từ mối quan hệ nội tại bên trong kiểu tác giả, cấu trúc, từ ngữ, chi tiết nghệ thuật, biểu tượng văn hóa. Đã có nhiều nhà nghiên cứu nói về biểu tượng văn hóa trong thơ Hoàng Vũ Thuật. Ở đây, chúng tôi nhấn mạnh thêm đặc trưng hình tượng nghệ thuật thơ Hoàng Vũ Thuật được kiến tạo bởi tính sáng tạo, tính khác và tính phổ quát của một số biểu tượng văn hóa đặc trưng. Thông thường, trong sáng tác, kiểu tác giả liên văn hóa thường tập trung ở các nhà văn hải ngoại hoặc những nhà văn hiện đại có sự thông hiểu rộng về văn hóa trong và ngoài nước. Những tác giả thuộc kiểu này thường sử dụng giọng điệu triết lý về văn hóa gốc trong sự đối thoại với nền văn hóa khác hay đối thoại với chính mình. Qua các biểu tượng văn hóa trong tác phẩm, các tác giả tái hiện và sáng tạo bức tranh xã hội qua nhiều thời đại. Họ có vai trò quan trọng trong quá trình phát triển văn học theo xu hướng toàn cầu. Hoàng Vũ Thuật thuộc nhóm tác giả đã có nhiều trải nghiệm đời sống văn hóa nghệ thuật qua những lần dịch chuyển không thời gian sáng tác. Không phải là kiểu nhà thơ hải ngoại nhưng những trải nghiệm thực tiễn về văn hóa của Hoàng Vũ Thuật đã tạo nên điểm khác biệt trong thơ ông. Nói như Orhan Pamuk: "Tôi muốn mình là một chiếc cầu với cảm giác là chiếc cầu không thuộc về một lục địa nào hết, không thuộc về một nền văn minh nào hết và chiếc cầu lại có cơ hội độc đáo là được nhìn thấy cả hai nền văn minh và đồng thời lại nằm ngoài chúng. Thật là một đặc ân kỳ diệu!"(7). Văn hóa trong thơ Hoàng Vũ Thuật mang lại mối liên hệ tương thông tốt đẹp cho người đọc khi cảm nhận thế giới. Các yếu tố liên văn hóa cũng sẽ luôn tác động và hiện diện trong quá trình sáng tác của các nhà thơ. Nó không chỉ tác động vào nội dung mà cả ở quá trình tìm tòi sáng tạo, thay đổi kỹ thuật viết liên tục của tác giả qua từng tập thơ. Yếu tố đối thoại là điểm cơ bản của liên văn hóa. Trong thơ Hoàng Vũ Thuật, đối thoại văn hóa xuất hiện ngay khi có hơn hai nền văn hóa cùng hiện diện. Cấu trúc ngôn ngữ thể hiện cái nhìn chủ động trong đối thoại văn hóa của bản thân chính tác giả. Bình đẳng, đối thoại về văn hóa, chính trị, tôn giáo, sắc tộc... cũng là một yếu tố xuất hiện khá nhiều trong thơ Hoàng Vũ Thuật. Tuy nhiên, tính liên văn hóa không tồn tại như một bình diện cụ thể trong thơ Hoàng Vũ Thuật mà chỉ là một quan niệm về sự đối thoại, tương tác văn hóa được xuất hiện với nhiều trạng thái khác nhau qua từng tác phẩm. Từ quá trình đối thoại với nhiều nền văn hóa có liên quan mật thiết với Việt Nam trong lịch sử như Nga, Pháp, Mỹ... nhà thơ đề cập đến sự tương quan giữa những nền văn hóa khác biệt. Đây chính là thông điệp đổi mới sáng tạo trong nghệ thuật của thơ ông. Mỗi quốc gia xuất hiện trong thơ Hoàng Vũ Thuật là những nơi ông đã đến, hoặc đã từng đau đáu suy ngẫm về sự linh diệu của nó trong quá trình trường tồn của lịch sử nhân loại. Các chi tiết văn hóa đều được khẳng định từ bản sắc văn hóa riêng trong cách nhìn mới của nhà thơ như hình ảnh của cầu Mirabeau, nhà thờ Đức bà Pa-ri, tượng thằng cu đái, Janet trong quan hệ với Nhà trắng, Washington, lin-ga...Tác giả đưa vào thơ hình hài của những cuộc đụng độ các giá trị văn hóa nhân loại. Trong thời đại toàn cầu hóa, thơ ông vì vậy vượt khỏi giới hạn nhà thơ của địa phương Quảng Bình. Những điểm giao văn hóa ở các tác phẩm khơi mở cho cuộc hội ngộ văn hóa các dân tộc. Đặc biệt những hình ảnh văn hóa của các nước có liên quan mật thiết đến thành tựu lịch sử, nghệ thuật của nhân loại, của Việt Nam đều được diễn đạt bằng những cách nhìn độc đáo. Người đọc có thể nhận ra điều này khi trước tượng*Thằng cu đái*, biểu tượng của Vương quốc Bỉ, ông viết: *rướn cong thỏa thích tè/ sô-cô-la/ bia/ dâu chua cam ngọt/ tóe tung tiếng người/ nước đái cứu đồng loài thoát lưới bom hủy diệt/ những cơn hỏa hoạn điên khùng/ cu đái cười ngạo nghễ/ tuyết lợp trắng mái nhà Brussels/ chuông ngựa leng keng ấm quảng trường giá buốt/ thằng cu hồn nhiên/ tè/ xuống đầu nhân loại/ cơn mưa hòa bình* (Mùi). Trong những câu chuyện văn hóa kiểu này, Hoàng Vũ Thuật thường bộc lộ một cái nhìn mới mẻ, đa chiều, sinh động về các sự kiện lớn của nhân loại tưởng như không còn gì để kể. Điều quan trọng đối với người đọc ở đây là những tầng ý nghĩa sâu xa có từ cách sắp xếp các hình ảnh biểu tượng gần như đối nghịch trong tác phẩm để cuối cùng thả nút cho bài thơ là những suy tư về mối liên hệ giữa sô – cô – la, bia, dâu, nước đái, những cơn hỏa hoạn, cái cười ngạo nghễ... và cơn mưa hòa bình. Hay về chuyện đã hơn mười tám năm, Janet - một công dân Mỹ dựng lều ngay trước tòa Nhà Trắng để phản đối chiến tranh, chất độc da cam, đòi hòa bình và tự do cho con người, Hoàng Vũ Thuật viết: *chị đi tìm tự do trên đất tự do như tìm báu vật/ nắng phủ túp lều khô đám người ngang qua mỗi ngày rậm rịch/ tiếng con chim trốn tuyết thỏi bánh mỳ từ thiện nuôi chị/ mười tám năm dai dẳng trước tòa Nhà Trắng/ sao không hốt chị cùng túp lều tơi tả kia/ sao không tống khứ chị ra khỏi vùng cần tĩnh lặng/ sao không bố thí nơi chung cư dành cho người thu nhập thấp/ chị lượm hết những chiếc lá cuối mùa/ những nụ cười bỏ quên sau hàng cây sáng sớm/ những nụ hôn tươi rói và căng lên dòng chữ tự do/ công bằng chiến tranh hay tự sát/ một chiếc lá Việt rớt xuống lòng bàn tay chị* (Janet, Mùi). Trải nghiệm sự đụng độ văn hóa, Hoàng Vũ Thuật suy tư về một quy luật tất yếu tạo nên những hố sâu ngăn cách, phân biệt giữa các vùng nền văn hóa khác nhau nhưng luôn có sự liên quan mật thiết với nhau. Không thể không xúc động trước cảm nhận *những nụ hôn tươi rói và căng lên dòng chữ tự do/ công bằng chiến tranh hay tự sát/ một chiếc lá Việt rớt xuống lòng bàn tay...* trong cảm thức văn hóa của nhà thơ. Có lẽ đây chính là biểu hiện sâu sắc nhất của tính đối thoại, sự va chạm giữa các nền văn hóa trong trách nhiệm, ý thức của một cá nhân nhà thơ trước lòng tự tôn dân tộc. *Chiếc lá Việt* là một sự liên tưởng văn hóa đa chiều, là hình ảnh lịch sử của cả dân tộc ngàn năm đang dậy sóng trong trái tim thi sĩ khi đứng trước một đất nước có quá nhiều vấn đề cần đối thoại với Việt Nam. Đây là cách riêng của thơ Hoàng Vũ Thuật trong quá trình góp phần kiến tạo một nền văn hóa sống. Không cần đến những bài thuyết giảng chính trị dông dài, Hoàng Vũ Thuật đã giữ một tư thế đối thoại văn hóa đầy bản lĩnh, sâu sắc. Đâu phải chỉ có đất Việt, dân tộc Việt mới phải đi tìm tự do, tìm lẽ công bằng, phải đối mặt với chiến tranh, sự hủy diệt. Các biểu tượng văn hóa trong thơ Hoàng Vũ Thuật ẩn chứa nỗi đau âm thầm trước những vấn nạn của nhân loại. Đó cũng là cách khác để nhà thơ tạo dựng mối quan hệ với nghệ thuật và ứng xử với cuộc sống của chính bản thân mình.Trong xu thế thời đại, sự đụng độ văn minh, sự tương đồng giữa các nền văn hóa là điều dĩ nhiên.Từ đặc điểm này, Hoàng Vũ Thuật đã thể hiện khát vọng sâu xa về một xã hội có văn hóa thật sự cần cho cuộc sống con người. Nhu cầu này gần như đã tác động mãnh liệt lên số phận của mỗi nhân vật, mỗi thân phận, mỗi con người, mỗi đất nước mà nhà thơ đã từng tiếp xúc. Dù cho lối sống của xã hội hiện đại có nhiều thay đổi bởi những xô bồ, rối loạn nhưng với Hoàng

Vũ Thuật, những biểu tượng văn hóa nghệ thuật đích thực vẫn luôn trường tồn với thời gian. Dù cho biểu tượng ấy có thuộc về một đất nước nào thì mỗi cá nhân con người trên trái đất này, từ các khu vực địa lý khác nhau đều có quyền được hưởng thụ, được gìn giữ, được sáng tạo, được tạo mối quan hệ tình cảm theo cách của riêng mình. Và cách của Hoàng Vũ Thuật là làm thế nào để có thể tạo ra một đời sống văn hóa mới trong hình hài đã vững bền hàng ngàn năm! Thơ Hoàng Vũ Thuật dù có mô tả đến ngọn gió, đám mây thì cũng đã ẩn chứa trong đó văn hoá của lòng yêu Tổ quốc, yêu thiết tha mảnh đất hình chữ S. *Tôi yêu Tổ quốc/ như mẹ tôi yêu mảnh vườn chăm từng tấc đất/ khi tôi chết/ Tổ quốc bọc trong tấm áo choàng/ muôn cành biếc* và những cỏ cây/ chiếc áo đơn sơ tôi vẫn mặc ngày ngày (*Tôi muốn nói bằng tiếng nói Tổ quốc tôi* - Cây xanh ngoài lời). Bằng các thủ thuật lạ hóa của thơ hiện đại, Hoàng Vũ Thuật đã mang đến cho bạn đọc niềm hứng khởi thú vị.Người đọc luôn được thay đổi cảm xúc, trạng thái sau mỗi lần đọc lại thơ Hoàng Vũ Thuật.Đây cũng là biểu hiện của tính đa nghĩa trong thơ Hoàng Vũ Thuật mà nhiều nhà phê bình đã thừa nhận.*Đời người bao nhiêu khổ hạnh /Niềm vui một kiếp bèo trôi/ Những chiếc ghế như sự khuôn phép chỗ ngồi/ Ai cũng vậy không xoay mình theo hướng khác"* (Thi sĩ đen). Sáng tạo nữa và sáng tạo mãi là triết lý sống của Hoàng Vũ Thuật. Triết lý này không phải của riêng nhà thơ mà luôn là lẽ sống nói chung của các nghệ sỹ chân chính ở bất cứ vùng văn hóa nào trên trái đất.

Văn hóa có mặt trong thơ Hoàng Vũ Thuật như một yếu tố tự nhiên chi phối tác giả trong việc lựa chọn ngôn từ và kiến tạo văn bản. Mỗi nhân vật, câu chuyện trong thơ Hoàng Vũ Thuật được xếp cạnh nhau, xuyên không gian, xuyên thời gian "*xuyên tường, xuyên đất*". Nói như Hyundok Choe thì văn học tự bản chất đã là một "kí hiệu đa văn hóa"[(8)]. Trong thơ Hoàng Vũ Thuật, chân lý đã không được giao quyền độc tôn cho bất cứ một chủ thể nào. Những biểu hiện đa dạng hay khác biệt, bình đẳng văn hóa luôn được tác giả tôn trọng dù biết rõ rằng trong cuộc sống luôn diễn ra sự "đụng độ, va chạm" văn hóa liên tục. Ở góc nhìn khác, có thể nói tác giả đã khai sâu tính nhân loại vốn là bản chất của văn học mà ở thế hệ nhà thơ nhiều người không nhắc tới. Văn hóa trong thơ Hoàng Vũ Thuật chính là con người.Điều này góp phần mở rộng biên độ địa giới đóng kín của thể chế mỗi quốc gia.Văn chương không thể thoát ly dân tộc, nhưng không vì đề cao tính dân tộc mà làm mờ đi tính nhân loại. Dấu ấn văn hóa trong thơ Hoàng Vũ Thuật làm cho con đường *xuyên tường/ xuyên đất/ đến và đi không biên giới* (Mùi) của ông ở tư thế mở. Tư tưởng và tính nhân văn thường trực trong thơ được phô ra từ tâm cảm nhà thơ.

**Mai Liên Giang**

------------------

(1,2) Hoàng Thụy Anh, *Thơ Hoàng Vũ Thuật nhìn từ thi pháp học của Roman Jakobson*, Nxb Thuận Hóa, 2010, tr.71, 79.

(3,4) Hoàng Thụy Anh, *Tiếng vọng đa thanh*, Nxb Hội Nhà văn, 2016, tr.147, 153.

(5) Hyundok Choe: www.vanhoahoc. Nguồn: *Triết học liên văn hóa*: Khái niệm và lịch sử (Lương Mỹ Vân dịch, Trần Tuấn Phong hiệu đính), tạp chí Triết học, số 2 (201), tháng 2/2008.

(6) Roman Ingarden, *Tác phẩm văn học*, Nxb Gondalat, Budapest, 1977, Trương Đăng Dung dịch, Bài in trong *Tác phẩm văn học như là quá trình, Nxb KHXH, 2004,* tr. 315.

(7) Orhan Pamuk: *Nối liền hai thế giới*, Damau.org, 21.10.2006. Nguồn: http://www.pbs.org

(8) Hyundok Choe, Sđd, tr.1.

thơ

HỒ CHÍ BỬU

## GẶP NÀNG

Em mang sông núi trên người
Ta mang cung kiếm. Cuộc đời oái ăm
Gặp nhau đêm hội trăng rằm
Cớ sao lại bước vào nhầm tử, sinh?

## ĐÊM VŨNG TÀU NGHE THÁI THANH HÁT

Lạ gì tiếng hát khói sương
Lời ca như giết đoạn trường trong ta
Ngước nhìn biển rộng bao la
Con thuyền vô trạo một ta một mình

## PHƯƠNG XA

Trèo lên trên đỉnh sầu đông
Thấy bầy chim nhỏ đang đồng dao ca
Hỡi người lạ ở phương xa
Còn tìm đâu nữa bóng tà tịch xưa?

## HỜ HỮNG

Nửa tối trở về nực nồng hơi rượu
Vợ ta nước mắt môi cắn môi
Nằm quay vô vách ta không nói
Rờ rún mà ngâm mẹ kiếp đời

## THƠ TÌNH

Bài thơ ta viết từ lâu lắm
Muốn đọc cho nàng nghe thất kinh
Nghĩ ra nàng đã sang nhà khác
Thôi để riêng ta giữ một mình

## XUẤT

Nửa đêm nằm mộng không ngờ
Sáng ra tắm rửa đề thơ tặng nàng
Cho hay suối ngọc vô vàn
Cửa thiền chặn lại cửa nàng mở ra

## TRỞ LẠI

Ta quăng bình bát xuống sông
Bình trôi nước ngược lên dòng thượng lưu
Định về cởi áo đi tu
Gặp em đang tắm – còn tu nỗi gì?

## BUỘC LÒNG

Chiếc nhẫn sau cùng đem bán nốt
Dù rằng di tích của tình xưa
Con ta khát sữa nằm nhăn nhó
Dù tiếc dù thương cũng chẳng chừa!

## NGHI NGỜ

Tụi bạn bảo ta khi nằm ngủ
Hào quang chiếu sáng ở trên đầu
Thời nầy đâu có ai thành phật?
Chắc là lửa cháy suốt đêm thâu

## VỀ THÔI

Ni cô tưới kiểng trước chùa
Thấy ta người hỏi vào chùa thăm ai?
Thưa rằng đến viếng Như Lai
Gặp nàng tưới kiểng ta quay đầu về!

## MỘNG

Đêm qua nằm ngủ mà mơ
Thấy tiên hiện đến trao thơ mời chầu
Trả lời rằng chẳng được đâu
Trần gian ta nợ nửa cầu gió trăng…

thơ

TRẦN HOÀNG VY

## TÔI CHÀO TÔI

Tôi chào tôi giữa xứ người
Trời xanh, mây trắng, xuân ngời vô thanh
Chào tôi, chào chị, chào anh
Hello, hi, good... tóc xanh, tóc vàng!

Chào homeless, gã lang thang
Tôi chào tôi với nắng chan bậc thềm
Bước đi, cỏ mượt nhung mềm
Nghe đời chuyển dịch có thêm nụ cười?

Chào tôi, con mắt hổ ngươi
Ngày xa hạ nhớ, xanh tươi nhuộm hồng
Xòe tay, sắc sắc, không không
Dấu chân quê cũ phiêu bồng xứ xa

Chào tôi, bốn biển, quê nhà
Vịn thương mà bước, dựa hoa mà ngồi
Vô thanh, vô ảnh, lở bồi
Tôi chào tôi với xa xôi chợt gần...

*Springfield, MA 12/4/2019*

thơ

NGUYỄN VŨ SINH

## XUÂN TRÔI

Ngỡ xuân đến cái gì cũng mới
Ngó lại ta sao thấy cũ hoài
Nhìn ngày xuân trôi qua rất vội
Ta còn ngồi nhặt cánh hoa rơi.

Bóng thời gian ngỡ như tuấn mã
Vó câu phi hí lộng đường xa
Cuối chân trời bụi bay trắng lóa
Trên đường đời bao kẻ đi qua…

Cung đường xa có bao đèo dốc
Ngỡ đời người như những chuyến xe
Chiếc lê lết quay về lại bến
Bao chuyến xe biền biệt không về?

thơ

NGUYỄN SÔNG TRẸM

## ĐỜI LÁ

Tôi như chiếc lá mùa thu cũ
Rụng xuống vườn xưa một nỗi buồn
Nằm nghe nắng nhuộm màu lệ ứa
Quyện đời mình theo những dấu sương…

Nghe từng mùa qua trên mắt lá
Hồn xưa xanh ngát một khoảng trời
Đã vui như không còn buồn nữa
Đã buồn như tiễn một ngày vui…

Tôi về nằm nghe ngày tháng kể
Vườn xưa đang lá rụng sang mùa
Đời cũng phai màu như đời lá
Có còn ai cho cuộc tiễn đưa?

Tôi như chiếc lá xanh mùa cũ
Vàng phai về rụng giữa vườn xưa
Thấy tôi tiền kiếp nằm yên ngủ
Mùa lại xanh mầm theo nắng mưa

thơ

LÊ HỮU MINH TOÁN

## RĂNG CHỪ

Răng chừ
Ngày tháng qua mau
Chút se sắt lạnh cơn đau trái mùa
Đèn khuya nghiêng ngả gió lùa
Mình tui với bóng đôi bờ quạnh hiu

Răng chừ
Núi cũng buồn thiu
Cây khô nước mắt chim kêu lạc bầy
Hoàng hôn đậu giữa chân mây
Nhớ ơi! Khói bếp hương cay quê mình

Răng chừ
Bạc kiếp phù sinh
Nổi trôi phiến ngọc khối tình Trương Chi
Mịt mù sông nước chia ly
Bên tê khuất bóng bên ni xa hình

Răng chừ
Chân bước gập ghềnh
Tròn tay ôm giữ suối tình lênh đênh
Tui ngồi gọi nắng bình minh
Mặt trời chừ đã ẩn mình nơi mô?

thơ

TOÀN TÂM HÒA

## DẤU THỜI GIAN

Ta về ngang lối cũ
mùa xuân xưa đâu còn
bụi thời gian phủ dụ
in trên từng dấu son

Ta vẫn còn một nửa
chặng hành trình để đi
không còn gì chọn lựa
bởi lạc trôi xuân thì!

Ta gom gì trong mắt
những mơ hồ vu vơ
kỷ niệm còn giữ chặt
ở nơi miền câu thơ!

Ta ngồi mơ xa lắc
khẽ mỉm cười hồn nhiên
dấu thời gian trầm mặc
bên màu chiều rơi nghiêng.

thơ

THƯ TRẦN

## KHÔNG ĐỀ

Em vẫn yêu hoa vàng
Dịu dàng trong buổi nắng
Anh có còn cắn đắng?
Chuyện của mình ngày xưa!

Cứ nghĩ như đã chưa
Nần nợ nhau gì cả
Cứ nghĩ ta với người
Hoàn toàn là xa lạ!

Ví lòng hơn biển cả
Có phải điêu lắm không?
Tưởng đời rất mênh mông
Lại hóa ra chật hẹp.

Cựa quậy phải khép nép
Sợ chạm trúng vết thương
Mong manh của vô thường
Khiến hồn em trống rỗng.

"Sóng bắt đầu từ gió
Gió bắt đầu từ đâu?"*
Chỉ trả lời một câu
Mà sao anh không biết...?!

P/s: * Trích "Sóng" Xuân Quỳnh

## Nhận Định

NGÔ HỒ ANH KHÔI

# NARCISSUS, CHỨNG BỆNH THỜI ĐẠI

Trong Nhà Giả Kim của Paulo Coelho mở đầu bằng câu chuyện về Narcissus, cho nên trộm nghĩ không có lời mở đầu nào hay cho bằng trích lại đoạn sách ấy cho độc giả:

"Dĩ nhiên, ông không lạ gì truyền thuyết về chàng Narcissus xinh trai, ngày ngày soi mặt trên hồ nước để tự chiêm ngưỡng sắc đẹp của mình. Chàng say mê chính mình đến nỗi một ngày kia nghiêng quá đà, ngã xuống hồ và chết đuối. Thế là từ nơi đó mọc lên một bông hoa đẹp, mang tên chàng Narcissus. [...] sau khi chàng chết, những nàng tiên trong rừng hiện ra, thấy hồ nước ngọt kia giờ đã biến thành một đầm lầy mặn vì nước mắt.

"Vì sao em khóc?" – các nàng tiên hỏi.

"Vì em thương tiếc chàng Narcissus", hồ nước đáp.

"Phải rồi. Các chị chẳng ngạc nhiên tí nào. Và tuy tất cả chúng ta đều theo đuổi chàng nhưng chỉ mình em được chiêm ngưỡng sắc đẹp tuyệt vời ấy". "Chàng xinh trai đến thế ư?", hồ nước ngơ ngác hỏi.

"Còn ai biết điều này rõ hơn là em chứ?" – các nàng tiên ngạc nhiên – "ngày nào mà chàng chẳng cúi người soi mình trên mặt hồ".

Nghe thế, hồ nước im lặng hồi lâu rồi mới đáp: "Đúng là em khóc chàng Narziss, nhưng em chưa bao giờ để ý rằng chàng đẹp trai đến thế. Em khóc chàng vì mỗi lần chàng soi người trên mặt hồ thì em mới thấy được sắc đẹp của chính em hiện lên rõ trong đôi mắt chàng".

Chứng tự ái kỷ của cái hồ, rõ ràng là chỉ hơn chứ không kém Narcissus.

Narcisse là hình mẫu của chứng tự ái kỷ, yêu bản thân đến mức điên rồ. Được biết chủ yếu nhờ câu chuyện trong tác phẩm kinh điển Metamorphoses của thi sĩ Ovid. Trong cuốn số 3 của tác phẩm này, Ovid kể về tình yêu của Echo dành cho Narcisse. Echo (tiếng vọng) yêu Narcissus nồng cháy, nhưng vì Echo chỉ có thể lập lại những gì người khác nói, chứ không thể thổ lộ tình yêu đó nên Narcissus đã bỏ rơi nàng. Nemesis, nữ thần trả thù, nghe được câu chuyện đó và quyết định trừng phạt Narcissus. Nữ thần dẫn dụ Narcissus nhìn thấy gương mặt của chàng ở bờ nước, và chàng tự yêu lấy tấm ảo ảnh đó. Không thể đạt được tình yêu với cái bóng của chính mình, Narcissus nhảy xuống sông cùng với ảo ảnh của chàng và chết.

[Narcissus của Caravaggion (1597-1599)]

Tranh về Narcisse thường khá giống nhau: hình ảnh chàng trai nhìn đắm đuối xuống hình ảnh phản chiếu của mình trên mặt nước. Bức nổi tiếng nhất có lẽ là của Caravaggio. Bức tranh nay được đặt ở Viện Triển Lãm Quốc Gia Về Nghệ Thuật Cổ của Roma, Italia. Khéo léo đặt đối xứng giữa một bên là người thật, một bên là ảo ảnh. Bên người thật sáng sủa, rõ ràng bao nhiêu, thì bên ảo ảnh âm u, tăm tối bấy nhiêu. Narcissus được mô tả dưới dạng một cậu trai với khuôn mặt bầu bĩnh, đắm đuối nhìn ảo ảnh của chính mình trên mặt nước. Khuôn mặt ngây thơ của cậu trai cho thấy cách nhìn của Caravaggio về Narcissus có ít nhiều thiện cảm. Ông coi tình yêu mù quáng của Narcissus với chính mình chỉ là một tình yêu trong trắng hồn nhiên. Hai tay chống xuống bờ nước, cùng với ảo ảnh của chính cậu, tạo thành một vòng tròn khép kín, trong đó vị trí gối đóng vai trò trung tâm của vòng tròn. Cách tạo vòng tròn này tạo cho người xem cảm giác bức bối, như bị bó hẹp trong vòng tròn ấy, bị bao vây bởi hai ảnh thực-ảo đối lập mà không thể thoát ra. Nó khiến cho chủ đề của bức tranh được giác quan của mắt tô đậm nét: sự mù quáng của loài người.

Về mặt kỹ thuật, tranh Narcissus vào thời kỳ này thường được dùng để phô bày sự tinh tế trong nét vẽ ảnh phản chiếu trên mặt nước [2]. Đặt biệt là kỹ thuật vẽ chiaroscuro (tương phản giữa ánh sáng và bóng tối), được sử dụng thường xuyên trong chủ đề này. Điểm thú vị của bức này ở chỗ, đây là bức duy nhất Caravaggio sử dụng kỹ thuật này ở ảnh phản chiếu mặt nước.

Người mẫu để vẽ Narcissus ở bức này có thể là cùng một người mẫu với bức *Rest on the Flight into Egypt*, trong vai thiên thần hoặc bức *Victorius Cupid*, cũng trong vai thiên thần Cupid. Ta có thể nhận ra mái tóc nâu, góc mũi và đặc biệt là cái miệng. Cái áo của Narcissus có thể đã được dùng nhiều lần cho các lần vẽ của Caravaggio, đặc biệt nhận ra bộ áo này ở bức *The Panitent Magdelene*. Có thể dự đoán sự ra đời của bức tranh này cùng thời với bức tranh về Magdelene vào khoảng những năm 1594-1595 [3], khi Caravaggion làm việc cho danh họa đương thời Giuseppe Cesari [4] vào những năm đầu đến Rome. Hẳn đây là thời kỳ nghèo túng của Caravaggio trước khi ông bắt đầu nổi tiếng vào những năm 1600.

*(Rest on the Flight into Egypt* của Caravaggio)

(Victorius Cupid của Caravaggio)

(The Panitent Magdelene của Caravaggio)

Bức của Caravaggio được yêu thích bởi hai lẽ. Một là, hình ảnh Narcissus đáng yêu, hồn nhiên và ít nhục dục hơn phần lớn những bức vẽ khác. Hai là, hình ảnh Narcissus trong Caravaggio không chứa cảm giác sầu não, dù ít nhiều u buồn. Chẳng hạn, bức *Narcissus And Echo* của Nicolas Poussin với thảm cảnh Narcissus nằm chết trên bờ đá, cùng với thái độ bàng quang của Eros, thần tình yêu và Echo. Narcissus, dưới dạng một chàng trai trưởng thành, là trung tâm của bức tranh, với tư thế chết như đang nằm ngủ. Bên tóc, những nhành hoa thủy tiên nở rộ, giống như trong truyền thuyết, chàng Narcissus chết đi hóa thành hoa thủy tiên (hoa narcisse) mang tên chàng. Echo nằm trên tảng đá khá thờ ơ, thậm chí mắt còn không nhìn Narcissus! Nàng Echo nằm ở đây thật vô duyên, đây là điểm trừ cho bối cảnh này. Và cả với Eros, với cái nhìn chẳng đâu vào đâu. Chúng ta nhận ra Eros với đôi cánh nhỏ, cây cung đeo trên vai. Với những ai sành biểu tượng, hình ảnh ngọn đuốc trong tay của Eros là một biểu tượng của cái chết. Nó đại diện cho nữ thần Hecate, người bảo trợ cho linh hồn và thuật triệu hồn [7]. Ngọn lửa của cây đuốc gắng liền với nghi lễ đưa tang, khi người ta dùng nó để thắp sáng trong buổi tiễn đưa (thường vào buổi tối) [8]. Đây là một bức được biết nhiều nhưng là một bức điểm trừ của Poussin.

(Narcissus and Echo (1629-1630) của Nicolas Poussin)

Hai bức có tư thế gợi cảm nhất của Narcissus thuộc về tranh của John William Waterhouse và Karl Bryullov.

Bức của Karl Brulloff gây được ấn tượng mạnh bởi hình ảnh cơ thể của Narcissus. Karl Brulloff là một đại danh họa người Nga, thường được giới họa sĩ Nga tôn trọng gọi là The Great Karl (Karl Vĩ Đại). Bức *The Narcissus* và bức *Genius of Art* là hai bức thể hiện rõ ảnh hưởng của chủ nghĩa tân cổ điển (*neoclassicism*), trước khi ông tiến hẳn về chủ nghĩa lãng mạn (*romanticism*), điển hình như bức *Girl Gathering Grapes in a Suburb of Naples* và bức *Italian Midday* (cùng vẽ năm 1927). Sở dĩ tôi chọn so sánh bức *The Narcissus* với mấy bức trên là vì nó cùng kiểu tư thế của nhân vật, đặc biệt là góc mặt và ánh mắt, nhưng với hai trường phái khác nhau, tạo nên sự khác biệt ngoạn mục. Ở bức *The Narcissus*, ảnh hưởng bởi chủ nghĩa tân cổ điển (*neo-classicism*), rất ưa làm nổi bật lên đường nét cơ thể, trong đó nhân vật là chủ thể anh hùng của bức tranh. Yếu tố xử lý ánh sáng vẫn tiếp tục đóng vai trò lớn, tuy nhiên, đã không còn dáng vẻ u uất, trầm tư mà mang hơi thở rắn rỏi và mạnh mẽ. Các yếu tố ước lệ, hoặc tượng trưng được giản lược đến mức thấp nhất (không rườm rà như bức của Poussin). Ngoài hình ảnh của Eros, thần tình yêu, ra; thì Echo không xuất hiện trong bức tranh này. Narcissus, rắn rỏi, mạnh khỏe, nhìn ảo ảnh một cách có kiểm soát. Khác với phong thái Baroque trong bức của Poussin, hay Caravaggio thường mô tả Narcissus sắp nhảy xuống dòng nước; Narcissus ở bức của Bryullov chẳng có dáng vẻ gì là sắp tự tử cả, mà ngược lại là sự tự tin vào nhan sắc của bản thân, nhờ mang ảnh hưởng tân cổ điển. Đây là điểm khác biệt lớn nhất tạo nên sự khác biệt của *The Narcissus* của Great Karl và Narcissus của Poussin hay Caravaggio.

(The Narcissus - Karl Bryullov, 1819. Phong cách tân cổ điển đậm nét.)

[Genius of Art (1817) của Karl Brulloff.
Vẫn còn khá rườm, nhưng chủ thể đã nắm được tính chủ động của bức tranh.
Bức này và bức The Narcissus, thể hiện tương đối rõ chủ nghĩa tân cổ điển.]

A Girl Gathering Grapes in the Suburb of Naples (1827) của Karl Brulloff.
Bức này thì hoàn toàn thuộc về chủ nghĩa lãng mạn.

Italian Midday với đề tài hái nho của Karl Brulloff. Vẫn đặc trưng với chủ nghĩa lãng mạn.
Nét mặt diễm tình và gợi cảm. Khác với không khí tân cổ điển hay baroque.

Đặc biệt thích bức của John William Waterhouse với tựa đề *Echo và Narcissus*, vẽ năm 1903. Đặc điểm thú vị của Waterhouse so với các vị tiền bối là không sử dụng những chiêu trò về ánh sáng và bóng tối đầy bức bối, kiểu cách và bức bối. Chưa đến mức coi thường kỷ thuật như impressionism, vẫn đề cao sự chân thực như realism, nhưng thoáng đãng hơn, thơ mộng hơn do ảnh hưởng của romanticism, Waterhouse và các họa sĩ tiền-raphael khác trở lại với những gam màu rực rỡ, tươi tắn. Trường hợp của Waterhouse ở bức *Echo và Narcissus* là đặc biệt xuất sắc. Cần chú ý là Waterhouse chưa bao giờ được công nhận như một danh họa xuất sắc của trào lưu ngắn ngủi này (kéo dài chỉ chưa đến mười năm) như nhóm thất huynh đệ (The Seven of Pre-Raphaelite Brotherhood: William Holman Hunt, John Everett Millais, Dante Gabriel Rossetti, William Michael Rossetti, James Collinson, Frederic George Stephens và Thomas Woolner). Nhưng theo cách nhìn nhận của tôi, bức này xứng đáng nằm trong những tác phẩm tiêu biểu của phái này. Bố trí Echo ở một góc và Narcissus ở một góc; Echo ở vị trí lớp trước, Narcissus ở lớp sau; Echo nhìn Narcissus, còn Narcissus nhìn mặt nước. Khu rừng với màu xanh và xám tối được tô điểm bởi hai thân thể trắng nõn nà của Narcissus và Echo. Tấm vải voan hồng và đỏ quành quanh trên thân thể của Echo và Narcissus nổi bật hoàn toàn cùng với thân thể trắng nõn. Tuyệt! Mùi của impressionism là đây! Mặt trời của ấn tượng là đây (sun of impressionism) [9]. Thơ mộng của chủ nghĩa lãng mạn nằm này trong bố cục, trong phối cảnh này, trong màu sắc tươi tắn gợi tình này. Narcissus hở lưng, Echo hở vú. Mắt của Echo chăm chú nhìn Narcissus đầy say đắm, còn mắt của Narcissus nhìn bản thân dưới làn nước cũng đầy say đắm. Phải tinh ý lắm mới nhận ra điểm khác biệt giữa hai tình yêu này: tay Echo nắm chặt, là một tình yêu còn sự kềm chế; tay Narcissus với tới bóng trong nước, là tình yêu mù quáng không còn khống chế nỗi. Đôi mông nhỏm lên, đây là phút khắc trước khi Narcissus nhảy xuống trầm mình và chết. Bức tranh này là đúng một phút trước khi cớ sự xảy ra (vẫn cảm giác được cảm hứng baroque ở đây). Tài tình!

Đây là bức tranh đáng treo ở bất kỳ phòng ngủ của vợ chồng nào. Vừa lãng mạn, vừa tươi tắn, xen chút nhục dục nhẹ nhàng. Hãy so sánh nó với bức *A Naiad or Hylas with a Nymph* vẽ năm 1893 với các tư thế giống với bức *Echo and Narcissus* của cùng tác giả, mà theo tôi là nên treo ở phòng ngủ nhà tình nhân là phù hợp hơn.

Echo and Narcissus (1903) của John William Waterhouse.

A Naiad or Hylas with a Nymph (1893) của John William Waterhouse

Bức của Benjamin West có lẽ mang ảnh hưởng ít nhiều chủ nghĩa lãng mạn, khi mô tả Narcissus rất đời thường và ít tính "kinh điển", nhưng nhìn chung ít lãng mạn. Mặc dù xuất hiện khá nhiều hình ảnh biểu tượng (thần Eros, ở khắp nơi), mảng sáng tối của baroque nhưng cách mô tả ít gò bó hơn nhiều. Bức tranh không gây được cảm tình nhiều lắm vì hai lẽ. Một là tư thế của Echo quá kỳ cục và kém tự nhiên, mô tả lại quá mờ nhạt, mặc dù đây là một trong hai chủ điểm của bức tranh (à vâng, bức tranh tên là *Narcissus and Echo*). Hai là hình ảnh Narcissus như chàng thanh niên đang giỡn nước, chẳng có vẻ gì liên quan đến đặc trưng của Narcissus. Chưa kể tư thế khá xấu của chàng. Tính cao trào nên có ở bức này thì lại hoàn toàn vắng bóng, khiến nó kém thu hút hơn những bức đã kể bên trên thuộc baroque, lại không đủ tươi tắn để đấu lại với các bức thuộc chủ nghĩa lãng mạn, chủ điểm cũng không được nổi bật để đấu với các bức tân cổ điển. Cả đám thiên thần vẽ dưới nước chỉ làm rối thêm bức tranh mà không mang lại giá trị gì, khi nó giành giật ánh nhìn của người xem, thay vì tập trung vào Narcissus. Hoặc là tác giả muốn dùng hình ảnh của thần tình yêu để thay thế cho cái bóng oan nghiệt bởi tình yêu mù quáng, nên mới cố tình xếp đặt như vậy? Có thể lắm. Cơ mà nhìn tư thế Narcissus, trông cứ như chuẩn bị xuống tắm chứ chẳng trầm tư chi. Chưa kể một điểm vô lý, áo chàng bay phấp phới bởi cơn gió to thế, mà tóc chàng thì chẳng bị ảnh hưởng gì.

Thử so bức này với bức Adonis cũng của West, thì nhân vật được khắc họa tuyệt vời hơn rất nhiều. Chú ý cả hai đều vẽ cùng thời điểm: Adonis vẽ trước 1800 và chỉnh sửa vào 1806; còn Narcissus and Echo vẽ năm 1805. Bức Narcissus này khiến tôi nhớ đến một nhân vật Narcissus trong Harry Porter, Narcissa Malfoy, một kẻ tự tin về dòng máu thuần chủng, và sắc đẹp của bản thân. JK.Rowling đã rất tinh tế khi cho nhân vật này một mái tóc vàng hoe (tôi không kỳ thị gì mấy cô tóc vàng hoe đâu).

Benjamin West, Narcissus and Echo (1805)

Nãy giờ cứ nhắc về tân cổ điển, giới thiệu chút vậy (không phải ngẫu nhiên đâu, có ý đồ hết đấy, chút sẽ thấy). Tân cổ điển (neoclassicism) được ra đời nhằm phục hồi lại nét phóng khoáng, tập trung vào nhân vật, biểu cảm của chủ thể, thay vì tập trung vào kỹ thuật vẽ (kỹ thuật mô phỏng hiệu ứng ánh sáng và bóng tối trong baroque, kỹ thuật mô tả phức tạp và cầu kỳ trong rococo), hoặc mang nặng sự mô tả có tính biểu trưng của đề tài như mannerism. Nó được cổ võ và gợi hứng nhờ các phát hiện khảo cổ ở Pompeii và Herculaneum (1748 bởi Rocque Joaquin de Alcubierre), đặc biệt là sự ra đời của cuốn Le Antichità di Ercolano ("The Antiquities of Herculaneum"). Các nhà họa gia thời điểm đó xem hình mẫu của cổ Hi Lạp và cổ La Mã là hình mẫu điển hình để học tập, đặc biệt là các bức tranh tường được tìm thấy ở Pompeii.

Adonis (1800) của Benjamin West

Điểm đáng nói là đây. Mãi sau này, người ta mới phát hiện được tranh về Narcissus ở Pompeii (khi những lão già của phái Tân Cổ Điển đã chết). Hãy so sánh nó với những bức tranh bên trên. Chúng ta nhận ra nhân vật Narcissus nhờ vào hình ảnh bóng khuôn mặt chàng trai trong dòng nước bên dưới. Điểm thú vị nhất là bức tranh Narcissus ở Pompeii không phải là bức tranh thú vị theo đúng nghĩa của nó: nó không có phong thái phóng khoáng và biểu cảm tinh tế của tân cổ điển. Trớ trêu thay, các đại họa gia Tân Cổ Điển đã không thấy được cảnh này.

Narcissus, tranh trang trí ở thành phố Pompeii.

Một bức khác mà tôi muốn giới thiệu, nhưng không phân tích là bức *Liriope Bringing Narcissus before Tiresias* của Guilio Carpioni. Bức này mô tả cảnh xác Narcissus được bưng ra trước Tiresias, nhà tiên tri. Tiresias đã tiên đoán rằng «Narcissus sẽ chết trước khi kịp nhận thức ra bản thân mình». Ở thì ngoài đức Khổng Phu Tử, «ngũ thập niên tri thiên mệnh» ra thì còn ai kịp làm điều đó đâu. Kể chuyện một chút về ông Tiresias này. Tiresias là nhà tiên tri vĩ đại nhất trong truyền thuyết Hi Lạp. Ông là con của thủ lĩnh Everes và nàng nymph Chariclo. Ông là tư tế của thần Zeus, vì một lần ông quấy phá hai con rắn, nên bị biến thành phụ nữ. Ông lại trở thành nữ tư tế của nữ thần Hera, vợ Zeus. Sau bảy năm làm vợ và có con, Tiresias lại một lần nữa quấy phá hai con rắn và bị biến thành nam trở lại. Zeus và Hera bèn lôi ông lên núi Olympia để hỏi xem ông là nam hay nữ. Zeus đoán ông là nữ, Hera đoán ông làm nam. Để chứng cho lời của Zeus là đúng (nịnh người quyền lực nhất có vẻ là quyết định khôn ngoan), ông đến ngồi kế bên Zeus, Hera giận quá bèn chọc mù mắt của Tiresias. Thần Zeus vì không thể chống lại ý chí của vợ, đành ban cho ông đặc ân khác: sự tiên tri. Hera và Zeus hối hận (Zeus thì chắn chắn, còn Hera thì chưa chắc) bèn cho ông quyền lực của sự tiên tri gồm cả tiên tri về nam và về nữ, vừa là nam tư tế của Zeus và nữ tư tế của Hera. Nhờ món quà này, ông không bao giờ đoán sai và ông luôn được sự tôn trọng của toàn cõi Hi Lạp. Hình ảnh vị tiên tri mù này là một trong những hình ảnh trong lá Hermit trong bộ Tarot. Tôi nhớ một câu này không rõ khi nào: có khi người mù sáng hơn người mắt sáng.

Lý do tôi không phân tích bức này là vì làm gì thấy Narcissus đâu mà còn hứng phân tích, chỉ thấy mỗi cái cặp giò thì có thú vị gì. Tôi nhắc lại là tôi chẳng thù ghét gì mấy cô chân dài đâu nhá.

Liriope Bringing Narcissus before Tiresias, Giulio Carpioni, c. 1660-1670.

Bức của Benczúr Gyula thì quá đẹp và tuyệt vời. Ngoại trừ chả ai thấy nó có điểm gì là gợi nhớ đến Narcissus cả. Có chăng là gợi nhớ đến David hay một chàng trai nào đấy, mặc dù tạo hình quá ư gợi cảm.

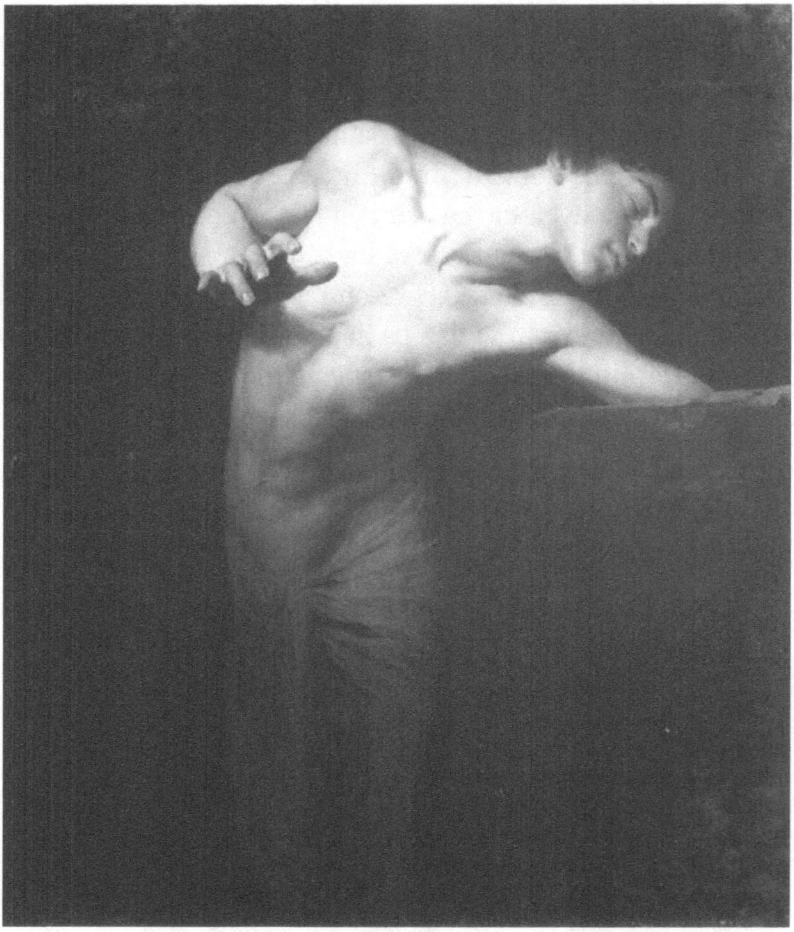

Narcissus (1881) của Magyar Nemzeti Galéria, Budapest.

Bức cuối cùng về Narcissus mà tôi muốn giới thiệu là bức The Metamorphosis of Narcissus của Salvador Dali. Quá phức tạp để phân tích. Quá dài để nói về nó. Và có nhiều cách để xem bức tranh này. Cách mà tôi đề xuất, ta có thể chia tranh này thành hai mảng lớn, mảng trái và mảng phải. Tôi đề nghị xem bức tranh này giống như cách xem tranh trung cổ. Nửa trái là cảnh hiến sinh, nửa phải là sự phục sinh. Cần chú ý là cả hai đối tượng trung tâm: hình ảnh Narcissus đang ngồi và hình ảnh bàn tay cần quả trứng có cùng hình khối tạo tác (xem ảnh so sánh bên dưới). Cả hai là một ảo ảnh của nhau: một là ảo ảnh của quá khứ hiến sinh, một là ảo ảnh của hiện tại phục sinh. Hai tông màu chủ đạo cũng khách biệt nhau: một màu vàng cam (nóng), một màu xanh vàng nhợt (lạnh).

Cần chú ý ảnh hưởng của Simon Freud trong bức tranh này. Chúng ta biết là Freud, dưới sự ủng hộ của Stéphane Zweig, đã thúc đẩy cuộc gặp gỡ giữa Dali và Freud, để cùng xem bức tranh này từ chính Dali vào ngày 19 tháng bảy năm 1938, chưa đầy một năm sau khi hoàn thành bức tranh. Tư liệu này đến từ cuốn *la correspondance entre Freud et S.Zweig* (Paris, Rivages, p 123,129) mang theo nhận xét của Freud về Dali: Tôi thật sự cảm ơn [Zweig] vì đã mang cho tôi vị khách mời tối qua. Bởi vì tôi đã gần như là được những họa sĩ siêu thực xem là vị thánh bảo trợ cho họ, giống như những kẻ hoàn toàn điên rồ. Chúng ta còn được biết nhiều tư liệu về buổi tối đó trong cuốn *Influence du surréalisme sur la psychanalyse* của Paolo Scopelliti, (p. 182).

Hãy chú ý hình ảnh của Narcissus! Tư thế này, Narcissus không nhìn vào chính mình dưới nước, mà nhìn vào bộ phận sinh dục của chính mình. Narcissus không yêu bản ngã dưới dạng hình thức, mà yêu chính bản ngã dưới dạng tiềm thức. Cần nhớ là Freud định nghĩa Narcissism như là "sự dịch chuyển của libido (ham muốn) của một cá nhân lên chính thân thể của cá nhân đó, chủ thể của 'cái tôi' ". Ở bức tranh này, là chiều ngược lại. Narciscism của Dali không cần sự dịch chuyển mà trỏ ngay chính 'cái tôi' đó.

Hình ảnh bàn tay cầm quả ứng là sự phục sinh. Bàn tay màu xám, ám chỉ sự chết, mọc ra từ mặt đất. Hình ảnh vết nứt, đàn kiến là biểu hiện của sự tàn lụi và thối rữa. Trên đó một quả trứng mọc ra cây thủy tiên (đại diện cho Narcissus). Quả trứng đại diện cho sự phục sinh và tái sinh.

The Metamorphosis of Narcissus, Salvador Dali (1937)

Ngay phía nền, bên dưới ngọn núi là một lũ Narcissism, những kẻ tự ái kỉ. Người ta có thể kể ra, theo chính mô tả của Dali, những kẻ dị tính gồm:

[2] Leon Battista Alberti

Catherine Puglisi citée par Gérard-Julien Salvy, *Le Caravage*, Gallimard, coll. "Folio", 2008 (ISBN 978-2-07-034131-3), p. 86.

[3] Varriano, John L. (2006). Caravaggio: the Art of Realism. Penn State Press. ISBN 978-0-271-02717-3.

[7] d'Este, Sorita & Rankine, David, Hekate Liminal Rites, Avalonia, 2009.

[8] Lucia Impelluso, Dieux et heros de l'antiquite, Guide des arts, hazan, 2012.

[9] Impression, Sunrise, xin chơi chữ.

Nguyên văn: "Vraiment il faut que je vous remercie d'avoir amené chez moi le visiteur d'hier. Car j'étais jusque-là enclin à considérer les surréalistes qui semblent m'avoir choisi pour saint patron, comme des fous absolus (disons à 95%, comme pour l'alcool) ».

Nguyên văn: "le déplacement de la libido de l'individu vers son propre corps, vers le "moi" du sujet."

Rosa Marelle gợi ý rằng tư thế này có thể bị ảnh hưởng bởi bức của Caravaggio.

KHA TIỆM LY

# NHỮNG GÁNH HÁT XƯA

**1. Gánh hát về làng**

Quê tôi thời ấy (1955) thường dùng tứ "Gánh hát" thay vì "Đoàn hát" như bây giờ. Mỗi lần đi lưu diễn, ngoài cỗ xe bò để chở phông màn và gia đình ông Bầu, còn các nhân viên, đào kép đều phải tự gồng gánh hành lý của mình lục đục theo sau; có phải vì vậy mà gọi là "Gánh hát" chăng?

Sau khi hòa bình (1954), nguồn giải trí tinh thần của bà con chẳng có gì. Muốn đọc báo thì phải nhờ đò dọc từ quận (huyện) ngày một chuyến lên tận "tỉnh" mua giùm, nhưng hầu hết người dân ký tên đều bằng dấu thập nguệch ngoạc thì mấy ai đọc được báo? Radio thì cả làng chưa ai có, nên nguồn giải trí duy nhất là những gánh hát mà lâu lâu mới đến một lần.

Gánh hát xưa có hai dạng. Dạng thứ nhất là hát bội. Với hát bội, dù gánh cũng có "tên" đàng hoàng nhưng không ai gọi cả; mà họ chỉ gọi tên ông Bầu của gánh đó mà thôi: Gánh bầu Bời, gánh bầu Trình… Dạng thứ hai là cải lương, với cải lương, không biết sao người ta lại gọi "tên" gánh hát đó mà không gọi tên ông Bầu: Gánh Kiếp Bướm, gánh Điền Viên… Có thể kể thêm một dạng nữa là "hát bội pha cải lương", nhưng dạng nầy khán giả quê tôi không ưa chuộng; vì "Thà hát bội ra hát bội, cải lương ra cải lương chứ vừa hát bội vừa cải lương nghe nó tréo ngoe!". Các cụ bảo thế!

Dù với dạng nào, tùy theo gánh hát nhỏ, lớn mà chọn nhà lồng chợ hay đình làng để trình diễn. Khi vừa tới điểm; một bộ phận lo việc thiết lập sân khấu, phông màn; và lấy vải thô bao quanh nhà lồng (hay đình làng) để phân cách không gian "rạp hát" và bên ngoài để tiện việc kiểm soát, bán vé.

Bộ phận thứ hai không kém quan trọng là bộ phân "rao bảng". "Rao bảng" nôm na có nghĩa là báo cho người trong làng biết hôm nay có gánh hát đến và đêm nay diễn tuồng gi. Bộ phận nầy mướn một cỗ xe ngựa. Hai bên hông và sau xe có vẽ hình ấn tượng nhất của nội dung tuồng hát diễn đêm đó. Trên xe để môt trống chầu, trên đó có một hay hai người đánh liên tục từng ba dùi một (Thùng thùng! Thùng!) suốt từ đầu làng đến cuối làng.. Vì tốc độ ngựa chạy chậm nên sau xe là lũ con nít chúng tôi tự nguyện chạy theo… chơi! Với gánh hát nhỏ như bầu Bời, bầu Trình, thì chỉ cần để trống trước cửa "rạp". Lũ trẻ tranh nhau mà đánh (cũng từng ba dùi một). Âu cũng là cách tiết kiệm chi phí vậy!

**2. Trình diễn & Coi hát**

Mỗi lần gánh hát về làng thì y như ngày hội. Coi hát cũng nhiều mà đi chơi cũng không ít. Một trong những động lực nầy là nam nữ được hẹn hò nhau "hợp pháp"! Đội quân bán hàng theo thời vụ hoạt động cũng xôm trò, dù chỉ là mía chặt khúc, đậu phộng nấu…, mà nước đá si rô, nước đá nhận là món hàng đặc biệt nhất, vì ngày thường không hề có, ngay cả lúc tiệc tùng.

Với những gánh cải lương thì có bán vé hẳn hoi.; nhưng với hát bội thì không, mà là "bà bầu" và vài người thân tín đứng ở cửa thu tiền. Giá cũng không nhất định. Những đêm đầu người coi đông thì người lớn năm đồng, trẻ em ba đồng, những ngày cuối giá có hạ hơn. Chỉ vì không bán vé mà thường xuyên xảy ra việc kèo cưa "trả giá" khá buồn cười: "Một đứa ba đồng, hai đứa "ăn" năm đồng thôi, được không?". Lại có nhiều t*rự* lợi dụng lúc chen lấn mà lẻn vào không trả tiền; đôi khi cũng được trót lọt, nhưng phần đông bị… nắm lỗ tai, nắm tóc kéo ra! Tương tợ, cũng có t*rự* giở vải lén chui vào, và hậu quả cũng giống trường hợp trên!

Đêm cuối cùng, đại hạ giá, có khi chỉ còn phân nửa! Thế mà cũng chẳng ai coi, vì không ai có tiền mà coi hoài, hơn nữa viêc đồng áng họ cần phải được nghỉ ngơi dưỡng sức. Khi đó trong "rạp" toàn là khán giả nhí mà cũng chẳng được bao nhiêu; mà chúng vào coi là coi đào kép, trang phục, đánh thương đánh kiếm, chứ hát bội thường "hát chữ nho" thì có hiểu gì đâu mà coi? Có hiểu chăng là một vài câu thông dụng: *"Tróc mã đề thương, ư ư ư ư..."* hay những câu tên quân trình báo: *"Cấp báo! Cấp báo!"- "Điều chi?" – "Dạ, chí nguy thậm chí nguy! Giặc Hung Nô vượt khỏi biên thùy. Ta, dũng tướng thảy đều tử trận...", "Lui! Thôi rồi!... "(ò e ó e)*

Không có gánh nào có ghế cho khán giả ngồi; muốn ngồi ghế thì phải mang theo! Ánh sáng thì nhờ vào cái đèn măng sông treo một bên sân khấu. Với gánh cải lương thì "sang" hơn, họ có máy đèn riêng, để đến lúc hai đối thủ đánh phép: "Hô biến!", đèn vụt tắt, lập tức bên sau phông màn trắng, khán giả thấy các bảo bối đấu nhau quyết liệt. Đây là màn ăn khách nhứt! Ngoài ra, nhờ có máy đèn mà có cảnh "phực đèn màu" sau khi đào kép xuống "hò" (câu 1, câu 5), làm giọng ca thêm "mùi", thêm lâm ly tình tứ hơn, đã khiến nhiều tiếng vỗ tay, nhiều tiếng tắc lưỡi ngợi khen.

Về dàn nhạc tùy theo cải lương hay hát bội, mà có đờn nguyệt, đờn gáo, đờn cò, ghi ta, và trống. Mọi thứ cũ mèm, được điều khiển bởi quý "thầy đờn"... "hình mai vóc liễu", ốm tỏng ốm teo!

Về tuồng tích thì thường diễn trích đoạn của các truyện Tàu; như "Lưu Kim Đính giải giá Thọ Châu", "Tiết Đinh San cầu Phàn Lê Huê", "Tôn Tẩn hạ san", hoặc những chuyện cổ tích như "Thạch Sanh Lý Thông", "Phạm Công Cúc Hoa" v..v..

Về "kịch bản" (với hát bội) dường như có "khuôn mẫu" sẵn cho đào kép, nghĩa là có những bài bản riêng cho mọi tình huống. Như khi hai tướng xông trận thì hát thế nào, khi vua lâm triều thì phải hát ra sao, v..v.. thêm vào đó chút "hát cương" tùy theo tay nghề của đào kép. Ông Bầu vừa đạo diễn, vừa nhắc tuồng.

Có nhiều khán giả nhí khoái vào hậu trường để coi đào kép sắm tuồng hơn coi trên sân khấu, trong đó có kẻ viết bài nầy. Chúng thường được dễ dãi nếu không phá phách hay ăn ổi chín, vì "sợ tổ thích mùi thơm của ổi mà bỏ đi". Các anh chị đào kép bảo vậy!

### 3. Kiếp cầm ca

Nếu nghệ sĩ ngày nay là một trong những nghề có thu nhập cao nhứt, thì nghệ sĩ hát bội (và cả cải lương gánh nhỏ) thời đó có thu nhập rất ít oi, nói khác đi, nếu chỉ dựa vào thù lao diễn xuất thì không thể nào đủ sống. Đó là nói với đào chánh, kép chánh; còn "kép cơm", tức những người đóng vai lính, quân hầu thì càng thê thảm, bởi lâu lâu mới được chút ít tiền bồi dưỡng để… hớt tóc mà thôi!

Gánh hát thường về làng vào tháng mười một âm lịch cho đến trước khi sắp đổ mưa, vì thời gian nầy dân làng có thu nhập (chủ yếu là lúa), hoặc rảnh rang; nên đến coi đông, nhưng rồi nhiều lắm gánh hát cũng lưu lại chỉ một tuần, thì rạp hát vắng hoe. Gánh không hát nữa, nhưng cũng chẳng dọn đi, ông Bầu cho ở lại để đào kép kiếm việc làm. Ai mướn gì làm nấy, như gặt lúa, vác lúa; với những người yếu sức thì đi mót, đi câu, bắt cua lưới cá. Đào kép đều từ nông dân xuất thân nên những việc làm đó họ chẳng thua gì dân bản xứ.

Với hát bội, không có thì coi đỡ ghiền chứ thực tình khán giả cũng không "mặn" lắm. Cho nên từ khi cải lương về làng, hát bội không còn chỗ đứng nữa. Gánh bầu Bời và bầu Trình năm xưa thỉnh thoảng lại đến, rồi một vài đêm lại gồng gánh buồn bã lên đường để rồi không bao giờ trở lại! Thấy tình cảnh nầy, không biết ai trong làng tôi đã ứng khẩu và truyền miệng câu "thơ" ác nhơn: *"Bầu Trình hát dở đừng lo/ Sang năm hát khá được đi xe bò!/ Bầu Bời hát dở đừng rầu/ Sang năm hát khá được ngồi xe trâu!"*

Với gánh cải lương, thu nhập có khá hơn nhiều. Buổi trưa rỗi việc, mấy chú bác ở Xóm Ngã Tư, mời đào kép chánh và một hay vài ông "thầy đờn" đến nhà "làm" mấy bài vọng cổ hay mấy lớp xàng xê quanh bàn rượu, bữa cơm, đơn sơ nhưng thắm tình… nghệ sĩ! Tất nhiên trước khi ra về, anh chị đào kép cũng được chút thù lao khá hậu hỉ.

Tuồng tích cũng không khác gì hát bội; nhưng nhờ trang phục bắt mắt và văn chương bóng bẩy làm người coi thích thú; cũng như diễn xuất "thực" hơn, lời ca "mùi" hơn, nên có nhiều đoạn đã làm người xem xúc động, rơi nước mắt, và không ngần ngại kẹp tiền vào quạt giấy phóng lên sân khấu! (Đây là hình thức thưởng tiền ở quê tôi). Và đào kép cũng không ngừng khai thác khía cạnh nầy: Mở đầu tuồng Phạm Công Cúc Hoa là màn Phạm Công cõng mẹ mù lòa đi ăn xin.

Hai mẹ con quần áo rách bươm, Phạm Công vẻ mặt thểu não, tay cầm thau nhôm móp méo, cõng mẹ chầm chậm quanh sân khấu; ca điệu Hoài Tình: *"Bà con cô bác giùm thương/ bố thí cho tôi một chén cơm thừa/... (nói dậm: Mẹ! Me! Mẹ rán nhịn đói chút xíu nữa nghe mẹ! Chừng nào bà con cho cơm, con đút mẹ ăn nghe mẹ!...).* Thế là nước mắt khán giả tuôn ra, tiếng hỉ mũi rồn rột, giọng nghẹn ngào: "Tui cho tiền nè!". Và quạt giấy kẹp tiền "bay" lên tới tấp, người không có quạt thì tự đem lên. Một ông "thầy đờn" thấy vậy nói với Phạm Công: "Được khá đó nghen mậy! Tiếp lớp 2 nghe!" (tức bảo ca lại lần nữa); nhưng Phạm Công ca tiếp tới lớp 4, khi mà khán giả lơi cho tiền mới thôi! Hồi còn trẻ con, chúng tôi chuyên "coi hát" trong hậu trường nên nghe thấy rõ cảnh nầy.

Một tuồng có hai màn, hết màn một là nghỉ giải lao. Trước khi qua màn hai thì một người đứng sau màn (thường là ông bầu hoặc anh kép chánh) nói lời tri ân khán giả và giới thiệu vở tuồng ngày mai với những lời lưu loát và không kém văn hoa. Gần cuối màn hai thì gánh hát cho "thả dàn", tức mở cửa ai muốn coi cứ vào coi, việc làm nấy cũng không ngoài mục đích quảng cáo lời ca điệu hát, trang phục, diễn viên của mình.

Đến năm 1960, quê tôi nằm trong vùng binh lửa. "Gánh nhà" bầu Trình, bầu Bời nghe nói đã "rã gánh", đào kép "về quê cắm câu"; chỉ tụ tập lại hát trong những ngày lễ cúng đình thần. Những gánh cải lương cũng biệt tích, trong lúc ở thập niên nầy (60-70) là thời vàng son của cải lương: Ở Sài gòn có nhiều đoàn hát lớn như Kim Chung, Thanh Minh, Hương Mùa Thu..., xuất hiện nhiều soạn giả lớn với nhiều tuồng hát để đời.

**Kha Tiệm Ly**

thơ

TRẦN THOẠI NGUYÊN

## ANH VẪN BIẾT

*(Tặng Nàng Thơ...)*

Anh vẫn biết yêu em là khổ lụy
Trái Tim hồng lò lửa cháy cuồng điên
Hồn thơ thẩn như tâm thần mộng mị
Suốt sáng chiều lãng đãng nhớ...suốt đêm!

Anh vẫn biết Tình Yêu không có tuổi
Cây khổ đau xanh cành lá duyên tình
Mầm Hạnh Phúc ra chồi hoa Lễ Hội
Ly rượu mừng hương ngát ngọt môi Em

Anh vẫn biết Tình Yêu là có thực
Cần hơn áo cơm. Ánh sáng của hồn
Trong tiền kiếp mênh mông từng hẹn ước
Chốn dương trần hòa nhịp thở, nụ hôn.

Anh vẫn biết Mùa Xuân Xanh ảo mộng
Vàng son bay...
Còn râu tóc ưu phiền!
Màu năm tháng phôi pha
Hoa tàn rụng
Anh vẫn ngồi thương nhớ đợi chờ Em!

thơ

NGUYỄN THANH CHÂU

# LỤC BÁT
# CHO NHỮNG CƠN MƯA Ở QUÊ NHÀ

***một đêm mưa. ngồi quán***

tắt trời. mưa lũ hồn khuya
quán thưa thớt cạn ly bia. ngồi đồng
biệt người ràn rụa mắt trông
tưởng xa xăm những nụ hồng xé môi
tuyệt âm xưa. giọt buồn tôi
đổ dài đèn phố đã rồi cơn say…

***đụt mưa. bên hiên nhà cũ***

lá tay che mặt trời mù
tôi. co ro đứng bóng gù hiên mưa
giọt đằm đằm. bặt hơi xưa
quỳnh hoa muộn nở người chưa thấy về
thuốc tàn thở lạnh môi tê
tình ơi chưa dứt cơn mê. chẳng đành…

***chiều mưa ở tháp mười***

mưa. trời cho lúa thêm xanh
nhưng buồn xưa vẫn bạo hành lòng tôi
bởi lâu con sếu bay rồi
đò ngang đã khẳm chuyến đời vị vong
tôi về vớt lá trôi sông
chờ nhau bạc mấy thu đông. tóc người…

thơ

NGUYỄN MINH TƠ

# NHỚ

Anh nhớ lắm chiều hoàng hôn màu tím
Nhớ con đường cỏ mịn vết chân son
Tà áo trắng thướt tha màu trắng điểm
Mái tóc dài buông xoã dáng thon thon.

Anh nhớ lắm đồng lúa chiều bát ngát
Cánh cò nghiêng chao liệng gọi nhau về
Mùi hoa Sứ hiên nhà em ngào ngạt
Dỗ hồn tôi chìm vào những cơn mê.

Anh nhớ lắm mùa thu vàng phiến lá
Trên con đường nắng nhuộm áng hoàng hôn
Tay nắm chặt bàn tay em rất lạ
Nghe bâng khuâng xao xuyến cả tâm hồn.

Anh nhớ lắm nơi dòng sông hò hẹn
Con đò xưa bến nước ánh trăng quê
Thương nhau mãi trọn đời ta giữ vẹn
Đợi anh về...dù cách trở sơn khê.

thơ

TRẦN VÕ THÀNH VĂN

# NHƯ ĐÃ TỪNG...

Đã từng bước qua cám dỗ đời thường
những mùa đông của tôi đã từng cay men trắng
im lìm lìa bỏ một hoàng hôn nào đó xa xôi

đã từng ngủ ngon trên chiếc cầu tuổi đá
tôi của những nhịp đời quá thể thiêng liêng/ khát vọng cao vời
cát bụi/ nắng thưa/ nhịp xe/ bóng xế
ẩn náu lời phù phiếm tri ân

đã từng ngủ ngon trên đọt nhánh thanh xuân
tôi của những mùa đông tự lòng mình tan vỡ
và cứ thế vùi sâu
và cứ thế lớn lên
như làn chớp sinh hương giữa không gian vắt kiệt giọt mồ hôi
của Mẹ
tách lìa một mưa bay
tách lìa một hoa bay
hoài niệm bời bời ý tưởng
đụn rơm vàng mùa xưa mùa xa tém lại một mắt buồn
đăm đắm hư vô

Mẹ về bên kia sông hát ru cánh chim trời vụ gặt
tôi về bên kia sông đằm đẫm ngọn xuân thì
dõi chuyến thuyền nặng trĩu trăm năm/ giong khơi trầm mặc

lẩy giọt kinh vuốt mặt sắc màu
im lìm cứu rỗi ánh lửa đầu đông đã từng sũng ướt
tôi pha lê mười ngón tay qua ô cửa lạnh
tém lại một mắt buồn đăm đắm, đêm nay...

thơ

TRẦN THUẬN (Hai Lúa)

## TIỀN GIANG TAM BÌNH QUÊ TÔI

Tam Bình Cai Lậy quê tôi
Vườn xanh bát ngát bãi bồi phù sa
Trái cây đặc sản gần xa
Người dân chân chất thật thà miền tây

Khi nào dịp đến nơi đây
Tin rằng bạn sẽ đắm say khó về
Sầu riêng hạt lép làng quê
Hương thơm vị ngọt đê mê thích ghiền

Gái trai thanh lịch vui hiền
Lòng luôn hiếu khách dáng duyên dịu dàng
Cần cù chăm chỉ giỏi giang
Kiên cường bất khuất đảm đang bao đời

Quê tôi đẹp lắm người ơi!
Khách du lịch đến khắp nơi đổ về
Tham quan chợ nổi Cái Bè
Đồng Tâm trại rắn, Vĩnh Tràng chùa thiên

Cồn Long, Bách Nhật Hoa Viên
Cồn Quy, vú sữa Vĩnh Kim, Rạch Gầm...
Một lần hạnh ngộ viếng thăm
Lòng vui ngưỡng mộ chẳng lầm chuyến đi...!

thơ

NGUYỄN HỮU HỒNG MINH

# NHÀ CỦA NGƯỜI NHIỀU SÁCH

*(Tặng Lê Thiết Cương)*

Ở nhà của người nhiều sách
Không biết chỗ ngồi của mình thực sự ở đâu?
Hãy thật khẽ và hãy nhín sát vào nhau
Tránh đừng làm đau sách
Ở nhà của người nhiều sách
Ly rất ít mà khách lại quá đông
Bóng là người hay người là bóng?
Rượu chủ nhân hào hiệp rót ra
Môi người đẹp nào vừa chạm rất thơm
Ở nhà của người nhiều sách
Những thế kỷ cứ chất chồng lên nhau
Không có biên giới nào cho những trang văn
Thời gian rọc hai đường ray song song
Những câu thơ nhìn xuống như ánh trăng
Ở nhà của người nhiều sách
Albert Camus vẫn trầm tư
"Sứ mệnh văn nghệ hiện đại"
Píp trên miệng tỏa khói
Jean-Paul Sartre càng "Buồn nôn" càng hoài nghi
Bập tẩu cho khói cuộn nhiều hơn
Arthur Rimbaud đánh lại đôi giày
quyết đi tiếp "Một mùa địa ngục"
Bên đường Garcia Marquez vẫn hoài
một "Trăm năm cô đơn"

Nhà của người nhiều sách
Nguyễn Bắc Sơn lim dim
"Ở đời như một nhà thơ Đông Phương"
Đặng Đình Hưng vẫn "Ô mai" thèm ăn cả một cái chợ
Đỗ Hoàng Diệu bị hiếp trong "Bóng đè",
Tô Thuỳ Yên "Thắp tạ"
Nguyễn Quang Thiều từ châu thổ trở về đứng chờ "Những người đàn bà gánh nước sông"
Văn Cao vẫn mơ trong rừng sâu lá sa-mu gọi mưa,
ngoài biển xanh lá phi lao gọi mặt trời
Bàn tay chống cằm lá rũ...
Ở nhà của người nhiều sách
Những câu chuyện rì rầm như tiếng kinh cầu
Ngay cả tiếng bật nắp chai whisky Macallan từ Columbia British cũng rất khẽ
Cẩn trọng vì Alexis Zorba đảo Crete và Nikos Kazantzaki vẫn còn đối ẩm rất gần đâu đó...
"- Này con lừa cái!
Cuộc sống quá ngắn ngủi!
Hãy dạng chân ra!"...
Ở nhà của một người nhiều sách
Ngón Chopin vẫn lả lướt chải chuốt
Thư phòng huyền hoặc như thánh đường
Những bức tranh tỏa như ánh sao
Cả chủ nhân lẫn khách mời quên chỗ của mình đang ở đâu?
Bởi tất cả cùng trên con tàu chìm đắm vào thế giới tưởng tượng của giấc mơ sẽ viết!...

*(Hà Nội, đêm phố Lý Quốc Sư, 3.11.2019)*

thơ

HỒ XOA

## CHÙM THƠ NGẮN

### TÌM

Lên đồi tìm lại bóng tôi
Khói sương lãng đãng, chiều trôi lạnh lùng
Heo may về giữa muôn trùng
Bóng nhân gian phủ chập chùng bóng tôi
Đem thơ sưởi ấm lưng đồi
Nghe tàn phai cháy lên lời tàn phai
Suối khe lời cũ miệt mài
Còn nghe lạnh bóng trăng soi một mình.

### BÀI CUỐI

*(Tặng Bùi Diệp)*

Rồi một lần đi, một bận về
Vui buồn như gió thoảng đầu khe
Một lần chưa hẹn đành lỗi hẹn
Ngàn năm lối cũ khói sương về.

### HƯƠNG XA

Em ra phơi áo giữa trời
Chút môi thơm với hương người gởi mây
Mây lãng du nắng cuối ngày
Ngẫu nhiên rụng xuống tôi đầy bóng râm.

## ĐỢI

Trời chiều đợi một cơn giông
Phù sa còn đợi dòng sông chở về
Trăm năm đợi một lời thề
Ta ngô nghê đợi... bộn bề khói sương

## NẮNG TRỔ BÔNG

Chưa hết xuân mà nắng trổ bông
Tường rêu xanh mộng gái không chồng
Lắt lẻo bờ tre con chim khách
Ai giật mình ra ngõ đứng trông.

thơ

PHẠM HIỀN MÂY

## TỪ LY NUÔI DÀI...

nuôi dài tóc chút nữa đi
cho tình dài chút nữa hy vọng buồn
như câu vọng cổ ngọt nguồn
đẩy hơi ngân nức nở tuồng hương xa

nuôi dài tóc nữa đi nha
nhỡ mai này nắng tình già quái hiên
úa vàng vọng tưởng bình yên
dè đâu trong mộng mới hiền mây bay

nuôi dài tóc đủ tầm tay
níu nhau bờ mị tình ngày thiên thu
níu nhau nhớ níu phù du
vào sum vầy trận nợ mù bão giông

nuôi dài tóc trận về không
mới hay tình gió bụi hồng một cơn
thì xin nhận lấy đời ơn
nỗi phiền muộn nỗi dỗi hờn đớn đau

nuôi dài tóc ngọn xưa sau
xanh neo bóng bến giang đầu tình trăng
nằm nghe huyền sử sao băng
biết trời đất dậy cát đằng hồ nghi

yêu làm chi nợ làm chi
xõa ngang vai tóc từ ly nuôi dài….

thơ

NHƯ QUỲNH DE PRELLE

# BABEL 2020, THÁNG 2

Không phải ngày tận thế
và không thể ngày tận thế
những dịch bệnh hoành hành
xuất hiện
những cơn ho
những chiếc phổi phập phồng mang cá
những cái chết
những lò thiêu
những giường bệnh khắp nơi

Không phải ngày tận thế
và không thể ngày tận thế
đại dịch của thiên tai
hay của chính cái ác
của con người vô tận
của lòng trắc ẩn bị thương tàn
của lòng từ bi đã mất

Không phải ngày tận thế
và không thể ngày tận thế
những cái chết
từ bệnh dịch
những ai oán buồn than
cả nhân loại lao đao
một phần chết
một phần được cứu sống
phần lớn hơn ra sức cứu vớt
chống chọi ngày đêm cùng bệnh dịch

Không phải ngày tận thế
cùng nắm tay
thương nhau thật lòng
nhỏ những giọt máu lành
không hôi tanh mặn chát
nhỏ những giọt sương mai
như trẻ thơ khóc
nhỏ những tiếng thở dài
của tình yêu và loài người

Không phải ngày tận thế
hãy thương nhau nhiều hơn
hãy kết lại những bàn tay
sông núi biển dài mênh mông thành một
đại dương sâu thẳm hiền hoà

Bệnh dịch
dịch chuyển gần nhau hơn
nhìn thấy  nhau trong cái chết gần hơn
thương nhau trong những chia rẽ điêu tàn

Bệnh dịch
dịch chuyển những trái tim con người còn lại
đẩy lùi những cái ác
xấu xa
những lây lan bị đánh bại
bởi sức mạnh con người
bởi trí huệ và tình yêu
giá trị của sự sống
không phân chia

và

Tưởng nhớ
biển
chân trời
đại dương
đang biến mất

Tưởng nhớ
thời gian đang đi qua
tuổi trẻ của trí huệ và những giọt máu rơi
những cái chết
dịch bệnh tràn lan
khắp toàn cầu
hoảng hốt

Tưởng nhớ
những thân phận
đơn côi
những cuộc đời buồn chán
những cái chết bất thình lình

Tưởng nhớ
tôi
một trái tim buồn bã
một con người
giữa hàng triệu con người

Tưởng nhớ
những bài thơ đã chết
một nhà thơ đã chết
hay một nhà thơ đang yêu

Tưởng nhớ
tưởng nhớ
mùa Tết đang đến và đi
mùa thanh xuân còn lại
nụ cười
trong tim
hay giọt nước mắt
trên môi hôn.

ĐẶNG CHÂU LONG

# HỒI TÀNG NƠI CHỢ BÚNG

Đến nhà anh chị Lê Vĩnh Thọ, nhân vật đón vợ chồng tôi là Trump, chú chó nhỏ trắng đốm đen nhảy cỡn lên sau cánh cổng mừng chúng tôi như thông lệ. Chú Trump được mang về nuôi đúng vào giai đoạn ông Trump chuẩn bị lễ nhậm chức nên các thành viên trong nhà quyết định đặt chú tên này. Chú cô đơn như hai chủ, như vế đầu câu đối của Cao Bá Quát: “”Nhà trống ba gian, một thầy, một cô, một chó cái”. Họa hoằn có người đến thăm nó vui cũng phải. Anh Lê Vĩnh Thọ mấy lúc này hay chảy nước mắt sống mỗi khi cố điều tiết đôi mắt và đi đứng có vẻ yếu đi. Các con anh không muốn anh đi gắn máy nữa. Hai anh chị bây giờ chỉ quanh quẩn trong nhà, cô độc giữa chiều thu.

Anh miên man bình luận những câu thơ lời văn của những tác giả không chủ định, như cuộc rượt đuổi văn chương ẩn hiện theo từng lời nói lại qua. Anh nhắc lại bài thơ Nắng Chiều của Phan Khôi, một bài thơ đa ngữ nghĩa của một kẻ sĩ giữa văn đàn đầy giông bão năm 1956, thời gian rình rập mà nhất cử nhất động của văn chương có thể bị qui chụp, “mạc tu hữu” (*) như thời Trần Quý Cáp bị chém ngang lưng.

Nắng chiều (1956)

*Nắng được thì cứ nắng*
*Tiếc tài gần chạng vạng,*
*Mặc dầu gần chạng vạng,*
*Nắng được thì cứ nắng.* (Phan Khôi)

Ba chữ “gần chạng vạng” và câu chót luôn làm xao xuyến lòng người.

Nghe bài thơ khác của ông:

*Làm sao cũng chẳng làm sao*
*Dẫu có thế nào cũng chẳng làm chi*
*Làm chi cũng chẳng làm chi*
*Dẫu có làm gì cũng chẳng làm sao.*

(Phan Khôi)

Đã thấy khẩu khí của một nhân vật từng được mệnh danh là Ngự sử trên văn đàn.

Hoặc một tản văn Phan Khôi luận về mấy câu thơ của Lê Đạt "Cái bình vôi, vì nó sống lâu ngày, lòng nó đặc cứng, miệng nó bít lại, ngồi cú rũ trên trang hoặc trên tường thành, cũng như pho tượng đất hoặc gỗ không nói năng, không nhúc nhích, thì người ta tôn thờ sùng bái mà gọi bằng Ông".

Tôi viết cái bài khảo cứu nhỏ này cốt để cắt nghĩa mấy câu thơ của Lê Đạt:

*Những kiếp người sống lâu trăm tuổi*
*Y hệt như một cái bình vôi*
*Càng sống càng tồi*
*Càng sống càng bé lại.*

(Phan Khôi, Ông Bình Vôi)

Anh nói đông nói tây, thì giờ trôi qua nhanh như vó ngựa, chúng tôi tỉnh ra thì nồi kê văn học anh nấu vẫn đang sôi. Tôi tiếc những bồ văn chương anh còn đang cầm giữ. Tôi ngẫm lại quanh đời những kẻ vô tài đang cào nát văn hóa từng ngày mà bắt chước Phan Khôi cảm thán đôi dòng:

*Làm sao chẳng biết làm sao*
*Có bảo thế nào chẳng biết làm chi*
*Làm chi lẩm nhẩm làm chi*
*Hắn có làm gì cũng chẳng làm sao*

Năm giờ bên anh Lê Vĩnh Thọ qua mau. Những câu chuyện lan man gợi lại những mẩu chuyện văn học tưởng chừng như đã phôi phai. Những trầm mặc bùi ngùi cứ chen ngang làm không gian đôi lúc cũng ngưng đọng.

Rồi cũng phải chia tay thôi anh, lần sau về lại để nghe anh miên man tiếp. Nhé anh Lê Vĩnh Thọ, con ngựa chứng Bình Dương.

*Rằng từ điên đảo cõi trần*
*Nhân gian là cõi gian nhân hoành hành*
*Đoạn trường vạn kiếp tân thanh*
*Tang thương không tiếng không hình càng đau*

*Trăm năm bao cuộc bể dâu*
*Ai đem máu lệ đổi màu nước non*
*Đầu trâu mặt ngựa nhơn nhơn*
*Dẫu lem bạch diện chẳng sờn đan tâm*

*Khó gì bắt phải phong trần*
*Ai cho ai cướp được phần thanh cao*
*Rằng đang trong cuộc bể dâu*
*Rộn ràng tiếng thú xôn xao tiếng thù*

*Ta còn lục bát Nguyễn Du*
*Một đời vang vọng tiếng ru muôn đời*
*Ta còn bóng dáng tuyệt vời*
*Bóng ta thì cũng bóng người tiền thân*

*Rằng tài mệnh bất tương thân*
*Cứ suy vận mệnh đoán phần tài hoa*
*Kẻ gây muôn sự - người ta*
*Cũng đừng gán trách trời xa trời gần*

*Không trời – ta cũng phong trần*
*Có người – ta phải muôn phần truân chuyên*
*Cõi người chung đụng đảo điên*
*Cõi ta vô thượng cõi riêng vô hình*

*Tài có hoa tài có tình*
*Phải chăng tai họa do mình gây ra*
*Tài không tình tài không hoa*
*Thì tai họa đến do ta hay trời*

*Không trời – đổ lỗi cho ai*
*Trời đui câm điếc dối người dễ tin*
*Bởi người tâm địa đảo điên*
*Tài hoa – tai họa gắn liền hại nhân*

*Làm người có thế có thân*
*Ai thay ta sống chết phần đời ta*
*Nhận kèm tai họa – tài hoa*
*Chết non thất thế sống già vong thân*

*Thân dù đày đọa phong trần*
*Thanh cao vẫn giữ trọn phần sắt son*
*Cô thân cô thế cô hồn*
*Còn hơn sống chết một tuồng như nhau*

*Cần gì gây cuộc bể dâu*
*Một ngày đủ hứng trọn sầu trăm năm*
*Không trời – không có thiên đàng*
*Không người - địa ngục trần gian bất thành*

*Tình nào ấm giữa vô tình*
*Tâm nào vẫn giữa vô minh rạng ngời*
*Hồng trần bão táp khôn nguôi*
*Giày vò đất nước dập vùi non sông*

*Tang thương đến cả cõi lòng*
*Hồn người ô nhiễm bụi hồng xâm lăng*
*Dù cho bão lụt hằng năm*
*Thiên tai đâu khủng khiếp bằng nhân tai*

*Dời sao đổi vật đợi ngày*
*Khỏi ai định đoạt an bài đời ta*
*Sống là sống những bất ngờ*
*Một ngày đã lợm sống thừa trăm năm*

(Lê Vĩnh Thọ, Nguyễn Du và Tôi)

**Đặng Châu Long**

ANH CHỊ LÊ VĨNH THỌ&NGUYỄN THỊ NGỌC LAN
TRƯỚC NHÀ-BÊN KIA LÀ TRƯỜNG TRỊNH HOÀI ĐỨC
BÚNG - NGÀY 26-02-2019

(*) Sĩ phu đương thời gọi bản án Trần Quý Cáp là "Mạc tu hữu", nghĩa là bản án không có bằng chứng, do âm mưu đen tối của Pháp và nhóm quan lại xu thời dựng lên để mưu sát một vị lãnh tụ chủ chốt của Phong trào Duy Tân.

TRÚC LINH LAN

# TÓC XƯA CÒN GIỮ MẤY LỜI ẨN HƯƠNG

*Tóc mai sợi vắn sợi dài*
*Lấy nhau chẳng được thương hoài ngàn năm*
(Ca dao)

Đó là câu ca dao mà tôi nhớ khi đọc hết tập thơ "Mười năm bóng ngựa qua thềm cũ" của nhà thơ Nguyễn An Bình. Tôi không đi tìm bóng ngựa, tôi cũng không chạm chân vào thềm cũ của tác giả. Mà tôi đi nhặt từng sợi tóc yêu thương nhà thơ đã đánh rơi trong ký ức đẹp của mình. Sợi tóc mềm mại như mây lại có một lực hấp dẫn làm xao xuyến trái tim của người thầy giáo dạy văn này. Tóc đã đi vào ca dao từ xưa "Một thương tóc bỏ đuôi gà/Hai thương ăn nói mặn mà có duyên" hay "tóc em dài em cài hoa thiên lý/Miệng em cười anh để ý anh thương". Chính mái tóc làm vương vấn trái tim nhà thơ xuyên suốt, chiếm gần như một phần ba số bài trong tập thơ. Mỗi bài thơ đó của An Bình, ta bắt gặp những sợi tóc có liên quan đến mối tình dang dở của môt thời xa rất xa, một thời học trò hồn nhiên, vu vơ trong sáng… gợi cho bạn yêu thơ thấy bóng mình thấp thoáng trong tứ thơ thật lãng mạn dễ thương: "Nhà em ngày xưa góc phố/Thơm nồng từng cánh hoàng lan/Một thời anh hay trốn học/Đợi chờ hương tóc bay sang" (Hương hoàng lan tr.109). Ta lại bắt gặp một cậu học trò ôm cặp len lén nhìn mái tóc ai đó mà say đắm ngọt ngào:

*Người con gái tóc dài mềm hơn suối*
*Chảy miên man dịu mát cả hồn tôi*
*Tình buổi ấy hạt sương mai buổi sớm*
*Lá thuộc bài mơ ước thât tinh khôi...*

(Tháng Ba không ở lại, tr.144)

Ơi sao mà dễ thương quá vậy! Mối tình học trò thường ít khi thành nợ phu thê, mà nó chỉ còn là kỷ niệm đẹp để ta giữ lại trong lòng, và nói như các nhà thơ, để ta làm thơ thương nhớ một thời, để nhận ra hiện thực cuộc đời không phải toàn là hoa hồng. Chính sự không trọn vẹn ấy lại trở thành bao kỷ niệm cháy lòng, da diết khôn nguôi: "Dòng sông cũ đẫm tình tôi trong đó/Ngọt tiếng em cười dọc nước giỡn trăng/Từng sợi tóc thơm lòng tôi ngày nọ/Qua cầu tre mang lại chút nắng vàng" (Giặt áo bên sông tr.12)..."Trong giấc mơ tôi bao mùa mưa nắng/Vẫn nhớ một thời tóc thả gió bay" (tr.18). "Tóc thả gió bay" một hình ảnh thơ thật đẹp, gợi cho tác giả chút ngậm ngùi: "Xưa em chải tóc dưới trăng/Sợi thương rơi mất sợi buồn theo ai?/ Yêu người mấy sợi tóc mai" để rồi "Mùa xưa trăng rụng mất rồi/Nhớ em chải tóc một thời xuân xanh" (Thả lá trên sông tr.22) và tình yêu đó bây giờ trở thành nỗi ám ảnh: "rong rêu". Tất cả như phảng phất như khói sương mà sao lãng đãng cả đời của nhà thơ. Bạn yêu thơ yêu lắm hình ảnh một An Bình hết sức cô đơn trong nỗi nhớ riêng mình:

*Đường nhân gian đi hoài không tới*
*Tôi và em để gió qua sông*
*Thả sợi tóc bay về vô định*
*Tôi chờ ai nỗi nhớ mênh mông*
(Phiến tình sầu cuối đông tr.82).

Mang nỗi nhớ mênh mông ấy, nhà thơ trở về nơi hò hẹn cũ, nhưng người con gái đó lỗi hẹn rồi, thử hỏi sao không tiếc nuối ưu tư "sợi tóc hoàng kim sợi tơ trời/hương đưa theo gió rối lòng tôi" nay chỉ còn "Lãng đãng trong sương thơm mái tóc thề/Tình yêu tôi, tình một thời nông nổi' Những cuộc tình chia tay tháng giêng trở thành nỗi buồn trầm tích hoài niệm khôn nguôi:

*Không biết dỗi hờn có làm em ướt mắt*
*Tôi đánh rơi làn tóc rối hương xưa*
(Chia tay tháng Giêng, tr.118)

Lỡ đánh rơi rồi, tất cà trở thành quá khứ, tác giả cất giữ một góc khuất nào đó trong trái tim với lời thú nhận thật ngọt ngào. "Giữ lại đời nhau cuộc tình đánh mất/Se sắt chiều vàng đón lá me bay/Lặng lẽ nơi này mùa xuân trở gió/Tôi vẫn yêu người em đâu có hay" (Giữ lại đời nhau tr.115). "Tôi vẫn yêu người em đâu có hay" Cháy lòng quá nhà thơ ơi! Tất cả rồi cũng xa, nhưng sao mà thăm thẳm trái tim mình: “Gió cuốn đi áo huyền sương ngày nọ/Màu tóc mây em thả lửng bên trời/Con đường xa đem theo bao bụi đỏ/Chỉ một lần mãi thương nhớ khôn nguôi”, bây giờ “Hãy trôi đi màu tóc xưa đã bạc/Nghiêng vai người từng sợi nhớ sợi thương” (Áo huyền sương - tr.32). Câu hẹn kiếp sau quen thuộc ấy hình như nhà thơ thấy rất huyễn hoặc vì vậy anh cảm thấy hoài nghi “Đợi cầu vồng tạnh mưa ngâu/Nên duyên hạnh ngộ kiếp sau còn buồn” (Khúc tình sầu trong mưa – tr.69). Thôi thì kiếp này nhà thơ đã tìm ra một sợi tóc trói buộc cuộc đời mình, và sơi tóc mảnh mai này bền chặt đoạn cuối một cuộc tình trăm năm. Trong bài thơ “Cám ơn em” nhà thơ đã bày tỏ thật lòng, nghe mà ngưỡng mộ: “Cám ơn em mất một đời/Theo tôi cuối đất cùng trời truân chuyên”. Trở lại với thực tại hiển nhiên, một nơi mà bếp lửa gia đình vẫn tỏa sáng, ấm áp, bình yên để chiêm nghiệm một điều “Yêu người ngực ủ trầm hương/Trăm năm hơi thở còn thương tóc mềm”. Tuyệt vời.

Thơ Nguyễn An Bình không mới, một lối thơ truyền thống mượt mà, giàu nhạc điệu, giàu hình ảnh đẹp. Nhưng có lẽ bài thơ “Ẩn hương” là bài thơ tôi thích, vì theo tôi thì hình như bạn yêu thơ đang bắt gặp một hồn thơ thật sự, rất cô đơn, một mình thắp ngọn đèn khuya đối diên với nàng thơ, một mình với kỷ niệm, một mình với thổn thức ngày xưa? Tôi thích một An Bình suy tư với chính mình:” Tìm người chỉ thấy bóng tôi/Đi lang thang giữa dòng đời mộng du”…..”Tìm nhau suốt cõi ta bà/ Một tôi chiếc bóng la đà mù sương” Thôi thì :”Chút tình muôn dặm biển khơi/Tóc xưa còn giữ mấy lời ẩn hương? Nguyễn An Bình biết rất rõ vướng nợ với văn chương đã nhọc nhằn, vướng nợ với nàng thơ càng cô đơn hơn trên con đường hành hương vô định. Mùi hương này ẩn giấu nơi đâu? Và dấu chấm hỏi như một câu đố mà chính tác giả còn mãi miết đi tìm. Một thầy giáo chuẩn mực. Một cuộc sống qui cũ…Thật không dễ dàng để tác giả thoát ra khỏi khuôn phép cứng nhắc ấy đem đến các bạn yêu thơ một vườn hoa đầy hương sắc, mà nhà thơ Nguyễn An Bình đã làm được, rất thành công. Nhà thơ mời chúng ta chung rượu thơm, ngọt ngào nhưng vẫn chưa làm chúng ta say. Tôi thấy hình như tác giả còn hẹn với chúng ta điều gì:

*Nhánh sông buồn lở bồi ai gọi*
*Làn hương em tóc nhớ đêm ngày*
*Chim gọi mãi một mùa trăng vỡ*
*Tình yêu tôi còn cốc rượu say*
(Chút mưa xưa nào ấm vai người, tr.37)

Các bạn yêu thơ cũng như tôi đang háo hức chờ cốc rượu say mà tác giả còn giấu lại đâu đó. Và một ngày không xa chúng ta sẽ cùng tác giả ngây ngất một mùa say.

**Trúc Linh Lan**
Chủ tịch Hội Nhà Văn Tp. Cần Thơ

NGUYỄN AN BÌNH

# LÃNG ĐÃNG MAI CHÂU

Hào thường cho rằng mình không phải là phượt thủ chuyên nghiệp bởi những dịch chuyển của anh từ nơi nầy sang nơi khác rất là tùy hứng chứ không phải là niềm say mê khám phá những vùng đất mới hoang dã hay có những ý tưởng khác đời. Anh rong ruổi mỗi lúc có thể để tìm cái đẹp trong thiên nhiên qua lăng kính cái đẹp của nhiếp ảnh và cách tiếp cận của riêng mình. Ngay từ lúc học phổ thông Hào có niềm say mê muốn lưu giữ những khoảng khắc đẹp nhất của thiên nhiên và con người có thể chỉ là một nụ hoa đang hé nở trong sương sớm, một cánh bướm hay chú ong mật đang say sưa vờn hoa dưới ánh sáng xiên khoai của một ngày mới hay những thửa ruộng bậc thang vùng cao, mùa hoa tam giác mạch biên giới… Nói là nói vậy nhưng kinh nghiệm của một phượt thủ chuyên nghiệp thì Hào có thừa, từ việc mang theo đồ dùng cá nhân như giấy tờ, tiền bạc, cốt tinh gọn nhẹ nhàng nhưng phải bảo đảm được tính đa năng trong việc chọn ba lô, đồng hồ, vật nhọn, kính râm, mũ bảo hiểm, quần áo phù hợp với nơi muốn đến … nên những ngày rong ruổi đường trường anh luôn có tâm trạng thoải mái, tự tin.

Lần nầy chuyến phượt về Mai Châu cuối năm Hào muốn săn những bức ảnh đẹp về thiên nhiên, con người và nhất là ảnh về mùa hoa ban đang bắt đầu rộ nở ở Mai Châu. Hoa Ban là loài hoa biểu tượng của vùng cao, biểu tượng của tình yêu trong sáng và thủy chung của núi rừng Tây Bắc, lần trước anh chỉ có dịp lướt qua khi lên Mộc Châu Sơn La cùng đoàn công tác của công ty theo yêu cầu của đối tác muốn quay hình vì lúc đó Mộc Châu đang vào mùa hoa đào, hoa mận nở rộ, những cành mận, cành đào đua nhau bung nở. Hoa mận không chỉ đẹp bởi vẻ mỏng manh, tinh khiết mà khi nở nó làm cho cả đất trời cao nguyên nhuộm trắng bởi một màu tinh khiết trong ngần ấy bên cạnh đó lại xen kẻ sắc hồng của những cành đào lung linh trong nắng sớm  khiến bao du khách như lạc vào chốn thần tiên trong chuyện cổ tích. Lên Mai Châu lần nầy anh còn có mục đích khác mong tìm gặp người con gái trong các bức ảnh mà anh tình cờ chụp được khi ghé ngang qua ngã ba Tòng Đậu vào mùa hoa ban năm trước. Đó là một thiếu nữ Thái xinh xắn trong trang phục dân tộc đang làm người mẫu cho mấy tay nhiếp ảnh của tờ báo của tỉnh chuẩn bị ảnh cho số báo xuân sắp tới. Hôm đó đoàn phượt của anh vượt qua Thung Khe, đến ngã ba Tòng Đậu có một bạn trong đoàn đề nghị ghé tạt vào… để săn ảnh vì anh ta biết hoa ban đang vào mùa khoe sắc.

Trong lúc các bạn túa ra tìm góc để bấm máy anh chợt chú ý đến mấy tay thợ ảnh đang sắp xếp góc độ để bấm máy mấy cô gái, qua việc trao đổi của họ anh biết họ đang làm bộ ảnh bìa cho các tờ báo tết của tỉnh sắp đến. Trong số các thiếu nữ làm mẫu anh chú ý đến một cô gái tuổi khoảng hai mươi gương mặt thật dễ nhìn trong trang phục dân tộc, cô biết cách tạo dáng thật tự nhiên và đặc biệt nụ cười luôn kèm theo trên gương mắt có thần thái làm hút mắt người nhìn. Anh lặng lẽ đứng sau nhóm thợ chọn cho mình những góc ảnh thích hợp để ghi hình, không biết anh bấm được bao nhiêu kiểu đến khi đoàn í ới gọi nhau để lên đường anh vẫn còn tiếc rẻ vì cảm thấy chưa thỏa mãn. Anh chắt lưỡi phải chi có thời gian mình sẽ có bộ ảnh tuyệt đẹp cho cô gái.

Sau nầy khi về Hà Nội công việc cứ lôi cuốn đi, một thời gian làm anh gần như quên mất hình ảnh cô gái mình đã chụp ở rừng hoa banTòng Đậu Mai Châu, đến khi lục lại trong thư mục ảnh lưu anh mới chợt nhớ và chọn lọc những tấm ảnh đẹp nhất, thần thái nhất của cô gái để in ra và quyết định làm một chuyến đi Mai Châu để thỏa mãn sự khám phá của mình và nếu may mắn gặp lại người trong ảnh sẽ tặng lại cho cô như một món quà bất ngờ thú vị.

Lần nầy anh đi bằng môtô - một mình - đường đi Mai Châu bây giờ đã không còn trắc trở, quanh co, thay vào đó là những cung đường hiện đại đã được rút ngắn, dễ đi và khung cảnh quanh các cung đèo cũng trở nên hấp dẫn thơ mộng hơn. Quốc lộ 6 là tuyến chính mà nhiều phượt thủ chọn để lên Mai Châu. Theo tuyến đường này sẽ đi qua dốc Cun  dài chừng 12 km cheo leo uốn lượn ngập đầy sương trắng và đèo Thung Khe (đèo Đá Trắng) cũng vậy - hai điểm nổi tiếng đẹp kỳ vĩ. Đèo Thung Khe thử thách tay lái không chỉ bởi những dốc cao khúc khuỷu mà còn những dốc đổ uốn lượn liên tục. Với độ cao hơn 1.000m so với mực nước biển, khi dừng nghỉ ở đỉnh đèo Thung Khe, bạn có thể ngồi vào những túp lều lợp bằng tre nứa để thưởng thức ngô luộc, khoai nướng, cơm lam chấm vừng hoặc mua làm quà những lọ mật ong rừng hay những giò phong lan treo lủng lẳng đem về miền xuôi làm quà cho người thân. Có đứng trên những cung đường đèo nầy mới nhận ra hết vẻ đẹp hoang sơ, huyền ảo bất tận của non xanh nước biếc mà tạo hóa đã ban tặng cho cái xứ sở núi non trùng điệp mà trong thơ Quang Dũng đã từng nhắc đến trong bài Tây Tiến: "Dốc lên khúc khuỷu dốc thăm thẳm. Heo hút cồn mây, súng ngửi trời. Ngàn thước lên cao, ngàn thước xuống. Nhà ai Pha Luông mưa xa khơi". Hoặc bạn có thể đi thêm khoảng vài trăm thước nữa tới một địa điểm mà dân địa phương gọi là Dốc Đá Trắng, rồi men theo lối mòn phủ đầy đá dăm, tuột xuống một mỏm núi chìa ra phủ đầy đá trắng bồng bềnh mây. Một bên là núi, một bên là vực, mây mù phủ kín, phong cảnh thật hùng vĩ con người mới thấy hết sự nhỏ bé của mình trước thiên nhiên.

Đi thêm khoảng 15 km nữa là tới Mai Châu.Thung lũng Mai Châu được bao bọc bởi núi, phủ xanh bởi những cánh đồng ngút ngàn. Nơi đó có nhiều bản làng của người dân tộc Thái sinh sống và là điểm du lịch thu hút nhiều du khách tìm đến như: bản Lác, bản Pom Cọong, bản Văn, bản Nhót…

Hào cho xe chạy vào bản Lác đến dãy nhà sàn của đồng bào làm dịch vụ homestay mà anh đã liên hệ và đặt trước qua điện thoại. Điều đầu tiên Hào nhận thấy ở đây đường vào bản  khá khang trang, được tráng xi măng sạch sẽ ngăn nắp, không gian mang một vẻ đẹp thanh bình và dân dã, quanh bản là những đồng lúa, ruộng ngô xanh mướt, có tiếng suối róc rách đâu đây, mờ xa là dãy núi non nối tiếp dài vô tận. Dân bản Lác ở đây là người Thái Trắng, bao gồm 5 dòng họ sinh sống Hà, Lò, Vi, Mác, Lộc, họ là những người giản dị, dễ thân thiện.

Nơi anh ở là một dãy nhà sàn được những người dân bản địa tự tổ chức thành một xóm dịch vu homestay phục vụ khách du lịch. Nhà sàn cất cao ráo chống đỡ bằng những cột gỗ vững chắc, mái được lợp bằng lá gồi hay lá mây mốc thếch xếp khít nhau còn sàn lát toàn bộ bằng thân tre dập nhỏ. Bởi vậy rất thoáng mát khi mùa hè tới và ấm cúng khi đông về.

Hào nhận phòng và ngủ một giấc dài để lấy lại sức, khi thức dậy trời đã về chiều. Sau khi vệ sinh Hào xuống dùng cơm với những người cùng trọ. Có nhóm sinh viên đi khám phá, vài cặp gia đình đơn lẻ có cả một gia đình đem theo mấy đứa trẻ con nữa.Ánh đèn điện và bếp lửa than sáng rực với mùi thơm đặc trưng của các món ăn đặc sản của vùng Tây Bắc như cơm lam, thịt lợn mán, gà nướng, cá suối chiên, hòa quyện vào nhau tạo thành một hương vị đặc trưng xen lẫn tiếng cười nói ồn ả của thực khách tạo nên một không gian vừa sôi động vừa ấm cúng làm Hào cũng cảm thấy vui lây. Anh còn biết còn nhiều món ăn đặc sản khác của Mai Châu như thịt trâu gác bếp nổi tiếng. Nghe bạn kể lại muốn làm móc ăn nầy dân bản lựa ra những phần thịt thăn, thịt bắp ở vai ở lưng con trâu, sau đó thái dọc thớ thành những miếng nhỏ, rồi tẩm ướp công phu với sả, gừng, tỏi, ớt khô và hạt mắc khén - loại trái rừng rất khó kiếm. Những miếng thịt này được "gác" bếp trong mấy tháng trời cho ám khói, miếng thịt "ăn" gia vị và khô đi. Trâu gác bếp ngon là thịt vẫn giữ sắc đỏ nhất định, vị ngọt với mùi rất đặc trưng của các hương liệu núi rừng. Khi ăn thịt trâu gác bếp, thường sẽ kèm với rượu Mai Hạ - loại rượu đặc trưng làm từ lá rừng của người Thái hoặc món rau rừng đồ là loại rau thập cẩm với vô vàn các loại lá cây rừng, rau rừng có thể ăn được như rau beo, rau tầm bóp, rau đốm, rau đu đủ,…. Những loại rau này chỉ cần hái và rửa sạch rồi đem đồ lên trong khoảng 30 đến 40 phút là có thể ăn được. Rau rừng sẽ được ăn chung với bánh dày và chấm với loại nước chấm đặc biệt được pha chế theo công thức riêng của người dân bản xứ. Còn có măng đắng, nhộng ong rừng xáo măng chua, nước lá phao, rượu Mai Hạ, thịt gà đồi, cá suối nướng, thịt ướp chua, nhộng ve sầu chiên, rau xôi… nhưng thôi để dành đó thời gian còn ở lại Bản Lác sẽ từ từ thưởng thức vậy.

Sau buổi cơm chiều, mọi người được thông báo sẽ có một đêm biểu diễn văn nghệ, giao lưu cùng du khách ghé thăm bản. Ở đây mọi người có thể xem những điệu múa xòe, múa sạp, múa ô với những thanh niên nam nữ trong trang phục truyền thống dân tộc, nghe những bản tình ca Tây Bắc vui tươi, tham gia đốt lửa trại, cùng hòa mình vào không gian văn hóa mang màu sắc bản địa của người Thái. Nơi biểu diễn là một khu đất rộng ở đầu bản Lác cũng không xa lắm có thể đi xe điện hoặc đi bộ. Hào chọn cách thứ hai vì anh nghĩ vừa đi vừa ngắm cảnh thưởng thức không khí trong lành về đêm trên  mấy con đường trong bản thì còn gì thú bằng.

Hào đến nơi biểu diễn cũng vừa lúc đội văn nghệ bắt đầu mới tiết mục xòe Thái vui nhộn: Các cô gài Thái với trang phục truyền thống kết hợp với thắt lưng, khăn piêu, xà cạp, các loại hoa tai, vòng cổ, vòng tay, xà tích tạo nên một điệu múa vui tươi đầy màu sắc. Rồi múa sạp, múa ô của người Mông. Xen lẫn là những bản tình ca như Chiếc Khăn Piêu, Tình Ca Tây Bắc …Trong các tiết mục anh chú ý đến một cô gái hát bài Tình Ca Tây Bắc, giọng hát sao mà cao vút và trong như suối nguồn:

*Em là dòng sông Mã, anh là núi Mường Hung*
*Cho thuyền em ngược (ơ ờ) dòng, gió đưa em về núi.*
*Em hãy về bên suối đợi anh anh ở bên khuông*
*Anh làm no lòng mường, em làm vui ấm bản.*

Đôi mắt ấy, nụ cười ấy của cô ca sĩ hình như anh đã gặp đâu đây rồi thì phải nhưng trong giây phút bất chợt anh không tài nào nhớ ra được. Buổi văn nghệ đã tan từ lâu, trên đường về anh cố lục trí nhớ xem anh đã gặp cô diễn viên ấy ở đâu rồi nhỉ và anh chìm vào giấc ngủ trong nối suy tư mà không có lời giải.

*

Buổi sáng Hào thức giấc hơi muộn, anh xuống nhà khách thì nhiều người trong nhóm du khách đã đi chơi rồi, anh lửng thửng quảy ba lô đi dọc theo các con đường trong bản. Dân trong bản nhiều nhà đã biết làm dịch vụ mở cửa hàng bán quà lưu niệm cho khách để có thêm thu nhập, từ những món quà nhỏ nhất như chiếc móc khóa đến những vật dụng lớn hơn như quạt, vòng đeo tay, đeo cổ gùi, dao quắm, cung nỏ, chuông gió tre… và nhất là khăn, mền,váy áo thổ cẩm màu sắc rất sặc sỡ, bước chân anh vô tình bước vào một trong những gian hàng như thế, anh đi ngang qua quầy bán đồ lưu niệm rồi thơ thẩn đi dọc theo mấy xà ngang treo khăn và quần áo thổ cẩm, dừng lại ngắm nghía định chọn vài chiếc khăn làm quà cho hai cô em gái ở nhà, chợt nghe bên tai có tiếng hỏi:

- Quí khách muốn mua khăn ạ. Ở đây có nhiều mẫu mả đẹp quí khách có cần em giúp chọn không?

Hào vừa quay mặt lại vừa nói:

- Không sao tôi có thể tự chọn được mà.

- Vậy quí khách cứ tự nhiên chọn lựa nhé.

Chợt Hào thảng thốt sửng người, trước mặt anh là cô gái trẻ khá xinh, mặt tươi tắn, nụ cười như luôn gắn trên môi, cái cô diễn viên múa xòe Thái và cũng là người hát bản Tình Ca Tây Bắc có giọng cao vút đêm qua đây mà. Cô gái suốt đêm qua làm anh trằn trọc cố nhớ đã gặp lúc nào, anh ồ lên nói với giọng ngạc nhiên:

- Phải cô là người hát bài Tình Ca Tây Bắc trong buổi văn nghệ đêm qua phải không?

Không trả lời thẳng vào câu khách hỏi, nét mặt cô gái như rạng rỡ hẳn lên:

- Ồ! Đêm qua anh cũng có mặt ở buổi diễn nữa à?

- Em có giọng ca không thua gì ca sĩ, sao em không đi hát luôn nhỉ?

- Em chỉ thích hát phục vụ thôi.

- Tôi có một cái nầy muốn cho em xem.

Nói xong Hào lấy trong ba lô một cuốn album ảnh đưa cho cô gái. Tò mò cô gái cầm tập album mở ra xem. Khoảng hai mươi kiểu ảnh được chụp với nhiều góc độ khác nhau của một cô gái trong rừng hoa ban hiện ra trước mắt, cô gái vừa xem vừa reo lên:

- Ồ! Ảnh của Thảo đây mà, ai chụp mà đẹp thế nhỉ? Mấy ông nhà báo tỉnh chụp Thảo không có tấm nào đẹp như những tấm nầy.

Hài cười xòa trước vẻ hồn nhiên của cô gái:

- Thế là tôi đã gặp đúng người rồi. Không uổng công tôi lên Mai Châu chuyến nầy. Ảnh của em hết đấy. Tôi chụp là để tặng người trong ảnh đó mà.

Cô gái tên Thảo cười tủm tỉm:

- Thích quá. Cám ơn anh, mà sao anh chụp Thảo hồi nào mà em không biết vậy.

Hào kể cho cô gái nghe cách đây hơn năm anh và đoàn công tác lên Mộc Châu, trên đường đi có ghé ngang qua Tòng Đậu gặp lúc Thảo đang làm mẫu ảnh cho các tay nhà báo anh đã chụp cho cô một số ảnh, năm nay lên Mai Châu để săn ảnh và tìm xem có thể gặp người mẩu để tặng ảnh, quả là có duyên mới gặp được nhau như thế.

Hào chợt hỏi:

- Nhà em ở đây à?

- Ồ không! Đây là nhà cô em, mấy hôm nay cô em có việc đi vắng nhờ em trông coi cửa hàng, một vài bửa nữa cô về em sẽ trở lại thị trấn anh ạ.

Hào nhìn cô gái chợt đề nghị:

- Anh lên đây cũng chưa biết tham quan những đâu, em có thể hướng dẫn anh được không?

Cô gái cười;

- Nếu như thế thi em rất vui lòng, vừa để trả công vừa để làm vui lòng quí khách đã đến quê em mà.

*

Những ngày sau đó Thảo đưa Hào đi nhiều nơi Mai Châu. Trước hết cả hai trở lại ngã ba Tòng Đậu mà một năm trước hai người tình cờ gặp nhau để thưởng thức hoa ban đang rộ nở, lần nầy thì Thảo làm người mẩu đàng hoàng cho anh chàng Hào tha hồ chụp thoải mái không lén lút như trước, họ say sưa ngắm cảnh hoa ban nở đẹp như một bức tranh thủy mặc được vẽ giữa không gian bao la của đất trời Tây Bắc trong một thời tiết se lạnh rất dễ làm say lòng người. Bước chân của họ cũng qua những nơi khác như Thác Pùng, Hang Mỏ Luông, Bản Văn, Bảo Tàng Thái, Thác Gò Lào, lang thang trên những cánh đồng lúa bậc thang, những rẩy ngô xanh mướt…và nhất là hang Chiều. Muốn lên hang Chiều phải bước lên 1.200 bậc thang đá giữa những cây Xà Pùng xanh mát. Hang Chiều gồm có 2 tầng, đi theo bước chân của Thảo sau khi đi hết bậc đá, Hào Hào bắt gặp tầng thứ nhất, Thảo dừng lại nói:

- Anh Hào có biết tại sao nơi đây người ta gọi là hang Chiều không? Vì mỗi khi chiều xuống ánh sáng mặt trời chiếu rọi vào hang, những lớp thạch nhủ trong hang phản chiếu ánh sáng lấp lánh đầy màu sắc, tạo nên những vầng sáng huyền ảo trong mắt mọi người mà không phải nơi nào cũng có được.

Lại còn có những dòng nước nhỏ từ trên đỉnh núi len lỏi vào trong vách đá lâu ngày tạo thành những khối thạch nhủ mang nhiều hình dáng kỳ lạ như những bức tượng được bàn tay khéo léo của tạo hóa điêu khắc tỉ mỉ mà con người không thể nào chạm trổ được. Hết tầng thứ nhất Thảo đưa Hào đi theo mấy bậc thang dẫn xuống tầng thứ hai, Hào không quen địa thế nên bước trợt chân suýt ngả may nhờ cô gái Thái níu lại kịp, hai cơ thể như áp vào nhau làm Thảo suýt ngã theo, Hào có cảm giác ngực Thảo tim đang đập mạnh và hơi thở thơm tho của cô gái làm chàng ngây ngất nhưng anh cũng kịp trấn tỉnh lên tiếng xin lỗi vì sự vô ý của mình, Thảo khúc khích cười:

- Không sao đâu anh em đã đoán trước mà, anh đi không quen nên thế thôi chứ hang nầy em đi nhiều lần rồi.

Bước vào tầng thứ hai Hào thấy trước mặt mình là khối thạch nhủ trắng xinh đẹp mang hình dáng một cô gái đang ngồi lặng lẽ, có khuôn mắt thanh tú như đang ngóng đợi người về một cách nhẫn nại. Cuối hang là là một dòng suối nhỏ róc rách không ngừng chảy xuống thành hang làm cho Hào có cảm giác như lạc vào động thiên thai vậy. Trở lên Hào lấy máy chọn góc cạnh để bấm một số kiểu, anh nghĩ đây là những bức ảnh ngược sáng, có sự tương phản giữa ánh sáng diệu kỳ với bố cục hợp lý sẽ tạo thành một tác phẩm nhiếp ảnh đầy ấn tượng đây.

*

Đêm cuối trước ngày về, Hào rủ Thảo ra thị trấn Mai Châu uống cà phê nghe nhạc. Ngồi bên Thảo trong quán, Hào có dịp ngắm cô bạn gái của mình một cách kỹ lưỡng hơn, anh khám phá ở cô một nét đẹp thầm lặng ẩn chứa trong một tâm hồn trong sáng thánh thiện, mấy ngày được Thảo hướng dẫn tham quan đây đó anh cảm nhận cô gái Thái có nhiều điểm đáng quí, ngoài việc ca hay múa giỏi, kiến thức khá sâu rộng về văn hóa mà tính tình rất hồn nhiên trong sáng. Anh ao ước…

Cả hai đi bộ từ thị trấn về bản Lác, hình như họ cố ý đi chậm lại để có thể được gần bên nhau thì phải. Trời cuối năm sương xuống nhiều, đường về bản bắt đầu mù mù sương lãng đãng. Họ im lặng không nói gì, đến một khúc quanh có một băng đá của nhà ai đó đặt cho khách ngồi nghỉ chân, Hảo nắm nhẹ tay Thảo nói:

- Mình ngồi nghỉ ở đây một chút Thảo nhé.

Cô gái không nói gì lẳng lặng ngồi xuống cạnh bên anh. Không gian im ắng quá có thể nghe được tiếng lá rơi và tiếng chim ăn đêm vừa vụt qua hàng cây trước mắt. Hào nhìn Thảo anh thì thầm:

- Anh yêu Thảo.

Cô gái không trả lời, Hào kịp nhận ra đôi bờ vai của Thảo như run lên vị xúc động, anh nhẹ nhàng ôm cô gái nâng cằm nàng và hôn lên đôi môi mọng ướt của cô, hơi thở cả hai như dồn dập run lên vì cảm xúc. Trong giây phút say mê ngây ngất đó cô gái như chợt tỉnh xô nhẹ anh ra nói trong hơi thở nức nghẹn:

- Không được đâu anh.

Hào tha thiết:

- Thảo theo anh về Hà Nội được không?

- Em không thể yêu anh được.

Hào ngơ ngác:

- Vì sao?

- Em đã có người yêu rồi.

Hào thảng thốt:

- Sao Thảo không nói cho anh biết.

- Anh có hỏi em đâu mà em nói. Nhưng mà thôi cũng không có gì anh ạ, người yêu em đã mất cách đây hơn hai năm rồi.

- Nguyên nhân?

- Anh ấy học ở Hà Nội trên chuyến xe về làm lễ hỏi anh ấy bị tai nạn giao thông trên đèo. Em hứa suốt đời sẽ nhớ đến ảnh.

Hào im lặng không nói, anh buồn nhưng tôn trọng tình cảm riêng tư của Thảo, cô như đóa hoa ban xinh tươi của núi đồi, anh không được phép làm cho nó tàn phai sắc màu, hãy để đóa hoa ban ấy tô thắm cho núi rừng Tây Bắc, hãy giữ tình cảm đẹp đẽ mãi mãi trong trái tim của mình Thảo nhé.

Gần đến ngả rẻ vào nhà cô Thảo, nàng nhìn Hào khẻ nói:

- Mai anh về bình an nhé.

Hào nhìn theo bóng Thảo, bóng nàng đã khuất sau ngã rẽ.

Sương xuống nhiều và Hào thấy trước mắt nhìn một màn sương như che mất lối về của mình.

*Mai Châu, tháng 11/2017*
*Sài Gòn, tháng 9/2019*
**Nguyễn An Bình**

thơ

TRẦN VĂN NGHĨA

## HƯƠNG PHỐ

Đêm gió muộn bầy dơi treo cánh thức
Mắt trần gian đỏ mắt ướt mưa về
Góc hiên cũ chênh vênh thềm ký ức
Có hoa vàng bướm trắng chở đầy xe

Có mai sớm tung tăng đời chim sẻ
Ngày mộng du nền nã nắng ven đường
Ai thả tóc lênh đênh thời trai trẻ
Dắt bên lòng bảng lảng bóng hoàng hôn

Mê mải chạy trên cánh đồng cỏ dại
Đuổi bóng mình mười sáu ngỡ vầng trăng
Thấy chung chiêng tiếng đàn kìm ai gảy
Rớt dưới khuya đau điếng giọng sâm cầm

Nằm nghe lá đồi xa xao xác gọi
Cõng mùa xanh lưng rát dấu mưa hằn
Xin gửi phố chút hương tình còm cõi
Và cũng già trên trán những nếp nhăn.

*(Phan Rang)*

thơ

NGUYỄN THÁI BÌNH

## TẶNG BẠN TẾT KHÔNG VỀ

Tôi gởi cho bạn một chút gió bấc quê nhà
Ngày hai mươi chín giao thiếu một ngày ba mươi nên tết sớm
Đáng lẽ ra giờ này bạn đang cùng cha sơn mới cánh cửa bạc thếch thời gian
Thay cho mẹ những bóng đèn sau một năm trường lé loi chờ đợi
Ở nơi bạn sống làm gì có nhưng lốc bụi mù làm cay xè đôi mắt
Mà sao tiếng thở dài nghe như chết đuối trong khoảng nhớ mênh mông.
Tôi gởi cho bạn một chút gió cửa sông
Có bóng tháp nước phố Phan ngã dài theo nỗi nhớ
Những nhành mai rừng lác đác nở những niềm hy vọng
Phiên chợ cuối năm khấp khởi những phận người.
Tôi muốn gởi cho bạn một thời tuổi đôi mươi
Khi mà từ đó bạn trở thành một người viễn xứ
Nơi mà từ đó bạn bổng trở thành một tâm hồn tư lự
Uống rượu một mình và say cũng một mình.
Mỗi độ xuân sang…

*Phan Thiết*

thơ

NGUYỄN TRUNG NGUYÊN

## NHỚ MẸ QUÊ XƯA

Con còn nhớ những ngày nước lũ
Tiếng chim kêu chao chác bên hè
Mẹ dậy sớm nùi rơm ủ lửa
Tiếng thở dài con vẫn thường nghe.

Rồi nước rút con sông trơ đáy
Mẹ xắn quần bì bỏm ngược dòng
Bê rổ ốc con cười hỉ hả
Không kịp nhìn mắt mẹ mênh mông.

Trăm con nước đổ nguồn ra biển
Con trôi theo lũ cuốn cuộc đời
Háo hức tắm bao bờ bến lạ
Mẹ quê nhà ngồi đếm lá rơi.

Cứ mỗi năm tháng chín nước về
Con chim lại bên hè chao chác
Khói rơm sớm làm nhòa tóc bạc
Tiếng thở dài mình mẹ lắng nghe.

Sông chảy xuôi gió thổi ngược mùa
Trái tim biết bên nào bồi lở!
Đời mẹ cứ nhớ thương vời vợi
Nước về rồi mà con vẫn xa.

*Cần Thơ*

thơ

LÂM BĂNG PHƯƠNG

# TÍM BUỒN

Nắng xế tà, nắng hối thúc chiều tan
Bao nỗi nhớ bỗng dâng tràn rạo rực
Bên kia bờ có ráng hồng đỏ hực
Em bên đây với thổn thức muộn màng.

Nắng gom mình, thưa nhạt, nắng sắp tan
Nước gợn sóng lăn tăn miền nhung nhớ
Dòng kỷ niệm theo sông trôi một thuở
Cuối chân trời, sợi nhớ thả về đâu.

Hoàng hôn đang đùn đẩy áng mây sầu
Trời chín đỏ nép vào cây xanh biếc
Nước lững lờ chở lời yêu biền biệt
Chiều tím buồn, nuối tiếc tháng ngày vui.

Nhìn vầng mây phiêu lãng cuối chân trời
Tóc dài buông quên đi thời lược chải
Bờ vai gầy gánh đắng cay trẻ dại
Trái ưu sầu chín tím lịm ngàn mây.

Dòng sông xưa nước êm chảy mỗi ngày
Trôi đi cả lời thề ai ngày ấy
Con đường cũ, người quên không quay lại
Bụi thời gian lấp kỷ niệm mịt mù.

Chiều tím buồn, hiu hắt tím nghìn thu...!

*Sài Gòn, 23/02/2020.*

thơ

HOÀI HUYỀN THANH

## BÀI THƠ CHO ANH

Em cũng biết cuộc đời là hữu hạn
Ta gặp nhau thuở ấy chẳng tình cờ
Nhưng run rủi chuyện đời sao lận đận
Nên bây giờ chuyện cũ ngỡ như mơ.

Bốn mươi năm trốn tìm nhau chóng mặt
Làm sao quên bài giáo án anh trao
Hương nguyệt quế thơm ánh trăng vằng vặc
Tạ từ nhau chữ nghĩa cũng xin chào.

Em giữ mãi bài thơ trong trí nhớ
Trên cành cây tiềm thức của ngày xưa
Thuở ấy, hôm nay và mai sau nữa
Nắng lung linh nhớ mãi tuổi dại khờ.

Cám ơn anh giữ bài thơ em viết
Là chút lòng thanh khiết tuổi mộng mơ
Bao tháng cùng năm vẫn đội mưa chờ
Chùm lộc biếc trổ hoa đời diễm tuyệt.

Cám ơn anh, người anh thương thân thiết
Người bạn tâm tình, tri kỷ thâm giao
Cám ơn anh, dẫu một thời ly biệt
Vẫn hẹn lòng ấp ủ chuyện tìm nhau.

(Nắng hồng ngày cũ)

thơ

DẠ YÊN

## DẪU CHỈ LÀ MƠ

Gió mang đi
Lời ai đang thủ thỉ
Đã trải lòng dù chỉ một bài thơ
Tình rất đẹp
Dẫu là một giấc mơ
Mong manh quá và đêm về tan vỡ

Lời ai ru
Nghe nồng nàn như hơi thở
Đêm không sao...trăng lỡ vỡ khuyết tròn
Vẫn tình riêng ai mãi vẹn lòng son
Chỉ mơ nhé
Thời gian trôi qua mất

Mơ thôi nhé
Không gì là sự thật...
Mới hôm qua trăng giỡn bóng qua cầu
Mà hôm nay chìm vào giấc ngủ sâu
Hồn thanh thản
Phiêu du miền cực lạc

Và em đó
Trăn trở hoài năm tháng
Mộng mị này lãng đãng sẻ chia ai
Có cùng nhau đi hết dặm đường dài
Nghe cay đắng
Miên man triền tóc rối

Đêm cô đơn
Chìm sâu vào tăm tối
Nghe châu sa đan rối mắt môi cười
Đợi mãi thôi cầu vồng rạng sắc ngời
Chơ vơ nhé
mây bay trôi sóng sánh

Trong cơn mê
Sao cứ mà im lặng
Sắc cuộc đời xanh đỏ trắng vàng nâu
Bỏ cuộc chơi phơi giấc điệp trăng câu
Nhưng thật đẹp...
dẫu là mơ... thật đẹp...

thơ

NGUYỄN THỊ KIM HƯƠNG

# NỖI NHỚ MÙA TRÂM CHÍN

Năm xưa dưới gốc trâm này,
Anh rung trái rụng, rơi đầy nón em.
Vùng vằng em bảo hái thêm,
Nhìn em cái lưỡi tím đen, anh cười.

Anh mang nỗi nhớ khôn nguôi,
Bờ môi tim tím, nụ cười trẻ thơ,
Bao mùa trâm chín ngẩn ngơ,
Anh rung trái rụng, đợi chờ... em ơi!

Anh mơ thấy dáng em về
Nghiêng nghiêng chiếc nón, trâm rơi rụng đầy
Gió chiều thổi tóc em bay
Gió ngày xưa thổi, buồn quay quắt đời!

Trải qua mấy chục năm trời
Em, tôi lạc giữa dòng đời ngược xuôi.
Trái trâm tím thẫm môi cười,
Chát, chua, dịu ngọt, buồn vui giữa đời!

*23/02/20*

thơ

NGUYỄN THỊ YẾN

## KÝ ỨC TUỔI THƠ

Quay ngược thời gian trở về tuổi thơ
Những trưa hè nắng chói chang đổ lửa
Khi cha mẹ phơi mình ngoài đồng lúa
Con trao trảo kêu um ổi đã chín rồi.

Sáng tháng Năm cha gieo mạ có nồi xôi
A, thích quá, hôm nay mình có cỗ
Có cục xôi mà tưởng như ăn giỗ
Anh em mình sung sướng nhảy cẫng lên.

Quà bánh có gì ngoài cây khế nhà bên
Cây keo góc vườn và hàng rào kim quýt
Hái được trái nào là anh em xúm xít
Và cùng chia nhau một chút hồn quê.

Ngày hôm nay bao nhung nhớ ùa về
Khi bất chợt nhìn trái keo, trái khế
Và đôi mắt mình bỗng dưng nhỏ lệ
Tuổi thơ mình phút chốc đã đi qua.

thơ

VÕ THỊ LOAN

# TÂM NGUYỆN

Từ thuở nhỏ tôi yêu màu áo trắng
Chữ thập hồng hoài bão cả ước mơ
Cha mẹ nghèo và còn cả em thơ
Đường học vấn phải đành cam dang dở

Nhưng tâm huyết làm trời cao không nỡ
Và trường y rộng mở đón chào tôi
Vào ngành y cũng là bước vào đời
Sao kể hết gian truân và vất vả

Tuần tự học cứu thương rồi y tá
Y sĩ rồi văn hoá phải cho xong
Tâm nguyện cha luôn ghi khắc trong lòng
Quyết phấn đấu học xong bằng bác sĩ

Lời cha dạy thật vô cùng thâm thuý
Hành nghề y là để chỉ giúp đời
Y đức ngành không một phút buông lơi
Và luôn phải trao dồi thêm nghiệp vụ

Ngày vinh dự được nhận bằng "Ưu tú"
Lòng mừng vui hạnh phúc biết là bao
Nguyện trong tâm bất cứ hoàn cảnh nào
Luôn tâm huyết xoa nỗi đau người bệnh!

Nay nghỉ hưu mong mang niềm vui đến
Với người nghèo để trọn vẹn niềm vui
Chốn nhàn du mong Ba hãy mỉm cười
Con gái đã hoàn thành xong tâm nguyện!
Yêu nghề, nhớ Cha!

*27/2/2016*

Bình Thơ

TRẦN THỊ HỒNG CHÂU

# LẬN ĐẬN MÀ VẪN CỨ YÊU THƯƠNG

Đến với bài thơ MƯỜI O trong tuyển tập THƠ TÌNH VIẾT TRÊN BAO THUỐC LÁ của nhà thơ Trần Dzạ Lữ.

Khi ta đến tuổi muốn yêu. Việc TÌM NGƯỜI YÊU để nên vợ, nên chồng trở thành như là một trách nhiệm cho gia đình, xã hội và ngay cả chính bản thân mình. Vì vậy, công cuộc đi tìm "lên thác xuống ghềnh, lận đà lận đận..." này cứ như là một cuộc thử sức, thử vận, thử tài...của mỗi con người chúng ta vậy.

Thế nào thì mới được cho là tình cảm bị LẬN ĐẬN? Trên ba mươi, hay trên bốn mươi chưa tìm được một nửa của mình là lận đận? Lận đận cũng lắm kiểu... Người bị Bồ đá liên tục, hay người "bị nhiều người yêu (quấy rối) quá..." ai khổ hơn ai?...

Nghe mấy người trẻ trẻ nói - thời buổi này, Trai có tiền, mà vô tài bất tướng gái vẫn theo nườm nượp. Gái mà đẹp lung linh, có đần đần chút chút cũng không sao vẫn có chồng nuôi... vậy thì người có tài mà nghèo như thi sĩ có bị lận đận không?

Tình cờ được nhà thơ Trần Dzạ Lữ tặng tuyển tập THƠ TÌNH VIẾT TRÊN BAO THUỐC LÁ có bài thơ viết về "tình trường lận đận" rất ư là đặc biệt.

Ta hãy cùng đọc, cùng ngẫm với nhau nghe!

MƯỜI O

1. O TÒA KHÂM

*Tóc dài ai xõa ngang lưng*

*Để tui nhìn trộm quá chừng.. O ơi?*
*Đến khi quen được nhau rồi*
*O đi một nước, tôi ngồi... Câm luôn!*

2. O THÀNH NỘI

*Nhà O kín cổng, cao tường*
*Tui vô mô đặng nên mường tượng thôi*
*O cười nghiêng dáng hoa khôi*
*Là tim tui rớt ra ngoài cươi tê!*

3. O AN CỰU

*Yêu nhau đổ - nước - nghiêng - thùng*
*Coi Trời xanh ấy bằng vung đó tề*
*Rứa mà đột ngột O đi*
*Buồn như ri hí! Tui về mồ côi...*

4. O KIM LONG

*Xăm mình lên với Kim Long*
*Vì thương con mắt nhãn lồng của O*
*Ai dè câu hát đò đưa*
*Đò đưa tui rớt xuống Thừa Phủ ni!*

5. O BẾN NGỰ

*Xưa vua ngự ở nơi ni*
*Chừ tui cũng... ngự tại vì...si O*
*Đi lui đi tới mơ hồ*
*Chằm hăm xây dựng cơ đồ... tình nhân!*

6. O ĐẬP ĐÁ

*Qua đây tui cứ trông mong*
*O đừng lấy chồng ở rứa thương tui*
*Mô ngờ số phận túi thui*
*Ai đưa kiệu rước O rồi... Chúa ơi!*

7. O BAO VINH

*Cứ về phố cổ lang thang*
*Mà O chẳng chộ, tui càng nghễ thêm...*
*Nghễ răng cho đến chiều lên*
*Mênh mông sương khói đợi em lạc lòng...*

8. O VỸ DẠ

*Hết cau rồi cũng hết trầu*
*Áo O thôi trắng một màu tinh khôi*
*Qua sông buồn quá người ơi*
*Bên ni tui ở một trời bơ vơ..*

9. O VÂN THÊ

*Theo O xuống ruộng lên bờ*
*Đôi khi tui cũng giả đò hụt hơi*
*Để O dậm cẳng kêu trời:*
*"Cái anh ni thiệt lạ đời rứa thê! "*

10. O PHÒ TRẠCH

*Chín O đã bỏ tui rồi*
*Bên ni bên nớ nón cời... ra đi*
*Chừ còn lại một O ni*
*Vớt tui từ trái tim... chì đó hi!*

*Ầu ơ O noải, tui nghe*
*Chín thương mười nhớ đi về trước sau*
*Một mai chóng mặt địa cầu*
*Cũng không được bỏ, lìa nhau đó tề!*

Vẫn biết Trần Dzạ Lữ là một nhà thơ người Huế thuộc vào hàng lão làng thơ tình, nên khi đọc thơ Ông. Tôi chỉ nghĩ : - "Trời đất quỷ thần ơi! Ôn nhà thơ ni quảng cáo cho gái quê mình dữ quá! Đến nhà thơ mà phải xuôi xuôi ngược ngược như ri thì..." và tôi khẳng định: - "thơ... là thơ thôi! "... Vì nếu đem "các mối tình được se từ thơ" nghĩa là SAY THƠ MÊ NGƯỜI ra kể chắc phải đến "Tết khủng long" cũng chưa hết được... Nếu đúng như nhà thơ Xuân Diệu định nghĩa YÊU LÀ CHẾT Ở TRONG LÒNG MỘT ÍT thì tuổi thọ của nhà thơ đa tình ni tính ra răng? Không biết có được bao nhiêu phần trăm sự thật??? Nhưng để diễn tả sự "tình lận đận" thì MƯỜI O chu cha là tuyệt!

MƯỜI O - là bài thơ kể về mười cô gái, ở mười địa danh của Huế được nhà thơ yêu... Tòa Khâm, Thành Nội, An Cựu, Kim Long, Bến Ngự, Đập Đá, Bao Vinh, Vĩ Dạ, Vân Thê, Phò Trạch không những là danh lam thắng cảnh nổi tiếng cổ kính, nên thơ... mà nơi đây nét đẹp, phong thái của các cô gái làm người ta say như điếu đổ... Chả thế mà có câu ca rằng: HỌC TRÒ TRONG QUẢNG RA THI \ THẤY CÔ GÁI HUẾ CHÂN ĐI KHÔNG ĐÀNH.

Công cuộc đi chinh phục MƯỜI O, tác giả kể mỗi O là một câu chuyện rất ngắn (1 khổ thơ lục bát). Hình ảnh về con người, về cảnh vật chỉ bằng vài ba nét chấm phá điển hình... Ngôn từ sử dung đậm đặc chất giọng địa phương... Nhà thơ đã rất dí dỏm làm người đọc tưởng tượng ra cái cảnh - Người con trai xứ Huế đi tìm vợ xứ Huế đã phải "lận đận lao đao, lên bờ xuống ruộng" đến cỡ nào mà vừa buồn cười, vừa thương ....

Dù tác giả kể rất ít nhưng vẫn đủ cho ta thấy được nét đẹp, nét kín đáo, lịch lãm, đài trang... rất đặc trưng của các cô gái Huế, những nét đó khó có thể kiếm được ở nơi khác. Nên nhà thơ dù bị các O hành tơi bời, bị đau, buồn hụt hẫng bao lần vẫn mê, vẫn đắm, vẫn si... và quyết bám chặt Huế... để được O thứ 10 (Phò Trạch).

Rõ ràng MƯỜI O là một khúc tình buồn. Tác giả "tán gái" thất bại đâu phải chỉ là quá tam ba bận, mà là quá nhiều lần. Vậy mà tôi thấy như nhà thơ Trần Dzạ Lữ đang kiêu hãnh mà kể, tự hào mà kể... như muốn khoe với mọi người "tui đã chiến thắng! Vợ tui là người Huế đó!..." và bị khó khăn mới biết quý những gì mình đang có, mới rèn cho mình tính chung thủy trong nghĩa tào khang... Tác giả đã tự nhủ:

*Chín O đã bỏ tui rồi*
*Bên ni bên nớ nón cời... ra đi*
*Chừ còn lại một O ni*
*Vớt tui từ trái tim... Chì đó hi!*
*Ầu ơ O noái tui nghe*
*Chín thương mười nhớ đi về trước sau*
*Một mai chóng mặt địa cầu*
*Cũng không được bỏ lìa nhau đó tề!*

Xin cảm ơn nhà thơ Trần Dzạ Lữ đã cho tôi được đọc những bài thơ rất ư là mượt mà, mộc mạc dễ hiểu, không hề có sự đánh đố ngôn từ. Tôi thực sự rất yêu những bài thơ trong tuyển tập THƠ TÌNH VIẾT TRÊN BAO THUỐC LÁ của anh... còn rất nhiều bài hay xin các bạn đón đọc.

*22/02/2020*
Hong Tran - **Trần Thị Hồng Châu**

ĐAN THANH

# NGƯỜI KHUÊ CÁC

*Chào em, cô Đặng tiểu thơ*
*Người khuê các để chín chờ mười mong*
*Tường rào cao, ngõ ngói hồng*
*Mà sao như núi, tựa sông... nghìn trùng.* (NCĐ)

Thanh nhận cuộc gọi của người phụ nữ xa lạ, giọng miền nam, rưng rưng buồn, chị xưng là Thùy, thú thật tên Thùy nhiều quá nên Thanh không nhớ ra. Chị nói nhiều nhưng Thanh chỉ nhớ là hai tuần nữa chị về VN và muốn gặp Thanh,

Thanh vẫn không nhớ ra là ai nhưng chắc là quen, vì chị biết nhiều về Thanh. Không sao, gặp rồi tuỳ cơ ứng biến.

Đúng hai tuần sau, cùng giọng nói đó nhưng từ một số phone khác, chị hẹn 11.30 ngày mai sẽ đón. (Biết cả địa chỉ nữa à.)

- Nhưng tôi sẽ đi đâu?

- Về nhà thờ tộc Hoàng Hữu

Thanh im lặng

- Không có chuyện gì đâu, đừng lo.

- Tôi sẽ đi, về quê tôi mà.

- Tốt rồi, cảm ơn nghen, người khuê các,

Thanh lặng người và chợt nhớ ra, Thùy, vợ anh Khang, đơn vị của anh đóng ở Hậu Giang những tháng năm tại ngũ, Thùy đã theo chồng, hèn gì, giọng miền Nam khiến Thanh không nhớ.

Hồi đó cái tên Hoàng Hữu Nam Khang, hay nhất làng, ai cũng nhớ, Ba anh, bác Hoàng Hữu Nam, theo tây học, là bạn của cha Thanh.

Thanh đùa:

- May mà bác trai thêm chữ ng, nếu không thì ôi thôi rồi.

"Giấc Nam Kha khéo bất bình

Bừng con mắt dậy thấy mình tay không"

*

Cách đây hơn tháng, Thanh được người bạn cho biết anh Khang bị tai biến, ngồi xe lăn năm, sáu năm rồi, Thanh thoáng buồn, thương cho kiếp người trầm luân, nhưng ngại gọi trực tiếp nên nhờ bạn gửi lời thăm và chúc anh bình phục.

Thanh bắt đầu lo, có anh cùng đi? Ruột gan lộn tùng phèo nhưng không dám kể với ai. Hơn «năm mươi năm rồi không gặp, từ khi Thanh lấy chồng".

"Thằng ngõ ngói học trên hai lớp", chỉ là chút tình đầu gió thoảng mây trôi. Con một, được miễn quân dịch, nhưng anh lại vào trường Thủ Đức, bạn bè có nhắn nhe: một phần lỗi tại Thanh. Thanh hờ hững nhận những lá thư từ KBC 4100 với dòng mở đầu quen thuộc "người khuê các thân yêu". Mới đó mà đã hơn năm mươi năm.

Hồi đó Thanh nghĩ là chưa có gì sâu nặng, đam mê sẽ mất đi khi có người thay thế. Khi Thanh đã tay bồng tay mang thì được tin anh cưới Thùy. Vậy là yên tâm rồi, mỗi người có một cuộc sống riêng.

Rồi chiến tranh, rồi ly biệt, từ đó bặt tin nhau.

*

Phụ nữ vẫn là phụ nữ, cả buổi sáng Thanh chọn lựa áo quần, giày vớ, cứ y như là hò hẹn với ai, mà kể ra cuộc gặp cũng... quan trọng, Thanh nghĩ vậy. Thanh chọn cái áo ren màu đen, đi qua lại trước gương, thấy mình là lạ, khác với mọi ngày, phút chót định đổi áo, thì xe đến đón, trước giờ hẹn 10 phút

Người phụ nữ bước xuống xe, sang và đẹp, mặc bộ vest đen, sao trùng hợp thế, tuy đã thay đổi nhiều, nhưng vì biết trước, nên Thanh nhận ra Thùy ngay.

- Chào chị.

- Thôi mình đi, ở quê đang chờ.

Thanh mở cửa xe, tim đập lỗi nhịp,

Ghế trống

Thùy đi một mình.

Thùy không nói gì đến mục đích chuyến đi, Thanh cũng không hỏi thêm, họ chỉ trao đổi xã giao...

Đường 14B, không còn như ngày xưa, xe qua cầu và quẹo về hướng đông, đường làng rộng và im bóng tre. Cây lộc vừng nghiêng nghiêng  thả những cánh hồng trên mặt nước. Thanh chợt thấy lòng trống vắng, chênh vênh.

Bồ Bản, con sông mang tên làng nó đi qua, phía thượng nguồn sông có tên Hậu Phước, Phước Hưng, Túy Loan... "Giòng sông ai đã đặt tên..." nhàn nhã hiền lành trôi giữa đôi bờ cỏ cây non tơ mượt mà xanh.

Xe xịch đỗ lại, trong sân nhà thờ có đông người, họ ùa ra và Thanh chợt nghe có tiếng khóc, rồi nhiều tiếng khóc... Ô hay!

Thanh khựng lại và mất thăng bằng, đang ngơ ngác chưa hiểu chuyện gì, thì Thùy kéo tay Thanh đi vào. Trong nhà thờ, hình như là mới xây, mùi vôi vẫn nồng nồng... mùi nhang đặc quánh theo những đám khói cuộn lại cố tìm lối thoát, Thanh thấy khó thở, muốn nói gì đó mà không sao nói được.

Thùy đặt chiếc thùng giấy lên bàn, nhẹ nhàng mở ra, tay run run theo từng cử động. Thanh níu tay vào mép bàn, người lạnh ngắt nhưng mồ hôi ướt áo, Thanh rùng mình như có một luồng điện chạy dọc cơ thể.

Một chiếc hũ sành chạm trổ hoa văn màu xanh lặng im trên màu khăn đỏ trải bàn. Tiếng khóc lại dội lên.

Thanh đứng chết lặng.

Thùy nói gì đó với mọi người, Thanh nghe mơ hồ, nhưng câu cuối thì Thanh nghe rất rõ dù Thùy đang khóc nghẹn.

- Em đã đưa anh về quê. Thùy kéo tay Thanh và cả hai cùng đặt tay lên chiếc hũ sành, hai bàn tay run run lạnh ngắt.

- Anh à, người khuê các đến tiễn anh nè, em đã thực hiện đúng di nguyện của anh rồi đó, mong anh hãy thanh thản ra đi.

Không còn gượng được nữa, Thanh đổ nhào xuống, Thanh có lỗi với cả hai người, Thanh muốn nói với Thùy một lời xin lỗi dù đã quá muộn nhưng Thanh không nói được, và chỉ còn nghe mơ hồ tiếng còi xe cấp cứu đang vất vả nhọc nhằn hụ lên từng hồi dài.

***

Một nén tâm nhang tiếc thương tiễn người đi xa.

Xin bái biệt!

**Đan Thanh**

Truyện Ngắn

TỪ PHẠM HỒNG HIÊN

# MÙA THÔI HOANG VẮNG

Hơn hai mươi lăm năm tôi mới trở lại quê nhà. Quê nghèo, quê khó nhưng chưa bao giờ tôi nguôi thương nhớ. Ở đó có cội Bạch Mai,ghi dấu không ít những buồn vui của đời người lắm chìm nổi như tôi. Sau ngày đất nước thống nhất, nhờ những mối quan hệ tốt trong họ hàng, tôi may mắn được gần gũi với cha mẹ vợ con, ngôi đình thần và cội Bạch Mai mà không phải đi cải tạo xa như các đồng ngũ khác. Thế cũng xong, kết thúc cuộc chiến tranh chết tiệt này đi cho rồi. Gì thì gì, không còn cái cảnh bom rơi đạn nổ và chết oan chết nghiệt là phước phần lắm rồi. Gia đình, họ hàng bà con, bè bạn xóm giềng vỡ òa sum họp.

Cán bộ giảng huấn kia là ai ta... Chín Thắng chớ còn ai nữa. Biết rồi, mà hình như Ba Muôi cũng là anh ta thì phải. Đúng rồi, Ba Muôi con chú Sáu Ất nhà ngoài vàm kinh đó mà... À, ra vậy! Chú Sáu Ất có bà con với gia đình mình à nhen.

Sau mười ngày học tập cải tạo, sáng đó Chín Thắng triệu tập bê-hai của tôi lên khiển trách. Các anh lấy tư cách gì mà mới sáng sớm cả đám gân cổ lên đòi đi "chiến dịch" và "hành quân" chung với chúng tôi. Các anh lấy gì để "dâng lên Người". Các anh nên nhớ lấy thân phận mình, các anh không xứng đáng, chớ có hỗn hào. Rồi đây các anh sẽ còn chứng kiến cảnh bánh xe lịch sử nghiền nát mọi trở lực, để khẳng định ai thắng ai giữa hai con đường là một tất yếu lịch sử.

Giờ đây ngồi dưới tán Mai, lời cha kể năm xưa như vẫn còn văng vẳng bên tai khi tóc tôi hãy còn để ba vá.

- “Dương, thôi đừng giỡn nữa con, hãy ngồi xuống đây cha kể chuyện này cho nghe, để mai sau cha có qua đời con còn nhớ đến cha.”.

Chuyện kể rằng:

Đoàn tàu của Mạc Cửu rời vùng Thuận Hóa thấm thoát đã bước sang ngày thứ sáu. Biển trời phương Nam lồng lộng gió, lớp lớp sóng xô rào rạt vào mạn tàu. Đang mùa gió vừa trở hơi cấn chướng, ông cho đoàn tàu đi cặp vào gần bờ hơn. Phương Nam lúc bấy giờ hãy còn hoang vu lắm. Những loài thực vật lạ mọc chen chúc trên bờ; những đàn khỉ, heo rừng, cùng những đàn chim cò đang thong dong xoãi cánh, như ngầm hứa hẹn sự trù phú của vùng đất vừa mới được khai sinh.

Bỗng những người có mặt trên đoàn tàu nhất loạt ồ lên, khi nhìn thấy đàn sếu cổ đen đầu đỏ khổng lồ dễ có đến hàng vạn con, bất ngờ xuất hiện bay lượn bên trên, che rợp cả một vùng trời. Đoàn tàu dong đi chậm lại theo lệnh Mạc Cửu và tất cả cùng dõi nhìn một cảnh tượng như thần tiên, mà họ chỉ mới được nghe kể từ những ngày còn tạm dừng chân ngoài Thuận Hóa: “Ở phủ Sài Mạt thường hay có người tiên hiện ra trên sông…”.

“Người tiên” là đây chăng? Quả là đất lành chim đậu. Không lẽ đây lại là điềm ứng báo của giấc mộng đêm qua?”. Mạc Cửu tự hỏi. Và ông ngây người, thả hồn mình bay theo đàn sếu đang tung cánh.

Cũng tại thanh vắng nơi đây, tôi đã gặp lại các đồng ngũ cũ thuộc Quân đoàn ba Không quân. Sĩ quan cấp cao cấp thấp có đủ. Họ đi trước mấy năm và rồi nay họ trở về tìm gặp tôi. Cứ nghĩ với tình nghĩa cũ xưa, anh em gặp lại để hàn huyên tâm sự về cuộc sống, về nhân tình thế thái. Nhưng không, họ đến để lôi kéo rủ rê và tận tình mời gọi tôi. Những năm đầu thập niên chín mươi thế kỷ trước; lúc tôi hãy còn không-chấm-không, thì những đồng đội cũ của tôiđã văn minh hiện đại lắm rồi. Họ biết tuốt luốt mọi chuyện đang xảy ra trên cái hành tinh nhỏ bé này, tất nhiên cả những gì đang diễn biến ở Thái Bình, Gia Lai, hay Đồng Nai…Không như tôi, mỗi tối phải lén cả vợ con nghe đài nước ngoài cà hụp cà hưỡi trong cái nhà củi dựng gần chuồng heo phía sau nhà, nhưng ba chớp ba nháng tiếng được tiếng mất, nên cũng chẳng “thông” được bao nhiêu “tin” cả trong lẫn ngoài nước. Tôi không ngần ngại bày tỏ và đã từ chối thẳng thừng mọi sự lôi kéo của họ. Các anh  mỗi người có được bao nhiêu tỉ đô la rồi. Thì thôi, là nói cho vui vậy thôi chớ các anh có được bao nhiêu cũng là mừng bấy nhiêu, nhưng hãy lo cuộc sống của mình đi. Với lực lượng quân đội hùng hậu, phương tiện chiến tranh hiện đại và viện trợ cỡ đó mà ta còn buông bỏ, ráp nhau chạy như vịt thế kia…Tôi không tham gia phục quốc phục cò gì với các anh được đâu, hãy để cho tôi yên.

Đúng là đêm qua ông đã nằm mơ. Trong mơ ông thấy một bụi mai trắng to lớn dị thường, lớn hơn cả cây mai ở Lôi Dương-Quảng Đông, quê hương ông. Dưới bụi mai ấy luôn có đàn chim đông đúc bay lượn bên trên xếp thành hình những nàng tiên đang múa hát như giúp vui cho một nhóm chừng mươi người, diện mạo khôi ngô tuấn tú đang quây quần quanh chiếc bàn bằng gỗ mộc, bàn bạc việc quân và tranh luận về học thuật.

Ông chợt nảy ra ý định dừng chân lại hẳn nơi này, nhưng rồi vội xua tan cái ý nghĩ vừa lóe ra ấy đi. Bởi trước đây không lâu, ông đã thảo một bức thư nhờ bọn Lý Xã, Trương Cầu dâng lên cầu xin sự cứu giúp và được chúa Nguyễn Phúc Chu vui vẻ chấp thuận. Không những thế, nhà Chúa còn phong cho ông chức Tổng binh, chỉ định về cai quản đất Hà Tiên. “Nếu không…”. Ông thầm tiếc rẻ.

Gần đây triều đình Mãn Thanh mục ruỗng, ươn hèn đã ra lệnh tróc nã quyết liệt những người trong phong trào bài Thanh phục Minh như ông. “Nhưng người Nam thật hào phóng và nhân nghĩa. Khi xưa cũng chính những người này- mà lớp hậu duệ của Chu Nguyên Chương, trong đó có những đồng liêu với ông đã vô lễ gọi là Nam man- đã từng tha chết cho mấy vạn quân Minh qua hội thề Đông Quan. Chưa biết ai man rợ hơn ai, và đến nay họ cũng lại vui vẻ chấp nhận cưu mang mình.”. Ông lại trầm ngâm nghĩ ngợi.

Mạc Cửu hạ lệnh cho đoàn tàu dừng lại.

Suốt một buổi đi thám sát, chừng khi mặt trời vừa quá đỉnh đầu người đội trưởng về tâu lại: “Bẩm tướng quân, ở đây chỉ có vài con lạch nhỏ tàu lớn như ta không thể vào được.”. “Thế còn dân chúng?”. Mạc Cửu hỏi Trương Cầu, người được giao nhiệm vụ đội trưởng đội thám sát. “Bẩm tổng binh, rất thưa thớt, suốt một hai dặm đường rừng mới thấy đôi mái nhà tranh. Suốt buổi chúng tôi chỉ bắt gặp có lẽ là hai vợ chồng người ngư phủ đang phơi lưới trên một cái gò cao, trông họ có vẻ phúc hậu hiền từ. Nếu đúng như định vị, đó là chỗ ban sáng đàn hạc quần tụ mà ta đã nhìn thấy.". Trương Cầu cung kính đáp lời.

Những ngày sau cùng hoàn tất hồ sơ để rời đất nước ra đi, theo thỏa thuận như một thông lệ bang giao tất yếu của thời hậu chiến giữa kẻ được người thua, đã xảy ra một trục trặc nhỏ trong gia đình tôi.Thằng út trong số năm đứa con của tôi cương quyết đòi ở lại, mà chính ra nó là đứa ưu tiên được đi. Đường học hành của nó quá vất vả nhọc nhằn, người ta mười điểm đã chễm chệ ngồi trong giảng đường đại học, trong khi nó phải mười tám - khoảng chênh lệch của hai kẻ cùng lớp cùng khoa quả không thể chối cãi, như giữa một thầy với một trò. Người ta tiến bộ là nhờ công của người khác, còn nó giỏi giang là do thực học của mình chớ không vì tội của tôi, tôi có thể an tâm. Nhưng đi vẫn tốt hơn con à, chớ còn ở lại mai sau làm sao con chống đỡ nổi với cái lý lịch đen đúa của mình để mà lập thân cho được. Tôi cố thuyết phục nó.

Không thuyết phục được con, nhưng nhìn lại thấy nó sắp trưởng thành nên tôi tôn trọng quyết định ấy, đành để nó ở lại. Con đường khoa học của con, theo tôi thấy đã khá rõ, nhưng trước khi đi tôi vẫn không quên dặn dò. Con ở lại sau này có toàn quyền muốn làm gì thì làm, cha chỉ cấm con một điều là không được làm điều phản dân hại nước. Cũng may, hai bằng cấp tiến sĩ sau này nó lấy thêm từ đại học chuyên ngành, có thể nói là vào bậc ưu tú nhất của Đức và Nhật Bảnvề chế tạo máy và xây dựng cầu đường, cũng tạm đủ để nó đóng góp chút gì đó cho quê cha đất tổ.

Tôi không khoác lác, khoe mẽ về con mình để làm gì đâu, chớ sự thật là tiêu chuẩn đào tạo tiến sĩ của các trường ấy, đến như các học viện chuyên ngành về kỹ thuật vào hạng thượng thặngcủa Hoa Kỳ như Arizona hay California Institute Technology cũng phải ngả nón vái chào. Tôi về hơn tuần nay mà nào có thấy mặt mũi nó đâu. Hiện nó và các đồng sự trong doanh nghiệp như đã từng cùng nhau trích huyết ăn thề, đang còn đâu đó ngoài miền Trunggiành giật mấy dự án đầu tư vớiđám tài phiệt ngoại quốc man rợ, cấu kết với mấy tên Việt gian đầy mưu ma chước quỉ, dù tôi biết chẳng  dễ dàng gì đâu.

Đêm xuống, Mạc Cửu đưa mắt nhìn dải rừng bên trong như để kiểm tra lại lần nữa báo cáo hồi ban trưa của người thuộc cấp. Không gian hoàn toàn im ắng, nhưng không hề gợn chút thê lương sát khí. Thỉnh thoảng đàn chim rừng từ đâu đó đồng loạt kêu lên quang quác sau hồi âm thanh "Hrừm...Hrừm..." của chúa sơn lâm rồi trả đêm về cho hoang vu tĩnh mịch. Ngoài tiếng sóng ì oạp vỗ vào mạn tàu người ta chỉ còn nghe thấy tiếng rít của gió. Mọi người đã ngủ say. Mạc Cửu bấm tay lần đếm rồi bỗng ngước nhìn bầu trời đêm đang chi chít những tinh cầu tìm kiếm. Kia rồi, chòm Đại Hùng với ngôi Bắc Đẩu mờ nhạt xa xôi. Cố quận ơi, chắc chẳng bao giờ ta còn có cơ hội quay về...Tất cả rồi sẽ như một giấc mộng phù sinh! Ông cầm ly "Hùng phá xà" lần bước đến khoang tàu phía trước. Sương đêm phủ xuống ướt đẫm những chiếc lá non tơ của hai cây mai nhỏ mà ông đã kịp mang theo trước khi rời khỏi quê nhà Lôi Dương, bắt đầu cuộc đào thoát. Ông rưới nhẹ nửa ly trà còn lại vào hai thân cây nhỏ nhắn pha những giọt lệ âm thầm.

Thêm một chiếc xuồng cứu nạn nữa được hạ xuống bên trong cửa biển. "Cửa biển rộng quá, nó nào có kém cạnh chi nếu đem so với những Hoàng Hà, Dương Tử. Ta gọi nó là cửa Đại, nên chăng?". Mạc Cửu cắt dòng suy tưởng của mình và cùng đội thám sát hôm qua chống xuồng hướng vào con rạch nhỏ. Nê địa đầm lầy với bạt ngàn lau sậy. Họ phải vừa men theo đường nước vừa dùng binh khí bạt cỏ cây giữa đôi bờ để mở đường tiến vào bên trong. (Có ngờ đâu, mấy trăm năm sau người đời đã dùng cái tính hiểm trở của vùng nê địa này để đặt tên cho dòng kinh đào-Kinh Chẹt Sậy). Không giấu được nỗi lo sợ, theo lệnh chỉ huy họ phải liên tục dùng sào, mái chèo thi nhau đập đùng đùng xuống nước và ráp nhau hô to "Sát... sát..." cho đỡ sợ và đề phòng đám sấu mẹ sấu con đang điềm nhiên nằm ghếch mõm trên bãi bùn...

Mạc Cửu rì rầm khấn vái: "Trời cao đất dày minh chứng cho tấm lòng của kẻ mạt tướng này. Nếu có lòng gian ngoa phản trắc xin chịu chết chẳng toàn thây dưới vuốt hùm hàm sấu, còn không kính xin trời thần cho phép kẻ ngu muội được bình yên đặt chân lên đất này, dù chỉ trong giây lát để tỏ lòng hàm ơn đất và người phương Nam đã rộng lòng dung chứa".

Khi rời xuồng men theo con giồng dài dọc, kịp ngoái nhìn xuống dưới chân rừng bịt bùng lau sậy, đám tùy tùng và Mạc Cửu không khỏi kinh hoàng khi phát hiện ra vô thiên lủng cá sấu là cá sấu! Số họ nhìn thấy ngoài bãi khi nãy kia chỉ là con số lẻ. Cả "binh đoàn" sấu gần như hoàn toàn bất động, chỉ thỉnh thoảng khẽ cựa mình. Giá như biết trước cảnh trạng này chưa chắc gì ông đã dám mở cuộc hành quân. Nhớ lại những đợt hò hét ban nãy, ông chợt nhận ra một sai lầm không dễ tha thứ. Im lặng vẫn hay hơn chớ. Từ phía sau, ông gọi Trương Cầu quay lại dùng gậy chỉ xung quanh cho hắn ta xem nhưng không nói gì. Sau một thoáng ngơ ngác, bất ngờ sắc mặt Trương Cầu biến đổi và không giấu được vẻ hốt hoảng. Đúng là hắn ta có mắt mà như mù. Hôm qua do mải đi trên con giồng cao ráo hắn nào đã kịp nhận ra hàng ngàn con sấu lẫn với màu bùn đang nằm sát dưới chân mình!

Từ đó trở đi đoàn người chậm lại và trở nên thận trọng dè dặt hơn. "Ở đây nào có khác gì Lương Sơn Bạc với ba anh em nhà họ Nguyễn ở Sơn Đông. Bến nước anh hùng, bất khả xâm phạm của những người nông dân anh hùng, từng một thời khiến triều đình nhà đại Tống mất ăn mất ngủ. Cái quê xứ lạ lùng! Thảo nào từ quân Ân đời nhà Thương thời Xuân Thu cho mãi đến sau này, bao nhiêu lần chinh phạt phương Nam là bấy nhiêu lần chuốc lấy thảm bại nhục nhã, âu đó cũng là lẽ thường. Trong cái bất biến vô hình vô tướng kia quả là khó lường và đáng sợ"- Vừa đi Mạc Cửu vừa trầm ngâm nghĩ ngợi. Ông vụt hỏi Trương Cầu:

- "Có đúng là hôm qua nhà ngươi phát hiện chỉ có hai người ngư phủ không, hay là…".

Không còn đủ tự tin Trương Cầu đành cúi đầu im lặng, chưa dám trả lời. Bị khiển trách đúng nhưng bất ngờ, Trương Cầu không giấu được vẻ bực dọc với đám ba quân: "Tụi bây câm họng lại được không, sát sát cái củ cải!Sấu Nam khác với sấu ta, thằng nào có ngon nhảy xuống trảm thử một con tao coi. Bộ bây tưởng la lớn nó sợ à… T… ĩ… u… Tĩu…".

Khẩu lệnh mới được truyền khắp hàng quân: "Không được la ó, hò hét ầm ĩ nữa! Tra tất cả binh khí vào vỏ!".

Tràn sóng biển âm vang hồn chiến sĩ; Biệt nguồn sông nghi ngút khói anh linh.

Truyền đời đấu tranh, xin ghi tạc dặm trường quật khởi.

Xa xưa về mở cõi…

Lưu dân khốn khổ, nhọc nhằn khai khẩn đó những Ông Gốc, Bà Tư;

Bạc phận chơ vơ, hung hiểm chực chờ nọ các Giồng Binh, Bãi Điệp.

Thiên tai bạo liệt, gieo thảm cảnh sấu bắt hùm tha, thôi thiên ý đã đành;

Nhân họa hung tàn, phơi dã tâm uống máu dân lành, hỏi nhân tình nào chấp.

Nhà tan nước mất; tức nước vỡ bờ…

Xuân Mậu Thân năm một chín sáu tám, trong những ngày phép ngắn ngủi tôi may mắn thoát nạn và được sống sót quả là có một sự chở che kỳ lạ. Ngay đêm mồng một rạng sáng mồng hai tết, quanh nội ô tỉnh lỵ Kiến Hòa nhỏ bé và vùng giáp ranh này, mù mịt không khí chiến tranh. Đâu đâu cũng trùng trùng bom rơi đạn nổ. Tôi bị kẹt giữa hai làn đạn mấy ngày do chiến sự bất ngờ nổ ra. Sợ trễ phép bị báo cáo đào ngũ, trước mắt bằng mọi cách tôi phải tìm đường vào nội ô tỉnh lỵ để sau đó kịp trở lại Biên Hòa trình diện đơn vị. Tính nát nước cuối cùng cha tôichỉ còn cách nhờ chú Sáu Ất ở vàm kinh, người bà con và hình như cũng là cán bộ mật giao hợp pháp trong đường dây hoạt động nội thành, đưa đi…

Khi cha về, nghe ông thuật lại, tôi nửa mừng nửa sợ. Nhưng cha tôi bảo máu mủ còn ràng ràng ra đó, con hãy yên tâm. Giữa thời buổi này, làm nghề đánh xe ngựa chở khách ra vô chợ tỉnh ngày mấy bận, để được yên thân có khi chú Năm mày phải giả vờ cộng tác cả với hai phe.

Chuyến đi thật lạ lùng, sẽ không bao giờ phai mờ trong tâm trí tôi. "Dương, cháu cứ đóng vai chồng con Phượng dâu của chú… Con đưa vợ con vô nhà thương sanh nghen…". Giữa hai phương tiện xe thổ mộ và xuồng ba lá, sau một hồi cân nhắc chú Sáu Ất quyết định chọn cái sau. Giờ đây nếu lỡ gặp trở ngại dọc đường bất cứ từ phía nào, ba người chúng tôi cũng có cơ đối phó. Nhưng, nhờ trời, chiếc xuồng ba lá nhỏ nhoi đã thanh thản xuôi dòng giữa thanh thiên bạch nhật. Dòng sông với cây cầu quan trọng nhất của tỉnh lỵ mới vừa bị đánh gãy gục đêm nào, giờ đang nhẫn nhục cúi đầu. Không gian bốn bề im phăng phắc như khu phi quân sự Bàn Môn Điếm, khi mà cả đôi bên đều đã mỏi nhừ điêu đứng sau mấy ngày đêm chiến sự quần nhau chí tử. Người ta cùng lùi vào bên trong, bỏ lại đôi bờ bấy nhầy thương tích và đang ôm nặng những xác người.

Trong dinh tỉnh trưởng Kiến Hòa, khi tôi đến trình diện đã thấy chừng mươi người có lẽ cũng cùng chung cảnh ngộ như mình. Trực thăng không thể chở hết cùng lúc, buộc phải theo thứ tự ưu tiên. Chưa vội trình sự vụ lệnh thêm một lần nữa, trước mặt đại tá tỉnh trưởng mà có lần nghe vợ nói về mối quan hệ xóm làng, tôi cúi chào và nói rằng mình là cháu nội của ông Cả Trứ - Thật ra vợ tôi là cháu nội mới đúng. Nhưng ở cái thời điểm không cho phép dông dài này tôi chỉ nói gọn vậy thôi. Cả Trứ với Chủ Tài là cặp bài trùng về đất đai điền sản ở xứ Giồng Miễu quê vợ tôi nào ai có lạ gì, nhất là những đứa cháu ruột của ông Chủ Tài như ngài đại tá tỉnh trưởng. Tôi lọt vào danh sách ưu tiên và ngay chiều đó đã kịp về đến Biên Hòa.

Sau này được tin nhà tôi mới biết, khi tôi đi ngay đêm đó sân đình đã hứng trọn một quả bom, cách cây Bạch Mai chỉ hơn ba mươi thước, tức cách nhà tôi khoảng một trăm. Một mảnh bom đã phạt đứt cây xiên tâm, khiến nó rơi xuống nhằm ngay màng tang của cha tôi. Máu tuông như xối, không có cách nào cầm lại được! Nhưng cứu được con, có lẽ cha tôi cũng an lòng nhắm mắt. Nhưng kỳ lạ chưa, cây Bạch Mai và ngôi đình làng không hề hấn gì cả! Thật ra cũng có xây xát nhưng quả là không đáng kể trước một đại nạn.

Khi mặt trời đã lên cao, đoàn người đã trở lại đúng chỗ cái gò cao ngày hôm qua. Mọi người lục tục ráp nhau quây quần bên ngôi miếu nhỏ dựng bằng cây thô sơ, thờ con cọp lông vằn vàng đen. Bốn xung quanh còn vương vất những vỏ, cùi bắp, xương cá bên bếp lửa đã tàn lụi tự bao giờ. Giở họa đồ ra, trầm ngâm giây lâu Mạc Cửu cho binh lính thắp ba nén nhang, sau đó đào một cái lỗ về phía hữu ngôi miếu rồi ông đặt cây Mai vào lấp đất lại. “Hoành sơn nhất đái…”. Mạc Cửu thầm kêu lên.

Khấn vái xong ông quay lại bảo với thuộc hạ: “Ta mong rằng sau này khi lập làng, người đời sau đừng quên quay đại môn hướng về cây Bạch Mai này. Có vậy địa linh ở đây ắt sẽ sinh nhân kiệt.”. Mọi người gật gù ngẫm ngợi, ra chiều đắc ý vì họ tin vào tài phong thủy vào bậc thượng thừa của thầy Mạc Cửu mà họ đã dốc lòng đi theo mãi đến nơi sơn cùng thủy tận này.

Bạch Mai được khai sinh từ đó. Rất tiếc, người đời sau không thực hiện đúng như tâm nguyện Mạc Cửu. Mãi đến sau trận lụt năm thìn đầu thế kỷ hai mươi, khi trùng tu lại đình, tình cờ người ta mới quay cửa chính lại theo đúng như ý của ông. Trải đã mấy trăm năm, biết bao thương hải tang điền, đến nay biển đã bồi tụ và vươn ra xa lắm rồi.

Lời cuối truyện:

Tôi cũng thường hay đến bên cội Bạch Mai mỗi khi có tâm trạng gì đó cần tĩnh lặng để nghiền ngẫm suy tư. Vào một buổi sáng mùa thu, thật ngẫu nhiên tôi có mặt ở đây như cùng lúc với ông lão áng chừng đãtám mươi mới từ Hoa Kỳ trở về. Tôi được biết và làm quen với người cựu binh Cộng hòa này liền ngay sau đó. Với người đã ở vào cái tuổi "đắc hi hỉ", ông kể cho tôi nghe về lai lịch cây Bạch Mai, và hình như ông cũng chẳng thiết giấu giếm tôi bất cứ điều gì riêng tư. May mắn thay, thiên truyện này được sinh thành cũng từ cơ duyên ấy. Mải chuyện với ông bỗng đâu có ông lão ở trong làng cũng chừng trạc tuổi ấy lò dò chống cây gậy trúc vào đình kiếm hái lá thuốc nam. Tôi hơi lảng ra khi thấy họ vui mừng kịp nhận ra nhau và vồn vã nói gì đó không rõ. Nhưng thật bất ngờ, lát sau khi hướng mắt lại tôi thấy họ đang ôm chầm lấy nhau và cả hai cùng khóc. Ôi, nước mắt của người già như những hạt sương muộn sao mà lắm buồn tủi xót xa. Tật tò mò cố hữu khiến tôi xán lại gần họ hơn…

- Mình là anh em với nhau mà chú Muôi…

- Bỏ qua hết đi anh, bao lâu đi nữa mình vẫn mãi là anh em. Anh Dương ơi… Đàn con cháu mình…

Tôi vỡ lẽ ra rằng dưới cội Bạch Mai này bao nhiêu năm rồi, nó nào đâu chỉ chứng kiến những cuộc tình đẹp đẽ để rồi sớm tan vỡ như của hai đứa chúng tôi, mà chắc hẳn còn chất chứa trong lòng mình biết bao nỗi niềm trắc ẩn.

*Cái Cối, 8/9/2019*

**Từ Phạm Hồng Hiên**

Truyện Ngắn

VƯƠNG HOÀI UYÊN

# ĐIỆU VALSE MÙA CŨ

Tiếng nhạc đang đi điệu bebop. Không khí sàn nhảy đang sôi động vì điệu nhạc  và vì  phòng nhảy đang vào thời điểm đông khách nhất. Nhi đưa tay làm động tác từ chối kèm theo lời xin lỗi khi một kép trẻ đến mời chị nhảy. Điệu bebop làm chị mệt, mỗi khi nhảy xong điệu nầy chị thường thở dốc, trái tim bệnh hoạn của chị không hợp với điệu nhảy sôi động nầy. Lúc nầy từ hàng ghế dành cho kép nhảy, Duy cũng ngồi yên, hai tay vòng lại vì phòng nhảy hơi lạnh. Mái tóc mới cắt, áo trắng và cặp kính cận làm Duy có vẻ một sinh viên hơn là một kép nhảy. Khi mới theo bạn bè đến nhảy ở vũ trường nầy, Nhi để ý đến Duy vì thấy Duy trông có vẻ hiền lành. Cậu cũng không vồ vập mời khách như những kép nhảy khác. Vũ trường nầy có sáu kép nhảy nhưng nổi đình đám nhất có lẽ là Quân. Quân khoảng trên bốn mươi tuổi, không còn trẻ như đám kép nhảy đàn em, nhưng bù lại, anh cao to đẹp trai, lúc nào cũng ăn mặc chải chuốt nhất. Quân có nhiều khách ruột thường là các quý bà giàu sang thường bo nhiều tiền nên trông lúc nào cũng có phong cách tự tin pha một chút kiêu hãnh. Thành cũng như Duy – những kép trẻ thuộc loại ít khách hơn. Thành và Duy thường chậm chạp hơn trong việc mời khách. Có lẽ họ ngại khi nhắm chừng khách có thể từ chối. Nhiều đêm Nhi đến đây nhảy vì như cầu giải trí và nhu cầu thể dục theo lời khuyên của bác sỹ. Khiêu vũ rất lợi cho tim mạch và trí não – nhất là những người lớn tuổi như chị. Nhảy xong một bài tango – điệu nhảy mà Nhi rất thích, bài tiếp theo là samba nên Nhi không tham gia. Nhi đến ngồi bên Duy:

- Cô thấy bên kia có một bàn nữ, sao con không mời họ nhảy?

Duy cười hiền:

- Họ kén kép nhảy lắm cô. Con có mời một lần nhưng họ từ chối nên con không mời nữa .

Thì ra là vậy. Có loại khách nhảy kén kép. Có loại không kén kép nhưng lại bo ít tiền nên đến vũ trường thường chỉ ngồi xem người ta nhảy, vì bị kép từ mặt không thèm mời. Kép ở đây cũng như hầu hết kép của các sàn nhảy khác trong thành phố, phần lớn họ hành nghề kép nhảy như một công việc tay trái. Ban ngày họ có thể họ là tài xế lái xe chở hàng hoặc lái xe cho một giám đốc công ty hoặc một đại gia nào đấy. Cũng có thể họ là một sinh viên nghèo đi làm thêm vào ban đêm để kiếm tiền chi tiêu vào việc học hành. Duy thuộc loại nầy. Một đêm trời mưa to, vũ trường vắng khách Duy ngồi hí hoáy bấm điện thoại giải trí chờ dứt mưa để ra về. Nhi rủ Duy ra phòng ngoài uống cà phê vì tiếng nhạc ồn ào khó lòng nói chuyện:

- Con có bạn gái chưa ?

- Bọn con cũng mới tìm hiểu thôi cô à.

- Sao không dắt bạn gái đi nhảy?

Duy cười nhe chiếc răng khểnh trông ngồ ngộ:

- Cô ấy không biết nhảy đâu cô. Con cũng chỉ học lại từ một anh bạn. Cũng may là con có khiếu nên biết nhanh. Vả lại, đi nhảy để kiếm tiền lại còn dắt bạn gái theo thì còn làm ăn gì được.

- Thu nhập từ việc làm kép nhảy có đủ sống không con?

Duy lắc đầu:

- Như cô thấy đấy. Có hôm phòng nhảy đông khách, có hôm ế ẩm, nhất là vào mùa mưa. Thu nhập bấp bênh lắm. Lại có khi đông khách nhưng phần lớn họ đi có đôi có cặp thì kép nhảy cũng ngồi không.

- Vậy chắc con phải làm thêm một nghề nữa?

Duy xoay xoay ly cà phê trong tay:

- Ban ngày ngoài giờ học con còn phải đi làm gia sư. Tết nầy con cũng không về vì còn phải đi làm thời vụ Tết.

Nói câu nầy mặt Duy buồn buồn. Tự nhiên Nhi xót xa nhớ lại thời sinh viên nghèo khó của mình và Nam cũng từng ở lại thành phố để làm việc vào dịp tết như Duy bây giờ. Cũng đã mấy chục năm rồi nhưng Nhi vẫn nhớ cái cảm giác hụt hẫng của mình khi nhìn các bạn lần lượt về quê ăn tết với gia đình, còn mình thì đành lòng ở lại. Ngày ấy không có điện thoại như bây giờ để có thể gọi về nghe tiếng nói của ba mẹ hay các em cho đỡ nhớ. Cũng may là còn có Nam. Nhưng thời gian họ gặp nhau cũng ít. Nhi làm công việc ban ngày, Nam chạy bàn cho một tiệm ăn cả ngày lẫn đêm. Tối giao thừa, hai giờ sáng Nam mới về đến nhà, người phờ phạc mệt nhoài, anh gõ cửa phòng trọ của Nhi lúc Nhi đang ngồi tư lự tưởng tượng ra giờ phút giao thừa ở nhà mình. Nam ôm bờ vai Nhi khi cô rơm rớm nước mắt khóc:

- Thôi mà em. Năm mới khóc là xui cả năm đó nghe. Mai mốt đi lấy chồng không được ăn tết với ba mẹ cũng khóc sao!

Rồi Nhi và Nam đi lang thang trong đêm trừ tịch, nghe những tiếng động cuối cùng của thành phố nửa đêm về sáng: Tiếng chổi khua sột soạt của những người phu quét đường, tiếng gọi nhau của những người bán hoa tết đang thu dọn những chậu hoa còn lại, những tiếng than thở và cả tiếng khóc của những người phụ nữ gặp năm bán bán hoa ế ẩm, tiếng thở mệt nhọc của hai mẹ con người hành khất đang ngủ vặt vẹo trên chiếc ghế đá công viên…Nhi thấy lòng se thắt trước những cảnh đời lầm than, trong đó có những người như cô và Nam. Hai người đi lang thang qua một vũ trường hãy còn mở cửa, tiếng nhạc của một bản vale vọng ra thật quyến rũ tha thiết : " Một dòng sông xanh, một dòng tràn mênh mông, một dòng sầu mấy kiếp, một dòng tình tha thiết…" Tiếng nhạc dập dìu với những bóng người ôm nhau quay cuồng theo tiếng nhạc trong một thế giới của những người giàu sang. Chỉ cách nhau trong gang tấc đã có hai thế giới hoàn toàn cách biệt: Thế giới của tiếng cười và thế giới của tiếng khóc!

Sinh ra trong một gia đình đông con và khá nghèo, Nhi và các anh em trong gia đình thường ít tham dự vào những cuộc vui của bạn bè. Bởi vì đến đấy người ta thường chưng diện những bộ quần áo đắt tiền chứ không phải là bộ đồng phục hàng ngày đi học. Đến đấy Nhi sẽ thấy cái nghèo của mình không biết che dấu vào đâu. Cho nên dù bạn bè lôi kéo, thậm chí năn nỉ, Nhi cũng từ chối mặc dù rất thích. Tuổi trẻ mà, cuộc vui nào cũng tràn đầy sức hấp dẫn. Có lần vào cuối năm học mười hai, thời kỳ đó Nhi thầm yêu Dũng - bạn trai cùng lớp con nhà giàu. Khi Dũng tổ chức liên hoan chia tay và tha thiết mời Nhi đến dự trước khi Dũng đi du học nước ngoài, Nhi cũng từ chối. Cô nhớ cái cảm giác đau xót khi chiều hôm đó mẹ sai đi chợ ngang qua nhà Dũng, nghe tiếng nhạc và tiếng bạn bè vui đùa ca hát từ trên sân thượng vọng xuống, cô đã cắn môi để khỏi bật ra tiếng khóc. Nhi cũng nhớ khuôn mặt đứa em trai kế buồn xo khi tết năm đó được mẹ may cho cái quần tây mới, chiều ba mươi dùng bàn ủi than ủi đồ ( thời đó còn chưa có bàn ủi điện ), vì bàn ủi quá nóng đã cháy sém đến gần rách một vạt nơi ống quần. Nhìn đứa em buồn ngẩn ngơ, Nhi đã ứa nước mắt và thấy mình bất lực. Khi Nhi là sinh viên, đứa em trai kế thi rớt đại học và bỏ học đi làm xa. Nó nói với Nhi: " Em phải đi thật xa chị ạ. Đến nơi không ai biết mình là ai. Ở đây sống mãi trong cảnh nghèo nhục lắm! " Chỉ ít lâu sau, đứa em qua đời vì một tai nạn lao động. Nhi nhớ mãi đôi mắt hé mở của em, dù người thân đã vuốt đến mấy lần em vẫn không nhắm mắt.

Sau nầy cuộc sống đã đổi thay, gia đình Nhi đã vượt qua được cái nghèo, Nhi vẫn đau xót nghĩ đến đứa em trai bất hạnh với những ký ức đau lòng. Những điều mơ ước trước kia tưởng như không thể nào thực hiện được bây giờ thì lại dễ dàng như một cái búng tay.

- Mưa thế nầy chắc không ai đi nhảy đâu, về thôi cô.

- Chạy xe cẩn thận nghen con.

Duy đứng dậy, Nhi nhìn theo bóng dáng mảnh khảnh của chàng trai lao đi trong màn mưa trắng xóa, Duy thường chạy xe thật nhanh vì nhà trọ cách vũ trường hơn mười cây số. Lúc nầy những kép nhảy khác cũng lục tục ra về. Lúc ngang qua Nhi, Thành – một kép nhảy trẻ - mỉm cười chào. Thành vốn là người miền Tây, gia đình sống bằng nghề nuôi cá hồ. Không may cá chết hàng loạt, nợ nần chồng chất. Ba Thành bán nhà, bán các ao cá vẫn không trả hết nợ, cả nhà chạy lên Sài gòn trốn sự truy nã của các con nợ. Em gái Thành vẫn còn đi học. Thành làm nghề kép nhảy để nuôi gia đình. Thành nói kiếm được đồng nào em cũng gom góp đưa hết cho mẹ. Thành ốm và hơi nhỏ con, đặc biệt bàn tay lúc nào cũng ướt át mồ hôi gây cảm giác khó chịu cho người nhảy cùng. Nhi nhớ Quỳnh – bạn Nhi – có một lần duy nhất nhảy với Thành đã không nén được cảm giác khó chịu, và từ đó Quỳnh đã từ chối những lần Thành đưa tay mời. Nhi thấy ái ngại cho Thành, mặc dù chị cũng không khỏi có cảm giác nhớp nháp nhưng chị vẫn cố nén, vì miếng cơm manh áo của cả gia đình chàng trai nghèo hiếu thảo. Khổ cho Thành là những lần nhảy cặp với những bà già mập mạp. Cả thân hình chành trai mảnh khảnh nghiêng ngã dưới sức nặng của cả một khối thịt trong những lần "te ", có khi sát đất. Nhi khuyên Thành:

- Gặp những người mập, nhớ “te “ ít thôi. Nguy hiểm lắm.

Thành có vẻ tự tin:

- Cô yên tâm. Con có thế của con.

Một đêm, trong khi đang “te” cùng một người đàn bà mập mạp, Thành đã bị tổn thương cột sống. Em ngã xuống cùng với một tiếng rên lớn. Cả vũ trường rúng động. Tiếng nhạc tắt,đèn bật sáng. Sau khi Thành lên xe cứu thương đi rồi,mọi người vẫn còn bàn tán xôn xao. Hình như không ai còn muốn nhảy nữa.Nhi ngồi lặng đi, dường như những bất trắc bao giờ cũng nhắm vào những người nghèo, như Thành, như đứa em trai của chị ngày nào.

Sau một thời gian dài điều trị, Thành tạm ổn về sức khỏe. Một đêm Thành đến vũ trường, ốm và xanh xao. Em nói nhớ vũ trường nên đến thăm các bạn nhảy. Em cũng cho biết đang học lái xe du lịch để chuyển nghề.

Nhi uống từng ngụm nhỏ tách cà phê đen dù chị biết lát nữa về nhà sẽ khó ngủ. Một người đàn ông ngồi trong góc phòng thỉnh thoảng nhìn về phía Nhi với cái nhìn có ẩn ý. Trực giác phụ nữ ngầm cho Nhi biết điều ấy. Nhưng Nhi đã qua rồi cái tuổi dễ rung động của thời con gái. Nhi biết mặc dù đã lớn tuổi nhưng trông Nhi vẫn còn ưa nhìn hơn những người bạn cùng lứa. Cuộc tình với Nam đã không đi đến một kết thúc tốt đẹp – âu cũng là duyên số. Sau một thời gian khủng hoảng rồi Nhi cũng lấy chồng, cuộc sống cũng tương đối xuôi chèo mát mái. Ngoài năm mươi, chồng đột ngột qua đời vì bạo bệnh. Nhi cũng đã thay chồng đảm nhiệm được vai trò của chồng ở công ty. Các con đi du học xa, chị theo bạn bè thỉnh thoảng đi khiêu vũ cho quên nỗi trống vắng. Phụ nữ thành đạt như Nhi có nhiều cơ hội gặp gỡ quen biết nhiều người, cũng có nhiều người đàn ông thấy Nhi sống độc thân nên có ý muốn chắp nối. Người có thành ý cũng có, người muốn lợi dụng cũng có. Nhưng Nhi vẫn thờ ơ mặc dù nhiều khi trong cuộc sống bộn bề, có lúc chị cũng thấy trống vắng, muốn có một bờ vai vững chắc để tựa vào và để… khóc những khi buồn. Nhưng không hiểu sao, bây giờ và trước kia – khi đang chung sống với chồng- hình ảnh của Nam vẫn còn lẩn quất đâu đó trong một nơi khuất nẻo của trái tim chị. Đúng là không thể dùng lý trí để lý giải tình cảm được. Chồng mất, con đi học xa, Nhi gần như chỉ dựa vào tình cảm của bạn bè để sống Một lần đi Úc thăm Sa- một người bạn gái thân thiết từ hồi còn học cấp hai, Nhi thấy mừng cho cuộc sống độc thân của Sa. Ly hônông chồng người Úc sau mười mấy năm chung sống không có con chung. Sa sống một mình trong một căn nhà nhỏ có ba phòng ngủ- tài sản Sa được chia sau ly hôn. Một mảnh vườn trồng hoa hồng nho nhỏ trước nhà, sau vườn là một mảnh vườn rộng hơn có nhiều rau cỏ mọc hoang. Nhi hay cắp rổ ra sau vườn hái những loại rau mọc tự nhiên không ai trồng trọt. Nhiều nhất là rau má, một ít cải và rau cần tây. Hai người hí hoáy nấu canh với tôm khô Nhi đem từ Việt Nam sang. Cảm giác ăn rau sạch mọc hoang dã làm Nhi thấy thích thú. Trong vườn còn có những bụi hồng mọc lẫn trong hàng rào, vẫn vô tư nở hoa mặc dù không ai chăm bón. Sa hay nói với Nhi về người chồng cũ và quãng đời chung sống với ông nầy. Mặc dù đã ly hôn nhiều năm nhưng hai người vẫn sống với nhaunhư bạn bè, nhà Sa bị hỏng hóc về điện nước hay cửa nẻo, Sa vẫn gọi Nick đến  sửa. Thỉnh thoảng họ vẫn đi du lịch với nhau và vô tư ở chung phòng khách sạn. Nhi hỏi Sa: "Vậy thì tại sao phải ly hôn?" Sa nói không thể chịu nổi bản chất keo kiệt bủn xỉn của chồng. Mười mấy năm chung sống Nick bao giờ cũng kẻ "đo lọ nước mắm, đếm củ dưa hành", chi li tính toán từng xu trong khi Sa hoàn toàn lệ thuộc kinh tế vào chồng. Sa kể thời còn chung sống, mỗi lần đi du lịch cùng bạn bè, Sa và các bà bạn ghé vào shop nào thì Nick cũng đứng bên ngoài. Cho đến khi mấy ông bạn của Nick thấy kỳ cục đun đẩy Nick: "Nick, vào đi, vào làm bổn phận đàn ông đi mà." Bây giờ đi chơi chung với nhau ai thấy cũng tưởng là một cặp đôi hạnh phúc đưa nhau đi cùng trời cuối đất, nhưng họ biết đâu Sa đi đâu cũng phải kè kè quyển sổ ghi chép những khoản tiêu pha chung của hai người để cưa đôi. Vì vậy cuộc chung sống với Nick suốt mười mấy năm Sa xem như một cực hình với một ông chồng vừa bủn xỉn vừa cực kỳ gia trưởng. Thấy Nhi sống độc thân sau khi chồng mất, Sa có ý ghép Nick cho Nhi. Nhi cười: "Mầy đã không sống được với ông ấy, sao còn muốn ghép cho tao?". "Thì tao muốn mầy có cơ hội định cư ở Úc ấy mà. Mầy có biết Thanh nó nhiều lần muốn tao làm mai Nick cho nó, nhưng ổng không chịu. Ổng nói bà nầy không có nữ tính, lại vào loại lắm mồm nên ổng thấy ghê. Nhưng tao biết ổng thích mầy."Điều nầy thì Nhi biết, không chỉ qua trực giác bén nhạy của phụ nữ mà còn qua những email tỏ tình của Nick viết bằng tiếng Anh. Nhi nói: "Nhưng tao không thể vì muốn ở Úc mà lấy một người mình không yêu. Vả lại, tao có cuộc sống khá ổn ở Việt Nam nên cũng không muốn qua đây để phải bắt đầu lại mọi chuyện."Thật ra trong thâm tâm Sa muốn

Nhi lấy Nick để quan hệ với người chồng cũ và Sa sẽ không có gì thay đổi, vì Nhi là bạn thân. Ba người vẫn có thể đi chung với nhau, Sa vẫn có thể nhờ Nick trong những công việc mà đôi tay đàn bà không thể làm được.

Khi dọn đến ngôi nhà mới nầy sau khi ly hôn, Sa đâu dám ngủ môt mình. Những đêm đầu Sa vẫn nhờ Nick đến ngủ ở đây để Sa quen dần, và để thấy được ngôi nhà nầy không có gì đáng sợ vào đêm hôm khuya khoắc. Phụ nữ mà, bao giờ họ vẫn có chút mong manh yếu đuối trong tâm hồn, và người đàn ông bao giờ cũng là chỗ dựa vững chắc. Kiểu như họ tin rằng trong nhà có một người đàn ông thì ma cỏ và ăn trộm cũng nể hơn. Sau khi mọi chuyện đã tạm ổn, Sa thấy dễ chịu hơn trong cuộc sống đơn thân. Muốn làm gì thì làm, muốn đi dâu thì đi, muốn tiếp bạn bè cũng thoải mái, đó là những việc mà trước kia Sa không thể làm được khi còn chung sống với người chồng ích kỷ và keo kiệt. Nói chung là Nhi yên tâm và mừng cho Sa.

Cơn mưa đêm đã hết. Nhi đứng dậy, người đàn ông ban nãy cũng đứng dậy. Đến bên ngoài vũ trường anh đứng nhìn Nhi mở cửa chiếc xe du lịch của mình và phóng đi. Nhi nghĩ đến ngôi nhà trống trải của mình, cũng may còn có một bà cô già không chồng sống với Nhi và một chị giúp việc khá trung thành. Bạn bè nói Nhi có cung nô bộc tốt nên nuôi được người giúp việc lâu như vậy. Ngoài ra Nhi còn có hai con chó rất thân thiết với chủ. Khi Nhi ngủ, hai chú chó nằm bên ngoài cửa phòng, ngoan ngoãn như hai vệ sĩ sẵn sàng bảo vệ bà chủ.

Chiếc xe chạy qua những cung đường nhộn nhịp của thành phố về đêm. Một vũ trường đang mở cửa, từ bên trong vẳng ra một điệu valse. Lại cũng là điệu valse của ngày cũ: Bản nhạc Dòng sông xanh* quyến rũ. Nhi thẫn thờ cho xe chạy chậm với một chút xao động trong lòng. Điệu valse của đêm giao thừa nào xa xưa cách đây mấy chục năm trời xa lơ xa lắc. Nó như một dòng sông trôi qua ký ức Nhi với bao nhiêu say đắm đầu đời, bao nhiêu ước mơ một thuở. Thôi thì cứ đổ lỗi cho số phận là xong hết. Số phận nào biết phân trần hơn thiệt bao giờ!

**Vương Hoài Uyên**

* Dòng sông xanh: Bản valse nổi tiếng của Johann Strauss.

Biên Khảo

TRẦN HỮU DŨNG

# Chung quanh bài thơ "GIANG HỒ" của PHẠM HỮU QUANG

Tôi gặp Phạm Hữu Quang khoảng năm 1979 khi anh lên Sài Gòn lo in ấn tờ Văn nghệ An Giang. Lúc đó anh chuyển từ nghề dạy học về công tác Hội Văn nghệ An Giang, chọn công việc đi in báo là dịp giao tiếp, thù tạc với giới văn nghệ mà anh có nhiều dịp làm quen. Biết nhau qua những bài thơ đăng báo nên nhanh chóng chúng tôi là bạn "chí cốt".

Phạm Hữu Quang sinh năm 1952, quê ở Bắc Đuông, Thốt Nốt, Cần Thơ đang học Đại học Sư phạm thành phố Hồ Chí Minh cùng với nhà văn Nguyễn Nhật Ánh, anh chuyển về Đại học Cần Thơ, ra trường dạy học một thời gian, sau chuyển về Hội Văn nghệ An Giang.

Cha mất sớm, còn mẹ và chị. Lúc chị đi lấy chồng, anh sống thui thủi bên mẹ. Có lẽ hoàn cảnh gia đình côi cút sớm tạo nên tâm trạn u uẩn, day dứt và lạc lõng khôn nguôi trong lòng Quang:

*Em suốt đời chẳng hiểu được mình*
*Vẫn như bé khi về bên chị*
*Cây gáo chẳng hóa thành cây thị*
*Nhưng chị em vẫn mãi nàng tiên* *

Những năm đi học, Phạm Hữu Quang tham gia nhóm thơ Về Nguồn ở Cần Thơ, ra tập thơ đầu tay in ronéo **Người tình quê hương**. Kế tiếp là tập thơ thiếu nhi **Đàn gà con** - Văn nghệ An Giang xuất bản năm 1980, tập thơ cuối cùng do bạn hữu gom lại in cho anh là **Ngẫu hứng chiều sông Hậu** - Văn nghệ An Giang năm 2000. Đấy là "đứa con tinh thần" mà anh chưa nhìn thấy mặt, đã lặng lẽ đi xa.

Phạm Hữu Quang viết ít, chậm rãi, nghiền ngẫm đến nát nhàu tứ thơ, câu chữ mới viết ra. Bản thảo anh còn nhiều bài thơ dở dang, anh chần chừ, chờ đợi một chữ, một tứ thật "đắt", giống hệt như đọc thơ bạn anh cũng khó tính như thế. Có lần anh nhắc đến bài thơ tôi viết, sau cơn mưa đồng bằng, nắng cứ trải dài miên man không dứt, vô tận, anh bảo rằng nhà văn Sơn Nam rất mê, chép lại đi, tôi thật tình quên mất. Anh trách tôi: "Sao mày vô tình quá, chưa "sống chết với thơ"!

Vốn to con, tướng Quang thấp đậm, tóc, râu xù xì, trông hơi ngầu nhưng lại lành tính. Bạn bè vẫn gọi đùa anh là "con gấu ngủ đông" chưa chịu thức giấc. Trong bàn nhậu Quang ít nói, cứ lầm lì uống, không bao giờ bỏ bạn, tới khi nào tiệc tàn, lừ đừ đứng dậy ra về, lúc đó trông anh thật cô đơn, xiêu đảo.

Lên Sài Gòn, Quang thường ghé báo Văn nghệ thành phố kiếm tôi, Bùi Chí Vinh, Vũ Ngọc Giao, anh Joseph Huỳnh Văn… bù khú và nhậu. Với cái bị vắt vai, áo jean bạc màu, anh lặng lẽ ngồi hút thuốc. Tôi nhớ nhất lần anh lãnh tiền đi dự trại viết văn ở Hà Nội, cứ lần chần mãi ở thành phố, mấy lần tôi đưa ra ga xe lửa, anh lại lộn trở lại nhà tôi, đập cửa đòi ngủ nhờ.

Bữa đó nhậu tại quán Trống Đồng có Bùi Chí Vinh, Nguyễn Quốc Chánh và nhà thơ Nguyễn Đức Sơn từ Blao xuống, người mà anh rất ngưỡng mộ. Anh rủ cả nhóm về nhà anh ở Long Xuyên chơi, hết tiền, chúng tôi chạy về nhà chị Ý Nhi kế xưởng nhựa Bình Minh quận 6, gửi xe, mượn tiền, mướn nguyên chiếc xe hơi thẳng xuống nhà anh. Những cuộc nhậu liên miên với chuột đồng khìa, cá rô chiên xù, Quang đích thân đi chợ, làm bếp, mua rượu đãi bạn. Anh trò chuyện rôm rả, thú vị với nhà thơ Nguyễn Đức Sơn - ăn chay, không uống rượu, mang ra khoe tập thơ Những bài thơ tình đầu của anh Nguyễn Đức Sơn mà Quang cất giữ hơn 20 năm.

Hiếm hoi lắm tôi mới thấy Quang vui, mở lòng ra hết cỡ, thoát khỏi cái bóng khật khừ ma ám của mình.

*Ta vô cớ cười rung như tiếng lạc*
*Ta về, ừ nhỉ ta về thôi*
*Ô hay bến thuyền kèo cột gãy*
*Qua mùa hoạn lộ chẳng còn vui* *

Suốt đời Quang là những dự tính dở dang, những bài thơ chưa thành hình, những chuyến đi giang hồ vặt các tỉnh, thành phố nào Cần Thơ, Bạc Liêu, Châu Đốc, nào Sài Gòn, Đà Lạt, Hà Nội… nhất thiết phải lên đường về một nơi chốn nào đó. Có lần anh nhảy lên Phương Bối - ngủ một đêm với nhà thơ Nguyễn Đức Sơn, tâm sự vơi đầy rồi lộn về.

Nhà thơ Nguyễn Trọng Tín kể: "Bữa nhậu ở Hà Nội có Nguyễn Quang Lập, Bảo Ninh, bỗng Nguyễn Đình Chính đọc lại hai câu thơ:

*Giang hồ ta chỉ giang hồ vặt*
*Nghe tiếng cơm sôi cũng nhớ nhà* *

Rồi hỏi :

- Biết thơ ai không ?

- Không.

- Của Phạm Hữu Quang. Mọi người hãy uống gởi cho Quang một ly đi."

Khi tai biến mạch máu não lần thứ nhất, Quang gượng dậy, dù liệt nửa thân, anh gắng gượng tập đi tập viết lại. Những bức thư ngắn Quang gửi nhờ tôi lãnh giùm nhuận bút báo Công an thành phố, chữ rất khó đọc. Tôi mừng thầm vì bạn phục hồi phần nào. Thế mà cơn tai biến mạch máu não lần thứ hai lại đến, Phạm Hữu Quang mất lúc 12 giờ 45 phút ngày 28/4/2000 ở tuổi 49!.

Rất nhiều người thuộc bài Giang hồ mà không hề biết tác giả là ai. Có lần người bạn tôi ở Huế vào chơi, hứng lên ngâm:

*Tàu đi qua phố, tàu qua phố*
*Phố lạ mà quen, ta giang hồ*
...
*Vợ con chẳng kịp chào xin lỗi*
*Mây trắng trời xa trắng cả lòng*
...
*Giang hồ ba bữa buồn một bữa*
*Thấy núi thành sông biển hóa rừng* *

Trời ơi, cái giọng Huế buồn đẫm, quán vắng chiều mưa lai rai không dứt, sao mà buồn, mà nhớ bạn tôi Phạm Hữu Quang quá thể !

Con Phạm Hữu Quang nay đã lớn, vào làm phóng viên báo An Giang, chị Phạm Thị Thà - vợ an vẫn làm ở Công đoàn tỉnh An Giang, nơi anh định cư, chọn làm quê hương thứ hai sau Bắc Đuông. Có lần anh Lê Hoàng - NXB Trẻ dự định in một tập thơ tuyển cho Phạm Hữu Quang, do họa sĩ Việt Hải trình bày, Việt Hải mất đột ngột vì tai nạn xe, vẫn chưa thấy tập thơ ra mắt bạn đọc…

Phạm Hữu Quang đi xa nhiều năm rồi, thơ anh vẫn còn có người nhớ, vẫn đọng lại ít nhiều trong lòng bạn đọc, thơ anh giống như dòng sông Hậu quê nhà: "Sông cứ chảy. Ừ, sông cứ chảy !".

**Trần Hữu Dũng**

* Trích thơ Phạm Hữu Quang

GIANG HỒ

Tàu đi qua phố, tàu qua phố
Phố lạ mà quen ta giang hồ
Chẳng lẽ suốt ngày bên bếp vợ
Chẻ củi, trèo thang với… giặt đồ

Giang hồ đâu bận lo tiền túi
Ngày đi ta chỉ có tay không
Vợ con chẳng kịp chào xin lỗi
Mây trắng trời xa trắng cả lòng

Giang hồ ta ghé nhờ cơm bạn
Đũa lệch mâm xuông cũng gọi tình
Gối trang sách cũ nằm nghĩ bụng
Cười xưa Dương Lễ với Lưu Bình

Giang Hồ có bữa ta ngồi quán
Quán vắng mà ta chửa chịu về
Cô chủ giả đò nghiêng ghế trống
Đếm thấy thừa ra một gốc si

Giang hồ mấy bận say như chết
Rượu sáng chưa thưa đã rượu chiều
Chí cốt cầm ra chai rượu cốt
Ừ. Thôi. Trời đất cứ liêu xiêu

Giang hồ ta chẳng hay áo rách
Sá gì chải lược với soi gương
Sáng nay mới hiểu mình tóc bạc
Chợt tiếng trẻ thưa ở bên đường

Giang hồ ba bữa buồn một bữa
Thấy núi thành sông biển hoá rừng
Chân sẵn dép giày trời sẵn gió
Ngựa về. Ta đứng. Bụi mù tung …

Giang hồ tay nải cầm chưa chắc
Hình như ta mới khóc hôm qua
Giang hồ ta chỉ giang hồ vặt
Nghe tiếng cơm sôi cũng nhớ nhà.

*5-1991*

(Thơ Phạm Hữu Quang)

Biên Khảo

HUỲNH VIẾT TƯ

## Kỷ niệm 105 ngày hy sinh chí sĩ Trần Quý Cáp (1908-2013)

# TƯ TƯỞNG DUY TÂN VÀ DẤN THÂN CỦA CHÍ SĨ TRẦN QUÝ CÁP

Trần Quý Cáp (1870 - 1908), tự Dã Hàng, Thích Phu, hiệu là Thai Xuyên. Ông sinh ra và lớn lên trong một gia đình nông dân nghèo ở thôn Thai La, làng Bát Nhị, huyện Điện Bàn, tỉnh Quảng Nam. Ông là một chí sĩ nhiệt tâm yêu nước, thiết tha với sự nghiệp cứu nước; là một Nho sĩ nên đã được kinh sách Thánh hiền trang bị cho những kiến thức cơ bản và sâu sắc về nhiều lĩnh vực của lịch sử và thời đại. Ông sống trong một thời kỳ lịch sử đặc biệt, khi chủ quyền đất nước bị mất, vua quan nhà Nguyễn không còn thực quyền, nhân dân khốn khổ trong vòng kìm kẹp, bóc lột của thực dân, phong kiến. Vì thế, Trần Quý Cáp thấu hiểu tình cảnh đó của đất nước và nhân dân mình. Ông tiếp thu tư tưởng yêu nước truyền thống của cha ông, một phần có ảnh hưởng của các trào lưu tư tưởng tiên tiến trên thế giới lúc bấy giờ nên ông cực lực đả kích lối từ chương khoa cử, đề xướng một lối học mới với tinh thần thực học, cứu quốc và phát triển đất nước, cộng với vốn kiến thức uyên bác của mình, để hình thành nên ***tư tưởng yêu nước theo khuynh hướng duy tân.***

Từ thực tiễn của đất nước, ông và những đồng chí của mình đã phát triển tư tưởng "trung với vua" thành "trung với nước", đặt vị trí, vận mệnh của quốc gia, dân tộc lên tối cao và phê phán hệ tư tưởng chính trị, mô hình chính trị của Nho giáo nay đã lỗi thời. Ông cay đắng khi thấy nước mất, dân bị làm nô lệ mà quan lại triều đình nhà Nguyễn vẫn vì cái lợi của mình mà làm ngơ. Ông cho rằng, lỗi quan lại đớn hèn như vậy chủ yếu thuộc về đường lối giáo dục, bổ nhiệm quan lại của chế độ phong kiến phương Đông. Chính vì vậy, ông đả kích lối học khoa cử, tầm chương, trích cú, phi thực tiễn mà nền giáo dục Nho học đã rèn luyện cho Nho sĩ Việt Nam. Ông còn mạnh dạn đả kích cả lối sống tiêu cực của trí thức, người thì đắm chìm vào hư danh, kẻ thì trở thành những tên "cướp ngày", cúi lạy thực dân. Ông cho rằng, sống như thế là vô ích, thật đáng hổ thẹn với Tổ tiên, núi sông, đất nước!

Trần Quý Cáp mang tư tưởng vì nước, vì dân; Tổ quốc đối với ông là trên hết! Cùng với lòng tự hào về lịch sử hào hùng của dân tộc, ông đã khơi dậy tinh thần yêu nước truyền thống, chấn hưng non sông, đất nước, thức tỉnh Nho sĩ Việt Nam từ bỏ nghiệp khoa cử, hư danh, để cứu dân, cứu nước. Ông viết: "Ai ôi đứng dậy mà trông/ Nước ta một góc Á Đông kém gì!/ Trên Hồng Lạc dưới thì Trần Lý/ Kẻ nhơn tâm sĩ khí ai bì". Ông khích lệ ý chí, tinh thần học hỏi cái mới của sĩ phu, hy vọng sự tự cường sẽ cứu giống nòi. Ông cùng với Phan Chu Trinh, Huỳnh Thúc Kháng và các Nho sĩ tiến bộ khác chủ xướng phong trào duy tân và bằng quyết tâm của mình, ông dấn thân thực hiện công cuộc duy tân khá sôi nổi và mạnh mẽ. Trần Quý Cáp cho rằng, muốn nước nhà độc lập, dân được tự do, thì một mặt, cần đấu tranh chống lại chế độ phong kiến quan liêu, chống thực dân, đế quốc; mặt khác, phải chú trọng "khai dân trí, chấn dân khí, hậu dân sinh". Như vậy, trong tư tưởng Trần Quý Cáp, một quốc gia độc lập dân tộc, luôn gắn liền với tự do, văn minh và giàu mạnh.

Ông tiếp thu tư tưởng nhân nghĩa, trọng dân trong lịch sử tư tưởng dân tộc. Đồng thời, ông đã tổ chức, cổ động, tham gia cả ba mặt của phong trào duy tân là giáo dân, dưỡng dân và tân dân:

**Về giáo dân**, ông khuyên dân ta nên học chữ quốc ngữ, học các sách mới của nước ta, nước ngoài, đúc kết tư tưởng, đường lối Á, Âu tiến bộ thành tư tưởng, đường lối của ta. Khi dân trí đã được nâng cao, người dân hiểu biết mọi việc diễn ra trong nước và trên thế giới, hiểu được quyền lợi, văn minh thì sẽ có cơ hội giành được độc lập. Ông là một trong số ít những nhà duy tân vừa tham gia chính quyền, vừa chủ động đi diễn thuyết cho dân chúng, bởi làm như vậy là phải hy sinh quyền lợi cá nhân của mình cho quyền lợi của đất nước. Nội dung các bài diễn thuyết của ông chủ yếu vạch rõ các tập tục hủ lậu của nước ta, ngu hèn của dân ta, khơi dậy tính liêm sỉ, lòng tự hào dân tộc, tinh thần yêu nước của nhân dân ta. Ông mở trường dạy học theo mô hình nghĩa thục. Nhà trường dạy chữ quốc ngữ, chữ Pháp, các môn khoa học tự nhiên và xã hội, dạy thủ công, thể dục, võ thuật, chú trọng tính thực dụng và hướng nghiệp. Nhà trường cũng là nơi bồi dưỡng và nâng cao lòng yêu nước, tự hào dân tộc, chí tiến thủ cho quần chúng; truyền bá một nền tư tưởng mới và nếp sống văn minh tiến bộ; phối hợp hành động với các sĩ phu xuất dương và hỗ trợ cho phong trào Đông du, Duy tân đang phát triển trong cả nước.

**Về dưỡng dân**, ông mong muốn cuộc sống của nhân dân được cải thiện, thoát khỏi cảnh nghèo nàn, lạc hậu. Hơn ai hết, ông thấu hiểu cách làm ăn của một đất nước nông nghiệp lạc hậu, kinh tế què quặt, bị thực dân khai thác, bóc lột, còn người khốn khổ nhất vẫn là nhân dân lao động. Vì vậy ông chủ trương chống sưu cao, thuế nặng của chính quyền phong kiến và thực dân đè lên vai người dân vốn đã bần cùng, tạo mọi điều kiện để người dân phát triển sản xuất, nâng cao đời sống.

**Về tân dân**, ông viết Khuyến nông ca, Bài ca hô hào hùn vốn buôn chung,... để phổ biến tư tưởng kinh tế mới, phương thức sản xuất mới. Điểm xuất phát trong tư tưởng mới về kinh tế của Trần Quý Cáp là quan điểm tương thân, tương ái, tương trợ của người dân trong một nước. Theo ông, khi người dân biết đoàn kết, cùng nhau làm kinh tế, có phương thức sản xuất kinh doanh tiến bộ, dân sinh được cải thiện thì sẽ có điều kiện vật chất để đấu tranh giành độc lập.

Trần Quý Cáp chủ trương tiếp thu cái mới, cái hay, chấn hưng, phát huy những tinh túy của truyền thống. Chủ trương khuyến học của Trần Quý Cáp coi đối tượng chính là lớp người thiếu học ở nông thôn, họ là số đông nhân dân của các dân tộc Việt Nam, là những người quyết định đến vận mệnh của Tổ quốc, cần phải học để tiếp thu những kiến thức mới, để thoát khỏi cái tối tăm, mông muội do cường quyền áp đặt. Họ tham gia hội nông, hội thương... Qua đó, tìm được con đường phát triển cho mình và cho dân tộc mình.

Năm 1904, ông cùng Phan Châu Trinh, Huỳnh Thúc Kháng lên tận các vùng rừng sâu nước độc, núi non hiểm trở của Quảng Nam để tuyên truyền, vận động cho chủ trương Duy Tân. Năm 1905, ba ông lại lên đường đi vào các tỉnh phía Nam để quan sát tình hình. Đi đến đâu các ông cũng truyền bá tư tưởng Duy Tân, cổ xuý dân quyền được các sĩ phu đương thời và nhân dân hưởng ứng. Đến Bình Định gặp lúc quan tỉnh mở kỳ thi khảo hạch, ra đầu bài thơ là Chí thành thông thánh và bài phú Danh sơn Lương Ngọc, cả ba ông định nhân dịp cổ động việc nước, liền nộp quyển làm bài. Những bài của ba ông khiến quan tỉnh phải điên đầu, báo cáo về triều đình Huế để quyết định. Vào đến vịnh Cam Ranh, nhân có chiến hạm Nga vào đó lánh nạn, ba ông thuê thuyền ra tận nơi xem để biết cái văn minh tiên tiến của nước ngoài. Khi đến Bình Thuận, ba ông kết giao với các sĩ phu yêu nước như Trương Gia Mô, Hồ Tá Bang, Nguyễn Hiệt Chi và hai anh em Nguyễn Trọng Lợi, Nguyễn Quý Anh là con trai của nhà thơ yêu nước Nguyễn Thông dấy lên phong trào Duy Tân ở đây. Chính phong trào này dẫn đến sự sáng lập của Liên Thành Thư Xã, Liên Thành Thương Quán và Dục Thanh Học Hiệu trong các năm sau. Sau khi Nam du về tỉnh nhà, Trần Quí Cáp cùng các bậc thân hào trong tỉnh bắt tay thực hiện công cuộc Duy Tân cải cách, xướng lập Hội thương, trường Tân học. Phong trào Duy Tân đã được phát động ồ ạt không chỉ riêng trong tỉnh Quảng Nam mà cả những tỉnh Nam Trung bộ.

Thương hội là một hoạt động khá sôi nổi của phong trào, đó là việc làm cần thiết để phát triển kinh tế và giành lại phần nào quyền lợi trong tay ngoại quốc. Các hợp thương Phong Thử, Diên Phong, thương cuộc Hội An, Phú Lâm được thành lập có tổ chức qui củ để thoát khỏi một tình trạng thương nghiệp lạc hậu, vừa bảo đảm việc sản xuất quốc nội vừa tranh thương với người nước ngoài. Thương hội còn mở rộng ra các tỉnh khác như hợp thương ở Huế, Triều Dương ở Nghệ An, Công ty Liên Thành ở Phan Thiết v.v…Năm 1906, thực hiện chủ trương "Dĩ nông hợp quần", Trần Quí Cáp lập nông hội Cờ Vĩ. Về sau, ông thuê một sở ruộng làng Cẩm Nê chỗ giáp giới huyện Hoà Vang (thuộc thành phố Đà Nẵng hiện nay) với phủ Điện Bàn, diện tích ước chừng hai mươi mẫu để lập nông hội, ông đứng ra tổ chức và trông coi sự làm ruộng, mục đích để lấy hoa lợi tiếp tế cho thanh niên du học.

Trong lúc đang ở Cẩm Nê, Trần Quí Cáp được chiếu chỉ của triều đình Huế bổ chức ông làm Giáo thụ ở phủ Thăng Bình, tỉnh Quảng Nam. Tại đây, ông tổ chức những buổi diễn thuyết cổ động cho tân học gây được xúc động mạnh mẽ trong hàng ngũ thân hào nhân sĩ khiến họ tự nguyện góp công, góp của dựng lên những ngôi trường Duy Tân trong các xóm làng, mời thầy về dạy chữ quốc ngữ, chữ Tây. Không đầy sáu tháng, 40 trường tân học đã mọc lên khắp nơi, nhiều trường đã gây được ảnh hưởng lớn, uy tín vang khắp tỉnh như trường Phú Lâm, Diên Phong, Phước Bình, Cẩm Toại v.v... Bọn quan lại cựu học không ưa, liền tìm cách để đổi ông vào Khánh Hòa.

Năm 1908, xảy ra cuộc kháng thuế ở Quảng Nam, phần lớn thân sĩ trong tỉnh bị bắt. Việc này làm chấn động các giới trong nước. Tại Khánh Hòa, Trần Quý Cáp làm một bức thư gửi cho các bạn hữu tại Quảng Nam, trong đó có những lời lẽ dí dỏm như sau:

*"Cận văn ngô châu cử nhứt khoái sự, ngô văn chi, khoái nhậm, khoái thậm".*

Nghĩa là:

*"Gần đây nghe trong tỉnh nhà làm một việc rất thú, tôi nghe tin lấy làm thích".*

Trên thực tế, các sự kiện hội thương, hội nông, các cuộc diễn thuyết, mở trường dạy quốc ngữ,… chỉ là những con sóng nhỏ của phong trào chung để đi đến trận cuồng phong, đó là cuộc biểu tình đòi giảm bớt sưu thuế của nhân dân miền Trung năm 1908. Đây là cuộc biểu tình vĩ đại đầu tiên trong lịch sử Việt Nam, với quy mô và tính chất nằm ngoài dự kiến của những người khởi xướng. Mặc dù Trần Quý Cáp làm chức Giáo thụ ở tỉnh Khánh Hòa, nơi này không nổ ra biểu tình, nhưng bọn quan lại tay sai tìm cách hạ ngục và xử tử, mặc dầu không tìm ra chứng cứ, người đời gọi bản án đó là "Mạc tu hữu" (không cần có tội danh gì). Ông bị chém ngày 17 tháng 5 năm Mậu Thân (1908) bên cầu Phước Thạnh, sông Cạn, tỉnh Khánh Hoà trong tư thế hiên ngang của người anh hùng thung dung tựu nghĩa, vì ông là người đề xướng dân chủ, dân quyền. Trước khi qua đời, Trần Quý Cáp vẫn thể hiện khí tiết của một vị anh hùng, vì nước, vì dân, không sợ gian nguy, sẵn sàng hy sinh. Ông đã khẳng khái nhắn lại người đời rằng: "Thà chết trong hơn sống đục!".

Trước cái chết của Trần Quý Cáp, Huỳnh Thúc Kháng có làm bài thơ khóc như sau:

*"Thư kiếm tiêu nhiên độc xuất môn/ Nhứt quan thác lạc vị thân*

*tồn/ Trực lương tân học khai nô lũy/ Thùy tín dân quyền chủng họa côn./ Bồng đảo xuân phong huyền viễn mộng,/ Nha Trang thu thảo khấp anh hồn/ Khả liên nhứt biệt thành thiên cổ/ Đà Nẵng phân trầm tửu thượng ôn."*

Dịch:

*"Gươm xách xăm xăm tách dặm miền/ Làm quan vì mẹ há vì tiền/ Quyết đem học mới thay nô kiếp/ Ai biết quyền dân nảy họa nguyên./ Bồng đảo gió chưa đưa giấc mộng,/ Nha Trang cỏ đã khóc hồn thiêng,/ Chia tay chén rượu còn đương nóng,/ Đà Nẵng đưa nhau lúc xuống thuyền."*

Phan Châu Trinh, trong nhà tù Côn đảo cũng có bài thơ khóc Trần Quí Cáp:

*"Anh biết cho chăng hỡi Dã Hàng!/ Thình lình sóng dậy cửa Nha Trang/ Lời nguyền trời đất còn ghi tạc/ Giọt máu non sông đã chảy tràn/  Tinh vệ nghìn năm hờn khó dứt/ Đỗ quyên muôn kiếp oán chưa tan".*

Phan Bội Châu khóc ông bằng một bài văn tế và đôi liễn điếu rất nổi tiếng:

*"Ngọc toái bất ngoã toàn, tam tự ngục, hàn sơn hải khấp;/ Hồng khinh nhi thái trọng, thiên thu luận định, nhật tinh huyền".*

Nghĩa:

*"Ngọc nát hơn ngói lành, ba chữ ngục thành, khóc rền núi biển;/ Lông hồng nhẹ mà non Thái nặng, nghìn năm luận định chói rạng trời sao".*

Sự hy sinh của nhà chí sĩ cách mạng, người anh hùng đã hiến dâng cuộc đời mình cho Tổ quốc, cho nhân dân lúc mới tròn 38 tuổi như tiếng sấm rền vang khắp sông núi đất trời Việt Nam!

Mặc dù tính hiện thực trong tư tưởng và chủ trương của Trần Quý Cáp chưa có điều kiện thực hiện đầy đủ, nhưng xét dưới góc độ phát triển của tư duy, có thể nói, tư tưởng của Trần Quý Cáp và các nhà duy tân là một bước tiến bộ về chất so với trí thức Nho học Việt Nam đương thời. Sự dấn thân của vì sự nghiệp Duy Tân nước nhà của ông đã nâng cao dân trí, cải thiện rõ rệt dân sinh trong các vùng có ảnh hưởng.

Tư tưởng Trần Quý Cáp trước hết tiếp thu từ tư tưởng, tinh thần yêu nước truyền thống Việt Nam, có ảnh hưởng của các trào lưu tư tưởng tiên tiến lúc bấy giờ. Ông đã tiếp thu phong cách tư duy linh hoạt, tiếp biến, dung thông tư tưởng sáng tạo vốn là đặc sắc của lịch sử tư tưởng Việt Nam và bằng tâm huyết dấn thân thực hiện công cuộc duy tân vì dân, vì nước của mình, Trần Quý Cáp tiêu biểu cho tư tưởng và hành động yêu nước của trí thức Việt Nam đầu thế kỷ XX, tự chuyển biến để đáp ứng nhu cầu dân tộc. Lịch sử dân tộc Việt Nam mãi mãi ghi nhận công ơn của ông đối với non sông đất nước. Đó là điều kiện, tiền đề cho lịch sử tư tưởng Việt Nam tiếp tục phát triển để đạt thành quả; chính nó đã giữ vai trò liên kết thế hệ trí thức Nho sĩ yêu nước và thế hệ trí thức yêu nước cách mạng sau này.

Trong lúc đất nước ta đang cải cách toàn diện nền giáo dục hướng đến đào tạo nguồn nhân lực chất lượng cao và nền kinh tế tri thức thì sự nghiệp của Trần Quý Cáp vẫn còn nguyên giá trị, mặc dù 105 năm đã trôi qua kể từ khi nhà chí sĩ yêu nước đã hy sinh. Bởi từ xưa đến nay, không có gì cản trở sự nghiệp phát triển của đất nước hơn là một nền giáo dục yếu kém. Những sai lầm, thất bại, những bất cập, hư hỏng của giáo dục dẫn đến nhiều hệ lụy cho đất nước. Khi thế giới bước vào giai đoạn toàn cầu hoá và kinh tế tri thức, việc cải cách giáo dục toàn diện, triệt để đã trở thành mệnh lệnh của cuộc sống và lương tâm của các nhà lãnh đạo đất nước, của ngành giáo dục và của bất cứ ai quan tâm đến sự phát triển của nước nhà.

**Huỳnh Viết Tư**

**Tài liệu tham khảo:**

(1) Nguyễn Q. Thắng. Phong trào duy tân - các khuôn mặt tiêu biểu. Nxb Văn hoá - Thông tin, Hà Nội, 2006.

(2) Trần Thị Hạnh - Trần Quý Cáp nhà tư tưởng theo khuynh hướng duy tân, Tạp chí Khoa học ĐHQGHN, Khoa học Xã hội và Nhân văn 24 (2008).

(3) Tổng tập văn học Việt Nam, Nxb Khoa học xã hội, Hà Nội, 1996.

(4) Trần Quý Cáp – Wikipedia tiếng Việt.

(5) Cuộc đời và hoạt động của chí sĩ Trần Quí Cáp - Trần Huỳnh Sách.

thơ

LÂM KHƯƠNG TIẾN

# ÁO DÀI

Áo dài gắn bó với em
Từ thuở thắt bím êm đềm đến nay
Cấp hai tà áo bay bay
Thướt tha đến lớp... hình hài mong manh

Cấp ba khoác áo thiên thanh
Màu của hy vọng an lành ước mơ
Ngôi Trường Kỹ thuật nên thơ
Mang nhiều kỷ niệm đến giờ chẳng quên ...

Ra trường một thoáng... mông mênh
Môi trường sư phạm là tên của nghề
Áo dài gắn bó đam mê
Bục giảng phấn trắng không hề đắn đo

Phận duyên gắn với chiếc đò
Giữ vững tay lái đưa trò sang sông...
Mong sao trò sẽ thành công
Một thời trau luyện... tấm lòng Thầy Cô

Áo dài chẳng phải điểm tô
Vui cùng ngày tháng ra vô mái trường
Áo dài ôi thật dễ thương
Trang phục truyền thống theo đường em đi

Chẳng mơ chẳng mộng điều gì
Chỉ yêu chiếc áo nhu mì Việt Nam!

thơ

TT - THANH TRƯỚC

# CHƯA

Xuân...
dần trôi
Hạ...
dần trôi
Tóc pha sương điểm...
bờ môi nhạt nhoà

Chiều hoang lạnh nụ hoa sầu úa
Xót xa tàn nhụy rữa hương bay
Đêm khắc khoải niềm đau oà vỡ
Rượu men nồng...
chưa uống vội say

Mi...
chợt cay
Mắt...
chợt cay
Lệ khô đọng sót tháng ngày hắt hiu

Chân mòn mỏi liêu xiêu nhịp bước
Lối xưa gầy... xuôi ngược về đâu
Tim khờ khạo... gót đời hờ hững
Dấu yêu nào theo sóng cuộn mau

Thương
mùa Ngâu...
Khóc
mùa Ngâu...
Lá rơi từng chiếc
nghẹn ngào giấc khuya

Trăng nửa mảnh... còn kia nỗi nhớ
Mộng chợt về trăn trở niệm xưa
Hồn hoang phế lạc loài vụn vỡ
Trống vắng vòng tay...
luyến hương thừa

Thu
tàn chưa...
Đông
về chưa...?

thơ

HOÀNG VŨ THUẬT

## QUÀ TẶNG

Anh muốn gửi một bông xương rồng
chưa ai làm quà tặng
nơi ngày đêm gió lào hun hút miên man
để hiểu về xứ ấy
chẳng có gì quyến rũ đáng yêu
người ta thường huyễn hoặc bao điều
nhưng tất cả là ban mai thanh sạch
đang bay trên lọn tóc em đây

anh đặt lên vầng trán thanh cao
chiếc khăn thấm nước giếng quê mát rượi
mặt trăng dịu dàng lặn trong lòng đất
sáng lên những phận nghèo hèn
em sẽ nghe tiếng à ơi mẹ ru
mỗi khi nồm nam cơn gió đổi
quây vào hai lá phổi đằm thắm hương cau
bồng bềnh giấc ngủ muộn

anh nhìn bầu trời chi chít sao giăng
không vì sao nào sánh được
đôi mắt em nhìn lần đầu
miệng em trái chín thơm tho
cặp môi giam anh vào ngục tối
hai gò cát thiêng liêng giữa sa mạc trắng
dòng sông qua phá sao ví nổi đường cong
của thân thể
mỗi khi ào ạt cơn sóng dậy

những nhà thơ lãng mạn ngợi ca
cũng không ngọt bằng chiếc lưỡi bình thường tạo hóa
bản nhạc tình là sương khuya êm ả
chẳng thể hơn ngón tay ngân rung khi chạm vào anh
giống anh đã chạm trước giờ khai hội
vì anh biết
miền đất càng khô khan khắc nghiệt
con người & đất lại nở hoa.

*4/2/2020*

thơ

THANH TRẮC NGUYỄN VĂN

## VỀ VỚI QUÊ HƯƠNG

Người về quỳ dưới gốc đa
Tìm trong biển nắng bóng Cha dãi dầu
Vai gầy cày với sức trâu
Đất khô hạn vỡ để màu lúa xanh.

Bao năm khói bụi thị thành
Câu ru của Mẹ sao đành lãng quên
Còn đâu tiếng võng chông chênh
Hoa cau rụng trắng dưới thềm nhà xưa?

Người về khóc với gió mưa
Thương quê hương mãi bốn mùa bão dông
Lũ dâng nước ngập trắng đồng
Áo bà ba tím giữa dòng lạc trôi...

Người về cùng đất sinh sôi
Lệ đau thấm giọt mồ hôi cay nồng
Bàn tay giục đá đơm bông
Nắng xuân vui hẹn sáng hồng đường thôn.

thơ

HOÀNG LINH ( Đ H L)

## TÌNH TỰ ĐẤT

Tình đất quê hương vọng tiếng ru hời
Như tiếng võng khẽ đưa những trưa hè thong thả
Ai lớn lên từ cây non gốc rạ
Sẽ bồi hồi với bóng ngả bờ đê

Ai trôi theo dòng đời đắm đuối mải mê
Cũng có lúc chùng lòng ngẫm lại tình nhân thế
Ta đến từ đất mà quên đi tình đất
Có khác nào phụ bạc chốn cưu mang

Dẫu bao lần ta dạo bước quan san
Mắt đã thấy nhiều kinh thành hoa lệ
Tim đáp lại nhịp chung đời dâu bể
Vẫn không quên giữ trọn một tình quê !

Tình đất trong em dìu dặt lúc đêm về
Trong tiếng vọng âm từ mái chèo khua nhẹ
Như tiếng thở êm của hình hài nhỏ bé
Cuộn tròn tâm tư trong giấc ngủ thiên thần...

Tình đất chúng ta mãi mãi rất gần
Bởi Mẹ đất dạy con không bao giờ chia cách
Anh đã thuộc điều này _không chỉ từ sách
Mà chính từ dòng lệ bản thân !

thơ

ĐÀO MINH TUẤN

## TÔI LẠI TÌM TÔI

Vầng trăng khuyết
Chênh vênh sườn núi
Đêm về mộng mị giấc mơ hoa
Thinh không
Lộng gió đi về
Bàn tay chạm khẽ
Tiếng chuông buông thiền
Lời kinh chợt nhớ chợt quên
May ra còn đọng một miền vô ưu
Cuộc đời vạn kiếp phù hoa
Đêm trăng tôi lại tìm ra được mình...

HỮU TÀI TRẦN

## KHÓC DÒNG SÔNG

Hỏi sông bao giờ như thế
Nước nông trơ cả bãi bồi
Xanh trong lạnh lùng hoang phế
Thuyền ai bên bờ, lẽ loi?

Hỏi sông bao giờ như thế
Cửa sông sạt lở , sóng vồ
Mặn theo thuỷ triều len lỏi
Vào tận miệt vườn mùa khô?

Hỏi sông sao giờ như thế
Ngửa mặt lên trời, hư vô.
Có điều gì là không thể
Giữa cuộc nhiễu nhương xô bồ?

Tôi ngồi lặng lẽ bên cầu
Miên man nhìn sông gầy guộc
Ngọn gió mùa này xa xót
Hanh khô làm mắt cay cay

Ngàn năm xưa trở lại đây
Hỏi sông bao giờ như thế
Lòng tham người như lá cây
Không sao lường và đo đếm?

Đầu óc người càng tăm tối
Lợi danh làm cho mắt mờ
Thủ đoạn thốt lời lừa dối
Trước lời cảnh tỉnh , thờ ơ

Chặn dòng tích thuỷ giành riêng
Mặc cho sông dài cùng kiệt
Thuỷ điện làm sao đổi được
Giá trị thiên nhiên lâu dài

Con người sao thật khôi hài
Sống nhờ phù sa châu thổ
Hạt gạo muôn đời cứu khổ
Khi khánh kiệt mới nhớ về

Hỏi dòng sông rộng bốn bề
Chảy qua năm non bảy núi
Ngàn năm nước chẳng thay dòng
Sao lòng người ưa dời đổi?

Lòng tham làm người mê mãi
Hay vì ấu trĩ điên cuồng
Tự cho mình là vĩ đại
Trong cuộc bạo hành thiên nhiên
*
Hỏi sông sao giờ như thế
Bao giờ trả lại ngày xưa?
Cho tôi được lần nhìn lại
Lũ về, câu cá dưới mưa.

thơ

NGUYỄN THIÊN NGA

## NÓI VỚI ANH

Từng giọt buồn vẫn rơi theo mưa chiều tháng hạ
Ai có chờ không bước chân nhỏ qua thềm?
Sáng nắng
chiều mưa
nỗi nhớ cứ êm êm
Tận ngõ sâu tâm hồn dấu chân quen để lại...
Không tình cờ đâu
dẫu gặp nhau ta còn phân vân nghi ngại
Hai nửa hồn đau năm tháng vá khâu rồi
Hãy để tim nhau rơi một nhịp...
bồi hồi
Anh nhớ không?
ngày xưa chưa xa lắm...
Ngày xưa chưa xa, em đo vừa bóng nắng
Bóng anh
bóng em
bóng cây đổ bên đồi...
Cả một đời chúng mình là chiếc bóng theo nhau thôi
không hứa hẹn
không suy tư
cũng chưa hề giận dỗi ...
Chiều mưa ngang qua đây,
em thả hồn xa vời vợi
níu bóng xưa một thoáng quay về.
Mưa ngoài trời vẫn da diết, lê thê
Ngắt một đóa tím buồn trong mưa
Em bật khóc ...

*(Đức Trọng)*

thơ

NHUNG KATE

## MÀU ÁO XANH

Tôi vẫn yêu màu áo xanh thăm thẳm
Mũ kê pi, sao đỏ thắm trên đầu
Màu hoà bình, màu bình yên yêu dấu
Giao thông ơi! Màu áo của Thanh Tra

Những nẽo đường từng in bóng anh qua
Trưa nắng lửa, giữa đêm đông giá rét
Để bảo vệ những con đường bền đẹp
Dẫu gian nan không được phép chùn chân.

Khi giông bão, gió rít, mưa ầm ầm
Vợ yêu nhé anh vẫn bám hiện trường
Phân luồng giao thông trên các tuyến đường
Đảm bảo an toàn cho xe thông suốt

Ngày lễ, tết vợ, con đừng mi ướt
Anh chẳng ở nhà ghé nội, ngoại cùng em
Vì nhiệm vụ an toàn xe xuất bến
Đón, trả khách đi- về quê ngày lễ

Những nhọc nhằn chẳng bao giờ anh kể
Giọt mồ hôi thấm vào mắt anh cay
Ở đơn vị cấp trên liệu có hay
Có thấu hiểu, sẽ chia cùng không nhỉ?

Khoác trên mình màu áo xanh bình dị
Dẫu gian nan ý chí vẫn vững vàng
Cống hiến hết mình vì niềm tin dân, Đảng
Bởi trên mình thắm màu áo Thanh tra.

*19/11/2019*

thơ

HỒ VIẾT THẮNG

## THIÊN THẦN LẠC BẾN

Ta gặp em và con đường trước mặt
Chưa một lần qua mà bỗng thấy thân quen
Đi bên nhau ánh mắt nói nhiều hơn
Đưa nhau đến nơi không hò hẹn trước

Nơi giao thoa của hai nguồn cảm xúc
Nơi mẹ gặp cha mấy mươi năm trước
Xưa Đất gặp Trời và người đã sinh sôi
Anh về phía em và mùa đông bỗng tắt

Để nói với nhau bằng những lời rất thật
Mình nắm tay nhau đi về phía mặt trời
Ngọn lửa trong tim bừng lên niềm hạnh phúc
Thắp sáng niềm tin đất hóa nụ tầm xuân

Một ngày qua đi rồi một ngày lại đến
Hết một ngày vũ trụ hóa lung linh
Cuối tia nắng mặt trời là những ánh sao đêm
Đã chọn cho nhau một vì sao định mệnh...

Bởi chúng mình đã chung nhau số phận
Ngụp lặn trong đời cõi nhân thế phù sinh
Mai mốt đây rồi có đớn nhục hay vinh
Có mượn bàn cân đem ra mà chia chác

Có sợ công bằng vì phần hơn muốn được
Để lại cho đời bạc phận mấy mụn con
Ngơ ngác trụi trần như những chú cừu non
Lạc giữa chợ đời xung quanh đầy cạm bẫy

Hãy mở to mắt chắc em sẽ thấy
Vắng mẹ vắng cha... nơi xó chợ gầm cầu
Sách vở sân trường có phước đến đâu
Thiếu áo thiếu cơm... phải xin ăn cướp trộm

Tính cách nào đã làm nên số phận
Tuổi ấu thơ mang kiếp số cùng đường
Như những thiên thần khuyết thiếu tình thương
Của những bậc mẹ cha đã làm ra nghiệt ngã...

Ôi! Giữa chốn bụi trần gần xa đây đó
Những thiên thần lạc bến sẽ về đâu
Hạt bụi nào hóa giọt mưa ngâu
Nếu có kiếp sau... Hãy chọn cho mình một vì sao thật tốt..!

*Tử Giang. 17/02/2020*

thơ

MỸ LINH

# LẠI MƠ

Em đặt lòng tin tuổi xế chiều
Nhịp sầu rung động của tình yêu
Nhặt từng mảnh nắng nuôi tim lạnh
Tiếc nuối ngày qua cũng đã nhiều..

Đã biết yêu ai sẽ khổ sầu
Nhưng mà rũ bỏ có được đâu
Nơi xa xôi đó  người có biết
Một mình ngồi ngắm hạt mưa ngâu.

Lạnh buốt tim nầy mà vẫn mơ
Trong mơ em vẫn đợi vẫn chờ
Một ngày chốn cũ anh về lại
Không còn dang dở một bài thơ.

Giấc mộng ngờ đâu bỗng vụn tan
Vòng tay trống lạnh giữa đêm tàn
Hơi ấm vẫn còn vương gối chiếc
Sao chỉ mình em quá ngỡ ngàng.

Biên Khảo

THÁI QUỐC MƯU

# TÀI NHÂN*
# THƯỢNG QUAN UYỂN NHI

Khi quyền lực của Võ Tắc Thiên (Võ hoàng hậu, Võ hậu, Võ My nương) trong triều Nhà Đường lớn mạnh tột đỉnh. Đường Cao Tông e ngại Võ hậu lộng quyền, bèn lập kế triệu đại thần Thượng Quan Nghi vào cung. Nghi tâu rằng, "Hoàng hậu chuyên quyền, phải phế đi." Cao Tông chấp thuận.

Thượng Quan Nghi (608-665) (1), tự Du Thiều, sanh tại Giáp Huyện, Giáp Châu, Thiểm Châu (Hà Nam ngày nay). Ông là hậu duệ Thượng Quan Kiệt, đời Tây Hán. Ông nội là Thượng Quan Hiền từng làm Thái Thú U Châu (Bắc Kinh), vào đời Bắc Chu. Cuối đời Tùy, thân phụ Thượng Quan Nghi là Thượng Quan Hoành bị tướng Trần Lăng giết chết, gia đình phải trốn chạy khắp nơi, dần dần tới Giang Đô, nay là Tần Lan Trấn, cách Thiên Tường 25 cây số về phía Đông Nam.

Thượng Quan Nghi tinh thông kinh sử, giỏi văn chương, một thời xuất gia làm Hòa Thượng, đỗ Tiến sĩ đời Trinh Quán, ông là một trong những tác giả bộ Tấn Thư, làm Tể Tướng trào Đường Cao Tông, vâng lệnh vua bí mật soạn chiếu truất phế Võ Tắc Thiên, thuộc hạ Thượng Quan Nghi biết được lén tố cáo với Võ hậu. Võ hoàng hậu kêu oan với Cao Tông. Nhà vua lúng túng không biết trả lời thế nào, bèn đổ tội cho Thượng Quan Nghi.

Cuối năm đó, Võ Mị Nương âm mưu cùng Hứa Kính Tông cáo gian Thượng Quan Nghi cùng hoàng thái tử cũ là Lý Trung mưu toan phản nghịch. Đường Cao Tông nghe lời Võ hậu ép Lý Trung uống rượu độc chết. Bắt Thượng Quan Nghi hạ ngục rồi sát tử, thân nhân bị tru di, gia sản bị tịch thu… Con trai ông là Thượng Quan Đình Chi (Thân phụ Thượng Quan Uyển Nhi) cũng chết trong thảm cảnh đó.

Sau đó, mỗi khi Cao Tông lâm triều Võ hoàng hậu đều đứng sau rèm cùng nghe và giải quyết tất cả mọi việc. Năm 863 Đường Cao Tông tức Lý Trị, chết. Lý Hiển, là con thứ bảy của Đường Cao Tông và Võ Tắc Thiên, lên kế vị, xưng đế hiệu Đường Trung Tông. Ông là hoàng đế thứ 4 và thứ 6 của Nhà Đường. Hai lần ở ngôi không liên tục, lần đầu từ ngày 3 tháng 1 năm 684 đến ngày 26 tháng 2 năm 684, chỉ mới hai tháng thì bị mẹ là Võ Thái Hậu, truất phế, đày ra Phong Châu. Lần thứ hai từ ngày 23 tháng 2 năm 705 đến ngày 3 tháng 7 năm 710. Tại vị được 5 năm.

Khi Võ Tắc Thiên trở thành Hoàng thái hậu. Quyền bính Nhà Đường nằm gọn trong tay họ Võ. Vợ Thượng Quan Đình Chi là Trịnh thị đang mang thai, có người anh ruột là Trịnh Hưu Viễn làm Thái Thường Thiếu Khanh đương trào, nên Trịnh thị được tha tội chết, nhưng bị bắt vô cung làm nô dịch cho bọn cung tần sai vặt.

Một hôm, Trịnh thị ngủ nằm mơ thấy thần nhân đến trao cho cái cân, bảo rằng: **"Ngươi hãy giữ nó để sau này sẽ sinh ra một đứa con có tài bình thiên hạ."**

Vào một đêm tối, trong căn phịng nhỏ, chỗ Trịnh thị ở ngày đêm, đang khi Trịnh thị chuyển dạ lâm bồn, bỗng nhiên từ phòng bà ấy tỏa hào quang ra phát sáng rực. Cung tần, thị nữ hốt hoảng vội vào tâu với Võ Thái Hậu, bà lần dò đến tận nơi xem. Btruyền thái giám mở cửa xông vào. Mọi người thấy ánh sáng phát tỏa từ đứa bé gái mới sanh. Cho là điềm lạ, Võ thái hậu truyền cho Trịnh thị đặt tên đứa bé là Uyển Nhi (2). Trịnh thị xem đó là một ân sủng, rất vui mừng tuân lệnh.

Vì sinh nhằm con gái, Trịnh thị vô cùng thất vọng nghĩ rằng giấc mơ ngày trước chẳng qua là ảo tưởng thôi. Lâu dần giấc mơ đó cũng trôi vào quên lãng.

Chịu kiếp nô dịch trong cung cấm, nhưng Trịnh thị vốn là người học cao, hiểu rộng nên Thượng Quan Uyển Nhi luôn được mẹ chăm sóc, dạy dỗ học hành rất chu đáo. Năm Uyển Nhi lên mười, một hôm Trịnh thị nhìn con chợt se lòng, buột miệng than dài: **"Phải chi con ta là nam tử thì quý biết chừng nào?" Lại tiếp, "Chẳng lẽ dáng vóc**

**mảnh mai yểu điệu kia lại bình thiên hạ được sao?"** Uyển Nhi nghe xong nhìn mẹ gật đầu, cười.

Cô bé Thượng Quan Uyển Nhi thông minh lạ thường, bảy, tám tuổi đã sành sỏi thi phú, lên mười hai tuổi thì làu làu kinh sử, tinh thông cầm, kỳ, thi, họa. Chữ viết như phụng, như rồng, còn thư họa như mây, như gió. Có thể mở miệng thành thơ, múa cọ thành tranh. Khi khảy đàn phụng hoàng cũng xếp cánh ngẩn ngơ… Rất được giới cung nữ chung đụng hằng ngày thương yêu, trọng nể.

Năm mười ba tuổi, Uyển Nhi cốt cách phi thường, nét thanh tú không kẻ sánh bì, mắt sáng như ngọc, môi tợ thoa son, mũi thẳng như trúc, răng đẹp như ngà, má điểm hai đồng tiền, duyên dáng ngời ngời... giả như Tây Thi tái sinh cũng đến thế là cùng. Tiếng đồn đến tai Võ Thái Hậu. Năm 677, Võ Tắc Thiên 53 tuổi, truyền Thượng Quan Uyển Nhi diện kiến, bà trực tiếp khảo hạch. Võ thái hậu đưa ra những câu hỏi rất khó khăn, đều được Uyển Nhi trả lời trôi chảy. Lệnh truyền, đề một bài thơ.

Theo truyền thuyết dân gian, khi cung tần đem khay giấy bút mực ra, Uyển Nhi cúi đầu tiếp nhận, rồi thưa: **"Muôn tâu nương nương xin Người cho phép tiểu nhi được tự do cất bút."** Thái hậu Võ Tắc Thiên phất tay áo, gật gật đầu. Thượng Quan Uyển Nhi tay trái nâng khay, tay phải cầm bút, trong khi giới Phi, Chiêu, Tiệp, Mỹ, Tài, Bảo (3) cùng đám cung nữ trong cung đang có mặt đều nín thở chờ đợi. Uyển Nhi liền quay người thành vòng tròn, người người chỉ thấy tay nàng múa bút xuống, lean... Đúng ba lần quay mình, Uyển Nhi liền đặt khay lên đầu, quỳ xuống.

Ai nấy đều trố mắt lo âu, trong khi Võ Thái Hậu đưa tay lấy bài thơ do nữ quan hầu cận khúm núm dâng lên. Xem xong, Võ Thái Hậu cất tiếng cười lanh lảnh. Mọi người đều khiếp sợ nhìn nhau. Ngưng cười, Võ thái hậu phán, "Tuyệt! Tuyệt bút! Quả là tuyệt bút! Đúng là Trời đã ban cho ta kỳ nữ này!" Đoạn bà vỗ án cười to, tỏ thái độ đắc ý tột cùng.

Ngay lập tức, Võ Thái Hậu truyền bãi lệnh nô dịch cho hai mẹ con Trịnh thị, và ban cho Uyển Nhi làm chức Tiệp Tịch (một chức danh giống như bí thư riêng ngày nay). Đặc trách phần quản thủ thư phòng và soạn thảo công thư, chiếu chỉ,… trong cung.

Sống trong cung cấm một thời gian, Thượng Quan Uyển Nhi mới được biết người mình đang cung phụng chính là kẻ đã tàn sát gia tộc và phụ thân mình. Tuy nhiên, Uyển Nhi vẫn tỏ ra rất mực trung thành với Võ Tắc Thiên.

Năm 684, Võ Tắc Thiên phế ngôi Đường Trung Tông để đưa Đường Duệ Tông lên thay. Sáu năm sau, Đường Duệ Tông từ bỏ ngai vàng.

Năm 690, Võ Tắc Thiên 66 tuổi, cướp ngôi Nhà Đường, đổi Quốc Hiệu thành Võ Chu, dời đô đến Lạc Dương. Thượng Quan Uyển Nhi nhờ tài sắc vẹn toàn, bản chất thông minh vẫn được Võ Tắc Thiên yêu chuộng, ban cho chức Nội Xá Nhân (tương tự như bí thư ngày nay, phục vụ trong cung cấm). ngoài trách nhiệm quản thủ thư phòng và cai quản, giải quyết tất cả văn thư liên quan đến cung cấm, còn đặc trách giải quyết tất cả tấu chương của quan lại. Từ đó, Uyển Nhi chánh thức tham gia triều chánh. Lúc nào nàng cũng cận kề bên vị Nữ Hoàng Đế. Khi ấy, Uyển Nhi mới 26 tuổi.

Hai năm sau Thượng Quan Uyển Nhi được phong Cân Quắc Tể Tướng (4). Sớm trở thành người "đứng phía sau" Võ Tắc Thiên Hoàng Đế, được coi là rường cột của triều đình, là kẻ có quyền lực bậc thứ hai Nhà Võ Chu, chỉ đứng sau Hoàng Hậu. Toàn quyền quyết định tất cả mọi việc trong triều chính.

Năm 705, Lý Đường Tông cùng đám đại thần thân tính theo kế hoạch nội gián của Thượng Quan Uyển Nhi. Võ Tắc Thiên bị ép thoái vị. Sau 15 năm thống trị làm mưa làm gió đất Trung Hoa, Nhà Võ Chu bị cáo chung. Lúc ấy Võ Tắc Thiên đã 81 tuổi.

Thù nhà trả xong. Thân nhân của Uyển Nhi bị Võ Tắc Thiên sát hại được phục hồi danh dự và chức danh ngày trước (mục đích để cho con cháu của họ được hưởng bổng lộc triều đình). Khi ấy, Trịnh thị (mẹ của Uyển Nhi) mới tin vào giấc mộng năm xưa.

Sau khi Võ Tắc Thiên chết, Uyển Nhi được Đường Trung Tông sủng ái tấn phong Chiêu Dung, sớm trở thành đệ nhị phi tần của nhà vua (trong cung cấm chỉ đứng dưới Hoàng Hậu), tăng thêm phần cai quản và thảo chiếu chỉ triều đình.

Trong thời gian này, quyền lực Đường trào lại nằm trong tay Vi hoàng hậu cùng tình nhân của bà là Võ Tam Tư. Vi hoàng hậu muốn đưa con gái mình là An Lạc công chúa làm Hoàng thái nữ (nếu nam là Thái tử), nhưng Trung Tông không chấp nhận. Đến ngày 3 tháng 7 năm 710, Trung Tông đột tử.

Nhiều sử gia cho rằng cái chết đột ngột của Đường Trung Tông là do An Lạc công chúa hạ độc.

Năm 710, Trung Tông đột tử, quyền lực triều đình vào tay Vi Hậu. Để đối phó Vi Hậu, Uyển Nhi liên kết với Thái Bình công chúa, thảo chiếu giả lập Lý Trọng Mậu làm Thái tử, Vi Hậu sẽ là Hoàng Thái Hậu nhiếp chính. Nhưng Vi Hậu có dã tâm trở thành Võ Tắc Thiên thứ hai và tìm mọi cách thay đổi chiếu thư.

Năm thứ tư đời Đường Thương Đế (710), Lâm Tri vương Lý Long Cơ phát động cuộc chính biến, khởi binh tiêu diệt Vi Hậu và phe đảng. Thượng Quan Uyển Nhi bị bắt chung với Vi Hậu rồi bị xử trảm, lúc bấy giờ bà mới 46 tuổi.

Theo People's Daily, đánh giá về Thượng Quan Uyển Nhi, **"có nhiều ý kiến trái nhiều, nhưng nhìn chung, bà được coi là điển hình cho mẫu hình phụ nữ tài năng, xinh đẹp đầy quyền lực trong lịch sử cung đình và cả các triều đình Trung Hoa."**

Về cái chết của Thượng Quan Uyển Nhi, truyền thuyết dân gian cho rằng, **"Đường Huyền Tông tức Lý Long Cơ rất ái mộ và từng thầm yêu trộm nhớ Thượng Quan Uyển Nhi, nhưng lại biết chuyện Uyển Nhi cùng Võ Tam Tư có gian tình, bèn đem lòng oán hận, ghen tuông. Nhân cuộc chính biến thành công liền truyền bắt, giết Thượng Quan Uyên Nhi cho thỏa lòng ghen tức."**

Bài tựa của Yên Quốc Công Trương Duyệt viết trong "Phong Nhã Chi Thanh, Lưu Ư Lai Diệp" (Dịch: Âm thanh phong nhã, lưu lại đời sau), có đoạn: **"... Người này (Uyển Nhi) có trí tuệ nhạy bén, sáng suốt, học thức rộng, sâu. Văn chương lưu loát, ý tứ thâm trầm, múa bút tợ mây bay, câu văn như gấm dệt. Trước có bà Ban (ý nói, Ban Chiêu) tài ba viết sử, nay có Nữ Thượng Thư quyết đoán công việc thần tình.**

**Bà Chiêu Dung (Thượng Quan Uyển Nhi) phục vụ hai trào tốt đẹp. Giải quyết sự việc nhanh, tiếp xúc khéo léo. Đời Hán ca**

**tụng người đẹp họ Ban, chưa chắc tài ba bằng Thượng Quan Chiêu Dung: một lẽ là: văn chương kiệt xuất; Hai là: công lao phụ tá cho vua không nhỏ".**

Về việc Thượng Quan Uyển Nhi trở thành Chiêu Dung, Thôi Thụy Đức đã từng đưa ra giả thuyết, **"đây có thể là chiêu bài của Đường Trung Tông Lý Hiển sau khi lên ngôi. Bởi địa vị của Uyển Nhi lúc đó là rất cao, với kinh nghiệm và tài trí của mình, nàng xứng đáng được trọng dụng, song lại không thể phong quan tước cho nữ nhân.** (Thời Thụy Đức, giới nữ không được chánh thức tham gia việc triều chính)

Sự có mặt của Thượng Quan Uyển Nhi đã góp công rất lớn trong việc khôi phục triều đại Nhà Đường, cũng như những đóng góp của bà cho nền văn học thời kỳ đó. Và, Thượng Quan Uyển Nhi là phi tần duy nhất được xây dựng dinh thự bên ngoài hoàng cung. Nhờ vậy, bà có cơ hội chiêu mộ các văn tài học sĩ, được đặc trách làm giám khảo trong các kỳ thi.

Việc ngâm nga thi phú dần trở thành phong trào. Uyển Nhi đam mê sưu tầm thi họa. Bộ sưu tầm của bà hơn vạn cuốn, ướp hương thơm ngát. Trăm năm sau, bộ sưu tầm này dần lưu lạc trong dân gian, nhưng mùi hương vẫn thoang thoảng lưu truyền.

Qulishi, một trang web của những người nghiên cứu lịch sử của Trung Quốc viết, (trích): **"Trong lịch sử Trung Quốc, cung nữ có vị trí cao nhất là Lục Đại Cơ, Nhà Bắc Tề, người từng làm tới chức Thị Trung quyền thế hiển hách. Sau này, khi gặp Hoàng Hoa, một cung nữ khác được hoàng đế sủng ái, Đại Cơ nhận Hoàng Hoa làm con nuôi và tiến cử làm Hoằng Đức Phu Nhân. Không lâu sau, Hoàng Hoa sinh được một người con trai khiến cho vị hoàng đế hiếm muộn bấy lâu có hoàng tử nối dõi.**

**Lục Đại Cơ vì muốn bảo toàn con đường quan lộc và gia tăng quyền thế của mình đã mưu mô tiến hành một canh bạc chính trị, dùng mưu kế ép Hoàng hậu Hồ Thị thoái vị, sau đó sắp xếp cho mẹ là Hoàng Hoa lên làm Hoàng hậu và con Hoàng Hoa làm Thái tử.**

**Như vậy, trong lịch sử Trung Hoa, về quyền lực của giới phi tần, cung nữ ở cung đình,**

**Thượng Quan Uyển Nhi chỉ đứng sau Lục Đại Cơ mà thôi. Nhưng hơn Lục Đại Cơ trong việc tham gia triều chính".**

Nội dung bài này, người viết chỉ chú trọng đến tài hoa của Thượng Quan Uyển Nhi. Không nói đến chuyện tình cảm riêng tư của bà, vốn bị các nhà sử học Trung Hoa cho là **"Tể tướng phong lưu"**. Phong lưu đến mức nhà văn nổi tiếng đời Thanh là Ngô Mai Thôn từng cảm thán: **"Thê tử khởi ứng quan đại kế"** (Vợ vua há lại tằng tịu với quan).

**PHẦN ĐỌC THÊM:**

Tháng 9 năm 2013, viện khảo cổ Thiểm Tây tuyên bố đã phát hiện được lăng mộ của Thượng Quan Uyển Nhi, trên mộ chí có đề **"Cố Chiêu Dung** Đại Đường Thượng Quan Thị Minh**".**

Mộ nằm cách di chỉ thành Trường An khoảng 25km, quy mô không lớn, vật bồi táng không nhiều. Chí văn gần một ngàn chữ, có ghi lại cuộc đời cũng như thân thế của Thượng Quan Chiêu Dung. Căn cứ theo mộ chí, Thượng Quan Uyển Nhi được mai táng vào tháng 8 năm 710, tương ứng với tư liệu lịch sử.

Năm 2014, toàn bộ văn tự trên mộ chí Thượng Quan Uyển Nhi được công bố, cũng đồng thời làm rõ tính chân thật của nhân vật lịch sử này.

Theo mộ chí, Uyển Nhi 13 tuổi được phong làm Tài nhân (4) của Đường Cao Tông. Khi bà 42 tuổi được Đường Trung Tông sắc phong làm Chiêu Dung. Bên cạnh đó, văn tự trên mộ chí còn kể lại việc Thượng Quan Uyển Nhi khuyên can Đường Trung Tông không lập An Lạc công chúa làm Hoàng Thái Nữ, thậm chí lấy cái chết ra mà can gián.

Các chuyên gia sử học đều cho rằng, mộ ký lần này đã giúp ích rất nhiều cho việc nghiên cứu cuộc đời Thượng Quan Uyển Nhi, càng giúp mọi người tiếp cận chân tướng thật sự trong lịch sử".

**Ghi chú:**

*** Tài nhân...** (trong đề bài):

Ở đây, là chức danh có tên Tài Nhân. Trật Ngũ phẩm. Trách nhiệm của Tài Nhân là sắp xếp yến tiệc, chỗ ngủ nghỉ, coi về tơ lụa, vải vóc trong cung... Mỗi triều đại thường có 9 Tài Nhân. Có thể Đường Cao Tông ban chức danh Tài Nhân cho Uyển Nhi khi nàng còn rất trẻ là để nàng được hưởng quyền lợi theo trật ngũ phẩm.

**(1). Thượng Quan** (Nghi):

Thượng Quan là họ kép. Đa phần những họ kép xuất phát từ chức danh hoặc từ dòng tộc của vua. Thí dụ: Tư Mã là chức danh, của quan Tư Mã, thế hệ sau của vị quan này trở trở thành họ kép, như: Tư-Mã Ý... Các danh xưng để chỉ những người có quan hệ với nhà vua như thế nào, như: Tôn Thất, Công Tôn, Công Tằng,... về sau thành những họ kép Tôn-Thất Đính, Công-Tôn Toản, Công-Tằng Tôn Nữ Thị Huyền,...

**(2). Uyển Nhi:**

a)- Là tên của một loại ngọc (ngọc UYỂN). Chữ NHI ở đây là trợ từ, như "HOA NHI" là cái bông.

b)- Một đứa trẻ đẹp, nhu thuận nết na. NHI là đứa bé trai, (bé gái gọi là ANH) về sau người ta dùng NHI để chỉ chung các bé cả trai lẫn gái (như thiếu nhi).

**(3). Phi - Chiêu - Tu - Sung; Tiệp, Mỹ, Tài, Bảo gồm có:**

(a). Có thể phong Tài nhân cho Uyển Chi, là để cho nàng được hưởng bổng lộc theo bậc ngũ phẩm, không phải để phục vụ như Tài Nhân. Quí phi, Thục phi, Đức phi, Hiền phi. Tất cả là 4 người, được gọi chung là Phu nhân. Trật Nhất phẩm.

(b). Chiêu - Tu - Sung, gồm có:

b1. Chiêu nghi - Chiêu Dung - Chiêu Uyển.

b2. Tu Nghi - Tu Dung - Tu Uyển.

b3. Sung Nghi - Sung Dung - Sung Uyển.

Tất cả 9 người, được gọi là Cửu tần - Trật Nhị phẩm.

(c). Tiệp hảo. Tất cả 9 người - Trật Tam phẩm.

(d). Mỹ nhân. Tất cả 9 người - Trật Tứ phẩm.

(đ). Tài nhân. Tất cả 9 người - Trật Ngũ phẩm.

(e). Ngoài ra còn có:

e1. Bảo Lâm 27 người. - Trật Lục phẩm.

e2. Ngự nữ 27 người. - Trật Thất phẩm.

e3. Thể nữ 27 người. - Trật Bát phẩm.

**(4). Cân Quắc Tể Tướng:**

Bốn chữ "Cân Quắc Tể Tướng", ta có thể hiểu "Vị Tể Tướng là một phụ nữ tài hoa, đẹp đẽ". Mục đích là để phân định với chức danh của các ông Tể Tướng.

Còn nghĩa đen, CÂN là cái khăn mà các phụ nữ con nhà quyền thế quấn đầu. QUẮC là một một loại nữ trang như một hay nhiều sợi dây chuyền kết lại, hoặc sợi dây chuyền bản có cẩn ngọc thạch và có mặt, khi trang điểm phần sợi dây được đính trên cái khăn quấn đầu ấy, còn phần mặt dây chuyền được để thòng xuống trên trán. Thành ngữ có câu **"Cân hương Quắc sắc"** để chỉ những phụ nữ giàu sang, quý phái, đẹp đẽ.

Những người không phân biệt rõ, thường nói hay viết **Cân hương QUỐC sắc**. Trong khi hai chữ QUỐC Sắc nằm trong câu "Thiên hương Quốc sắc" (Sắc nước, hương trời). Để chỉ những phụ nữ có nhan sắc mà thôi!

Người viết xin mạo muội cống hiến quý độc giả giải trí, mua vui...

*Atlanta, USA, Sept. 9-2016*

**Thái Quốc Mưu**

---

**Tham khảo và trích đoạn từ:**

- Cựu Đường Thư của Lưu Hu (888 - 947)
- Tham khảo trực tiếp Học giả Minh Di, Úc Châu.
- Bách Khoa Toàn Thư
- http://www.qulishi.com/
- Sử Ký Tư Mã Thiên

PHAN TRANG HY

# NGHĨ VỀ THIỀN CA 5 (XUÂN) CỦA PHẠM DUY

Nghe những bài Thiền ca của Phạm Duy, dù chất thiền ẩn hiện trong ca từ, âm thanh, tôi vẫn thấy có một Phạm Duy tự răn mình, khát khao tình yêu, cuộc sống. Điều đó thể hiện rõ trong bài Thiền ca 5 (Xuân).

Một thời, Khuất Nguyên đã nói với ông lão đánh cá: "Cả đời đục cả, một mình ta trong; mọi người say cả, một mình ta tỉnh; bởi vậy nên ta phải bị bãi chức". Còn Phạm Duy nói bằng ca từ:

*Bội bạc, dối trá cả rồi*
*Người người hung dữ, trừ tôi*
*Hận thù, chém giết bời bời*
*Rồi người chết hết, còn tôi.*

Mới nghe lời bài ca, cứ tưởng Phạm Duy kiêu ngạo. Bởi loài người đủ thứ xấu xa, tội lỗi (nào là "bội bạc", "dối trá", "hung dữ", nào là "hận thù"). Những thứ xấu xa, tội lỗi ấy, theo tôi nghĩ, không ai không mắc phải. Trong lòng tôi hiện lên hình ảnh người đàn bà ngoại tình trước Chúa Giê-su bị các kinh sư và người Pha-ri-sêu kết tội bằng hình phạt ném đá. Chúa đã nói cùng họ: "Ai trong các ông sạch tội, thì cứ việc lấy đá mà ném trước đi" (Ga 8: 7). Lời nói của Chúa Giê- su chỉ ra rằng là người không thể không tội lỗi. Chỉ có điều, mỗi người tự thức tỉnh để răn mình, giữ mình khỏi tội. Và tôi nghĩ, Phạm Duy cũng vậy. Ông tự răn mình ("trừ tôi"), để được tồn tại ("còn tôi"). Ông tĩnh tâm trong thế giới ta bà. Ông rủ rê con người cùng ông tự nhiên như nhiên tới bờ sông giác ("cùng tôi"):

*Lối cũ mỏi mòn năm tháng*
*Ngăn che người vắng tiếng cười*
*Muốn tới được bờ sông giác*
*An nhiên hát nhỏ, cùng tôi.*

Rủ rê hát nhỏ, hát vừa đủ cho lòng lắng lọc, cho tâm hồn hòa điệu cùng nhau. Không cần hát hay, không cần gào thét, không cần cường điệu, chỉ cần hát nhỏ trong tâm thế an nhiên. Nghe câu "An nhiên hát nhỏ, cùng tôi", tôi như thấy Phạm Duy quá hiền lành, dễ mến. Tôi như thấy ông cười khuyến khích tôi, khuyến khích bạn và mọi người cùng ông hát một cách an nhiên:

*Tôi là tôi, tôi cũng là em*
*Em là tôi, em cũng là anh*
*Là Xuân con bướm hút nhụy xuân tình*
*Là gió xuân hồng, là cơn xuân vũ*
*Là ý thơ nồng trang giấy xuân thư.*

Nghe ca từ đoạn trên, tôi thấy một Phạm Duy như đang thì thầm hát cùng bạn, cùng tôi, cùng với mọi người. Cái tôi của ông như giao hòa với cái tôi của tất cả và bình đẳng với tất cả: "Tôi là tôi, tôi cũng là em/ Em là tôi, em cũng là anh". Nghe ca từ này, tôi liên tưởng đến lời: "Tất cả chúng sinh vốn dĩ là Phật" (Kinh Hoa Nghiêm). Và tôi như nghe bên tai lời: "Sắc tức thị không, không tức thị sắc" (Bát Nhã Tâm Kinh). Tôi cũng thấy ông khát khao tình yêu, cuộc sống đến độ ông cất lời ca: "Là Xuân con bướm hút nhụy xuân tình/ Là gió xuân hồng, là cơn xuân vũ/ Là ý thơ nồng trang giấy xuân thư".

Viết về mùa Xuân, Phạm Duy có nhiều ca khúc. Riêng ở đây, ông như góp thêm cho đời chất thiền trong lúc đất trời vào Xuân qua Thiền ca 5 (Xuân). Tôi như thấy ông đang đệm đàn hát: "... Muốn tới được bờ sông giác/ An nhiên hát nhỏ, cùng tôi"...

*Xuân 2020*
**Phan Trang Hy**

Truyện Ngắn

LÊ NGUYỆT

# BẤT HẠNH

Ông Ba Túc có hai đứa con. Thằng Chạy và con Nháng.

Sự ra đời của Nháng làm chướng mắt ông Ba, ông cưng chìu thằng Chạy bao nhiêu thì ghét bỏ con Nháng bấy nhiêu. Bởi vì nó vừa lọt khỏi lòng mẹ đã vương lấy căn bệnh câm điếc bẩm sinh.

Và vì câm điếc bẩm sinh nên nó tách biệt khỏi cuộc sống muôn màu muôn vẻ, trở thành một đứa bé đần độn khùng khịu.

Bà Ba Túc có lẽ vì buồn khi mỗi ngày nhìn con gái ngây ngô vô thức nên sinh bệnh rồi qua đời khi Nháng mới lên năm tuổi.

Lúc mẹ còn sống, Nháng còn được tắm gội sạch sẽ, quần lành áo tốt nhưng khi mất mẹ rồi nó là gánh nặng cho ba và anh trai, không ai thèm quan tâm tới nó. Quần áo rách bươm, đầu bù tóc rối, thân thể dơ bẩn, ghẻ chốc đầy mình. Hôi hám không thể tả, ai cũng không dám đứng gần.

Nhà ông Ba cũng thuộc vào hàng khá giả trong xóm nên Nháng cũng được ăn no dù là cơm thừa canh cặn. Nó vô tư lớn lên không cần ai chăm sóc và càng lớn thì càng bẩn thỉu hơn. Thân thể hiếm khi sạch sẽ, cô và dì ruột của nó thỉnh thoảng cũng cho nó quần áo để thay đổi còn chị dâu thì không cho nó đụng tới thứ gì trong nhà. Khi Chạy có con đầu lòng, chị dâu cấm tiệt Nháng đến gần cháu, cây roi lúc nào cũng thủ sẵn để quất vào người nó dù Nháng đã mười bảy tuổi rồi.

Ba nó không bao giờ để nó trong tầm mắt. Ông luôn xem nó là của nợ đầu thai lên để báo đời.

Và vì nó khùng nên nó không buồn. Bị đánh đau thì khóc, khóc xong rồi thôi.

Đến năm Nháng mười tám tuổi thì nó có bầu. Ba nó tức điên lên, nguyền rủa thằng chó chết nào đó lợi dụng đứa khùng khịu để thỏa mãn sinh lý. Ông đánh nó như điên hy vọng nó bị xẩy thai nhưng cuối cùng nó cũng sinh ra được một bé gái.

Ba và anh nó đem đi cho người ta nuôi. Nháng gào thét mấy ngày liền rồi thì cũng qua. Từ đó ba nó cấm nó ra khỏi nhà. Sau thời gian nguôi ngoai, Nháng được trả tự do và lại có mang lần nữa.

Cảnh cũ tái diễn. Nhưng lần nầy Nháng bảo vệ đứa con mình bằng cách ôm khư khư trong tay. Nhưng sức của đàn bà mới sinh sao làm lại hai người đàn ông kiềm giữ cho chị dâu nó bế đứa nhỏ đem đi? Nháng giãy chết và nằm yên đến mấy ngày. Ba nó ghét bỏ, anh nó lạnh nhạt, chị dâu nó chì chiết. Nó có hiểu, có nghe gì đâu?

Nó vẫn sống bình thường, vẫn câm điếc, vẫn khùng, vẫn bầy hầy hôi hám, vẫn đi ra đi vào và ăn cơm thừa canh cặn của chính gia đình mình.

Một năm sau nó lại có mang lần nữa. Và lần nầy nó sanh ra một thằng con trai.

Đứa bé vừa lọt lòng mẹ, gói trong một cái chăn cũ là Nháng ôm con chạy một mạch ra đường, sau lưng nó là ba và anh Chạy của nó. Nháng nhắm hướng nhà dì nó chạy tới. Vừa tới cổng nhà dì nó khụy xuống, vừa ôm cứng lấy con, vừa quỳ mọp lạy ba nó, miệng ú ớ như van xin. Ba nó khựng lại, dì nó hãi hùng nhìn mình mẩy nó đầy máu tươi. Nước mắt lã chã rơi trên khuôn mặt dơ bẩn thất thần. Dì đón lấy đứa bé từ tay Nháng, khóc theo nó:

- Nó muốn nuôi đứa nhỏ nầy rồi. Anh để nó nuôi đi.

Ba nó gạt ngang:

- Nuôi sao được mà nuôi? Nó khùng vậy con nó cũng khùng theo. Nhà tui một người khùng dì thấy chưa đủ sao?

- Anh có khùng hôn? Chị có khùng hôn? Sinh ra nó khùng sao anh không nghĩ lại? Con mình dù khùng điên gì cũng do mình sinh ra, anh hắt hủi nó bao nhiêu năm chưa đủ sao? Nó sanh hai lần anh đem cho hai lần. Bây giờ không thương sau nầy cũng không thương.

Vậy anh để cho nó có đứa con dưỡng già không được sao? Nuôi thêm một đứa con nít anh nghèo hả? Chứ vợ thằng Chạy đẻ liền liền sao anh không nói?

- Dì biết gì về chuyện nhà tui mà xen vô?

- Tui là dì ruột của nó. Nó là cháu tui. Tui nuôi nó cũng được nhưng sợ người ta cười chê anh ngóc đầu không được.

Nháng không nghe không hiểu ba và dì nó nói gì, chỉ biết khóc và quỳ lạy. Ba nó nói không lại dì nó nên đùng đùng bỏ về. Nháng giữ được đứa con. Thằng nhỏ được mọi người đặt tên là thằng Khổ.

Nháng tha con đi đầu trên xóm dưới xin ăn vì thường bị chị dâu bỏ đói và chì chiết. May mắn đi đâu Nháng cũng được cho tô cơm. Nó đút cho thằng Khổ ăn trước rồi mới ăn sau. Mặt mũi lem luốc, ánh mắt vô hồn chỉ khi nào nhìn con mới thấy lóe lên được niềm vui ít ỏi.

Thằng Khổ lớn như củ mì củ khoai. Lạ một điều nó không chạy nhảy vui chơi mà suốt ngày quẩn quanh bên mẹ. Không ai nghe nó nói chuyện, không ai thấy nó mở miệng cười.

Thôi chắc là nó cũng câm điếc như mẹ nó. Ông Ba Túc ghét ra mặt. Không thèm quan tâm tới mẹ con Nháng.

Nháng ở dơ vậy nhưng thằng Khổ được mẹ tắm rửa sạch bon. Người mẹ câm điếc cứ say sưa nhìn con và ôm hôn nó chùn chụt. Hai mẹ con thường dẫn nhau ra bờ sông ngồi nhìn lục bình trôi, chia nhau vài trái chuối chín bói trong vườn nhà ngoại nó.

Đến lúc thằng Khổ lên mười tuổi thì nó bắt đầu tắm gội lại cho mẹ nó. Hai mẹ con sống lầm lũi trong căn nhà khang trang khá giả mà ai cũng kỳ thị họ như thú hoang.

Chỉ có ông thầy giáo Hoàng đã về hưu là người đầu tiên biết thằng Khổ không khùng, không câm điếc mà lại có trí nhớ cực kỳ tốt

Thầy mở lớp dạy cho trẻ nhỏ chưa vào lớp một. Hàng ngày mẹ con thằng Khổ đều đi ngang nhà thầy. Ít khi thầy bận tâm đến nó nhưng có một hôm thầy đang dạy, đưa mắt nhìn ra lộ thì thấy Khổ trì tay mẹ nó lại, chỉ vào nhà thầy. Khi thoát khỏi tay mẹ nó vùng chạy đến trước cửa, nép một bên nhìn vào lớp học bằng đôi mắt ham muốn khiến thầy chạnh lòng. Không do dự thầy bước ra hỏi nó:

- Có muốn đi học không?

Mắt nó sáng lên, khẽ gật đầu làm thầy vô cùng ngạc nhiên:

- Con nghe được hả?

Khổ lại gật. Thầy vui mừng hỏi tới:

- Con nói được không?

- Được.

Trong lòng thầy Hoàng như có một niềm vui vỡ òa, niềm vui thể hiện ra khuôn mặt nhân từ của thầy. Thầy vỗ đầu nó, nói:

- Về nhà tắm gội sạch sẽ, mai đến lớp học nghen con. Thầy dạy không lấy tiền. Tới đây thầy cho tập vở bút mực.

Khổ cười như mếu. Nó khoanh tay cúi đầu trước thầy rồi quay ra nắm tay mẹ dẫn ra bờ sông. Sau khi biết không ai nhìn thấy, nó an tâm đứng dậy hét lớn:

- Được đi học rồi.

Xong nó ngồi xuống, ôm tay mẹ vào lòng, rủ rỉ:

- Con đi học nhen mẹ?

Nháng giương mắt nhìn con, cười cười, vỗ vỗ vào tay Khổ không nói gì. Thằng nhỏ hoàn toàn hiểu ý mẹ cũng như mẹ nó hiểu vừa rồi nó nói gì.

Vậy là thằng Khổ ngày ngày được mẹ dẫn đi học. Tập sách bút mực do chính thầy Hoàng trang bị. Khi Khổ vào lớp học thì Nháng ngồi chờ dưới gốc cây me tây lớn trước cửa nhà thầy Hoàng. Tan học mẹ con dắt nhau ra bờ sông cho thằng Khổ học bài.

Được một tháng, trong xóm ai cũng rành thằng Khổ biết nói, được đi học thì ông ngoại và cậu mợ nó mới hay.

Ông Ba Túc không nói gì. Chạy chỉ trề môi giễu cợt nhưng mợ nó lại lồng lộng lên. Quá sức tưởng tượng. Mười năm qua nó làm thinh làm thế giờ lại phực nói ra và đi học. Đúng là còn nhỏ mà đã xảo quyệt như vậy lớn lên rồi sẽ ra sao nữa? Không chừng nhào vô giành lấy gia tài vốn nghiễm nhiên là của vợ chồng con cái mợ thì sao? Dẹp, không có học hành chi hết. Nghĩ như vậy, vợ Chạy đùng đùng xách cây đi một mạch lại nhà thầy Hoàng.

Thấy Nháng ngồi dưới gốc cây đợi con, vợ Chạy cầm cây vút vào người Nháng, tru tréo:

- Đi học hả mậy? Vô lôi đầu nó về cho tao.

Nháng như linh cảm có chuyện chẳng lành, nó đứng dang hai tay chặn không cho chị dâu tiến vào lớp học. Vợ Chạy xô Nháng ngả sấp xuống đất, xông vào lớp học nắm áo Khổ lôi tuột ra. Khổ xanh xám mặt mày, thầy Hoàng bất bình:

- Bây làm gì vậy? Đánh chó cũng kiêng chủ nhà chớ. Muốn gì phải từ tốn, đây là nhà của tao mà?

- Tui dạy cháu tui không liên quan thầy. Thầy im đi.

Rồi không chờ thầy Hoàng phản ứng, vợ Chạy lôi xềnh xệch thằng Khổ về. Nháng chạy theo níu lấy con. Khổ chậm một bước vợ Chạy đánh vào Nháng một cây. Thầy Hoàng bỏ lớp chạy theo. Hàng xóm thấy ồn ào cũng nối bước theo thầy.

Không có ông ngoại và cậu của Khổ ở nhà, vợ Chạy nhấc bổng thằng nhỏ quăng bịch lên giường. Dùng cây vụt tới tấp lên thân thể gầy gò ốm yếu của nó. Khổ đưa tay đỡ tới đâu mợ nó đánh tới đó. Nháng run bần bật quỳ lạy chị dâu, vợ Chạy tiện tay đánh luôn cả Nháng trước bao ánh mắt bất bình của mọi người.

Nháng ôm lấy Khổ. Hai mẹ con oằn oại dưới lằn rọi của chị dâu. Quá bức xúc, thầy Hoàng giựt lấy cây từ tay vợ Chạy, hét lớn:

- Bây là chị dâu không có quyền đánh em chồng như vậy. Con người ta có da có thịt đâu để bây muốn đánh là đánh chứ?

Vợ Chạy tức giận dằn lấy cây roi từ tay thầy Hoàng, rít lên:

- Ông thì biết cái gì. Để coi anh Chạy về xử ông ra sao. Bày đặt dạy học cho nó hả? Ai mượn ông?

- Bây nói chuyện tao nghe không có lọt lỗ tai. Con nít nó muốn đi học thì tạo điều kiện cho nó học. Tao có lấy đồng bạc điếc nào đâu? Vậy chứ con bây sinh ra đứa nào đi học đứa nấy sao không bị đòn roi?

- Ông nói chuyện tức cười quá. Con tui mà ông bì với nó.

- Con bây thì sao ha? Con bây là con vàng con bạc, con nó là bùn là sình sao?

- Thôi mệt ông quá. Mọi người đi về hết đi để tui đóng cửa dạy em.

- Mầy hành hạ con người ta chứ dạy dỗ gì. - đám đông lao nhao - chuyện gì cũng phải chờ ông ngoại nó về coi ổng tính sao chứ mầy quyền hạn gì mà quyết định? Dòm mẹ nó kìa, khùng khịu vậy chứ thấy con bị đánh cũng quỳ lạy van xin rồi cùng chịu đòn. Chỉ có trâu bò mới cầm lòng được thôi.

Vợ Chạy nghe tới đó, như muốn thị uy và cho đã cái nư của mình, ả giáng cây roi búa xua bất kể trúng nhằm Nháng hay Khổ. Khổ khóc rấm rứt còn Nháng ú ớ luôn miệng, nước mắt tràn ra từ hai khóe mắt vô hồn. Mỗi lần roi đánh xuống kèm theo tiếng the thé: "không có quyền hả? Không có quyền hả?" ả đánh như điên, bất kể ai đến can ngăn thì mũi roi sẽ quay sang người đó. Đang say máu ả chợt dừng lại khi nghe tiếng hét lanh lảnh của bà dì:

- Trời đất ơi mầy làm gì vậy vợ thằng Chạy?

Ả quay ra rồi tỉnh bơ tiếp tục. Bỗng nghe thằng Khổ la lên một tiếng rồi giãy đành đạch trên giường. Thầy Hoàng bay lại, Nháng sững người ngó con trân trân rồi vụt ra nhà sau rút cái mác vót phóng lên, vợ Chạy cười khẩy:

- Mầy chém tao hả? Tao thách mầy đó, ngon lợi đây.

Vợ Chạy nghênh mặt lên. Nháng không ngần ngừ đưa cái mác vót bổ thẳng xuống. Ả thất kinh hồn vía đưa tay lên đỡ. Một tiếng bụp khô khan, máu bắn lên, cánh tay vợ Chạy đứt ngọt lịm rơi lông lốc xuống sàn nhà.

Trước khi ngất đi, ả còn la lên:

- Báo công an cho nó ở tù mọt gông

Ông Ba Túc và Chạy về. Chạy kịp đưa vợ đến bệnh viện chứ không kịp biết rõ mọi chuyện.

Trước tình hình đó, Nháng quăng cái mác, bay lại ôm con. Thằng Khổ do bị đánh quá nhiều nên uất ức mà giãy khóc nhưng vẫn tỉnh táo. Nó giương cặp mắt hãi hùng nhìn mẹ và cũng ôm lấy mẹ mình.

Ai cũng hoảng hốt. Nhất là thầy Hoàng và dì của Nháng. Tiếng bàn tán vang dội khắp nhà:

- Công an nào mà xử đứa khùng câm điếc.

- Bị hiếp đáp quá mà, gặp tui tui cũng chém.

- Chị dâu gì mà lộng hành quá mức. Do ngày thường thằng Chạy để nó leo lên đầu nên vậy.

- Nó khùng mà thương con quá hén.

Thầy Hoàng từ tốn:

- Nó khùng nhưng nó cũng là mẹ rồi. Thấy con bị đánh quỳ lạy van xin, chịu đòn thay con. Quá sức chịu đựng nên mới phản kháng như vậy. Cho nên tình mẹ thật vĩ đại. Dù trong hoàn cảnh nào cũng cố bảo vệ con mình.

Bà dì ngậm ngùi trách móc anh rể:

- Sự thể nầy là do anh. Do anh đã bỏ bê con gái và cháu ngoại của mình để con dâu đối xử tàn bạo. Đã đẻ ra rồi thì điên khùng gì cũng là con mình. Nếu anh quan tâm nó hơn có thể sẽ dạy được nó vì bản chất nó hiền lành. Sau vụ nầy cũng khó sống với vợ chồng thằng Chạy. Anh nên suy nghĩ chia cho nó miếng đất để mẹ con nó đùm túm với nhau. May mắn là thằng Khổ bình thường, sau nầy nó sẽ lo cho mẹ nó.

Mỗi người một tiếng bàn vô. Ông Ba Túc ngồi im lặng lắng nghe. Ông nhẹ nhàng nhìn qua Nháng. Ánh mắt dịu lại. Từ khi biết Nháng hoàn toàn câm điếc, ông đã mặc định lớn lên nó sẽ khùng nên ruồng rẫy thờ ơ. Tại sao ông không nghĩ ra nó sẽ sống bình thường như bao đứa trẻ khiếm khuyết khác trong khi ông có tiền? Ông có thể cho nó đi học trường câm điếc để nó hội nhập với cộng đồng kia mà? Nếu nó khùng, sao nó biết cha và anh không ưa nó mà đi lang thang để bị kẻ xấu lợi dụng mang thai ba lần? Nếu nó khùng sao biết nuôi con, sao lén lút dắt con đi học ở chỗ thầy Hoàng? Nó khùng mà dám xả thân bảo vệ con bất chấp tính mạng mình? Ông chạnh lòng nhớ vợ. Bà Ba còn sống chắc sẽ không có cảnh nồi da xáo thịt xảy ra. Ông làm cha nhưng đã làm gì cho con gái mình? Trơ mắt đứng nhìn nó bị chị dâu chửi bới suốt ngày, được thể lấn áp luôn cả cha chồng là ông đây.

Lần đầu tiên từ khi sinh con bé nầy ra, ông mới thấy hối hận về cách cư xử của mình.

**Lê Nguyệt**

Truyện Ngắn

LÊ YÊN

# CÁI HŨ GẠO

Bà Hai ngồi đó, bên mâm cơm chừng đã nguội hết thức ăn, lưng chén cơm trước mặt sao nghe no ngang, toàn những món con trai và con dâu bà thích. Từ sáng sớm bà đã đi chợ, sơ chế sẵn để tủ lạnh, chuẩn bị cho bữa cơm chiều. Bữa cơm gia đình trong ngày bà cũng thường xuyên một mình đối diện với mâm cơm vì những cuộc đột xuất tiếp khách trong việc làm ăn của con. Căn nhà trở nên rộng hơn, không một âm thanh… Chan miếng canh vào chén cơm cho dễ nuốt, bà dùng thìa múc từng muỗng một cách thờ ơ, sự va chạm nhỏ cũng tạo nên tiếng vang rất rõ, vọng lại từ nỗi cô đơn xế chiều. Nhìn thố cơm trắng còn đầy nguyên bà chợt nhớ đến cái hũ gạo ngày xưa… Khi cái lon đong gạo chạm đáy, âm thanh sắc nhọn vỡ ra, xoáy buốt nỗi nhọc nhằn, đè nặng trái tim bà…

Bà ngồi trên chiếc xích đu trước hiên nhà trong ánh sáng nhạt từ phòng khách hắt ra, gió đưa hương những khóm hoa hồng phảng phất êm đềm, lắng dịu của đêm… Dõi tầm mắt xa xăm qua cánh cổng rào thưa, bà có thể nhìn thấy con đường tấp nập người và xe qua lại. Mọi người vội vã… Trước đây bà cũng vậy, ra khỏi nhà khi mặt trời chưa mọc, trở về đường phố đã lên đèn. Thỉnh thoảng có ngày nghỉ, bà tìm cơ hội để chào hỏi hàng xóm. Trong bà như có ai đó đốt lửa, một tháng ba mươi ngày, một năm mười hai tháng, như chiếc kim đồng hồ không ngừng nghỉ. Đâu là sức mạnh? Gần đến cuối đời, nhìn lại những đoạn đường đã qua, mỗi một bước chân đi in dấu tình thương và các con chính là động lực… Nhìn con lớn lên từng ngày, được cắp sách đến trường, cấp một rồi cấp hai, cấp ba, vô đại học. Bà không còn biết đói, biết lạnh, cũng quên mất cảm giác thèm ăn món gì, chỉ suy nghĩ nấu món ngon con thích, ăn no đủ để lớn…

Thời gian như chớp mắt. Mới đó con bà đã khôn lớn. Có thể yên tâm mà hưởng phước tuổi già, không còn lo nghĩ. Bà đã sử dụng thời gian trong ngày của mình với nhiều công việc, không muốn đối diện với khoảng trống… Vậy nhưng cũng có lúc nằm thừ ra không biết làm gì, lắng nghe cơ thể đau chỗ này, nhức chỗ kia và trong đầu vang lên những câu hỏi: "Bà đã thật sự già rồi sao? Bà đã trở nên vô tích sự hồi nào thế? Sao lại bạc nhược như thế này…?"

Cưới vợ cho con trai, bà đã một bước tròn tâm niệm. Có những lúc một mình trong căn nhà vắng vẻ, ngồi trước di ảnh người chồng quá cố, lặng đi với cảm giác trở về thật xa ngày ông còn sống… Nắm tay đi hết đoạn đường đời/ Nào ngờ sóng vỗ bão tơi bời/ Thuyền nan một mảnh tay chèo ngược/ Thuận với vô thường đợi tới nơi… Bà đã đợi được ngày này… Ngày mà sự an yên cho bà cảm giác cuộc đời đã lãng quên chính mình…

Trời trở gió thổi tung những chiếc lá rụng rơi đầy hàng hiên, lao xao lùa về cuối góc thấp, nép vào đêm yên phận… Bà tựa đầu vào chiếc xích đu, khép hờ đôi mắt, lội ngược dòng trong thế giới tĩnh mịch, trộn lẫn những suy nghĩ mông lung, muốn tách ra, sắp xếp chúng lại ngày hiện tại… Bà muốn thêm nắng, thêm gió, thêm vận động để ngày sống thêm ý nghĩa… Đời là một chọn lựa, bước xuống hòa mình vào luân chuyển sự sống hay tự nhốt mình trong bốn bức tường với một mặc định già nua, hết thời gian còn lại? Trong bà đã có quyết định…

Có tiếng chuông làm bà giật mình trở về thực tại, bước ra nhìn qua ô nhỏ thấy con về tới, vội mở rộng cửa. Chiếc xe hơi màu đen chạy thẳng vào nhà rồi tắt máy. Bà bước vào phòng khách, bật cái tivi cho vui tai… Cùng lúc con trai và con dâu bà lên tiếng: "Con chào mẹ." Mặt bà tươi tỉnh hẳn lên, liền hỏi: "Các con có ăn thêm gì không?" Tiếng con dâu trả lời: "Dạ không." "Vậy các con tắm rửa rồi nghỉ ngơi cho khỏe." Con trai quay qua nói với vợ: "Em lên phòng tắm trước đi, anh chơi với mẹ chút." Nói rồi nó sà xuống bên cạnh, trong chiếc ghế sopha dài gối đầu lên chân bà, dài giọng "Mẹ… gãi đầu cho con…" Bà cười khẽ: "Có vợ rồi còn nhỏng nhẻo…" Miệng nói thế nhưng bà vẫn gãi đầu cho con trai như hồi còn nhỏ. Đầu nhiều tóc, đen mun, ngày xưa bị bạn chọc quê cái đầu tóc rễ tre lúc nào cũng khét nắng, bây giờ đã hớt cao gọn gàng. Thời sinh viên nó vừa học vừa làm, gà-mên cơm mẹ bới cho treo lủng lẳng bên chiếc xe đạp, tới bữa thường ăn chung với bác bảo vệ trong khi các bạn xuống căn tin… Ra trường ngày làm hai ca, nó cũng như bà trở về nhà khi mặt trời đã đi ngủ… Một ông chủ trẻ nghiêm túc với công việc, ba mươi ngoài mới dẫn cô dâu của mình về ra mắt mẹ. Bà cưới vợ cho con, mong mau có cháu nội cho vui cửa nhà.

Bình minh như một sự chờ đợi, dậy từ rất sớm với thói quen thời vất vả, những người phụ nữ một nắng hai sương thời gian chừng không đủ… Họ làm việc, chợt bàng hoàng không biết trời đang vào khuya hay đã về sáng… Bên ngoài tờ mờ cảnh vật, chỉ chờ có thế, bà mở cửa bước ra tạ ơn thượng đế một ngày mới. Vươn vai với những động tác thể dục cho máu huyết lưu thông, bà cảm giác thật sảng khoái… Quét sân, hốt lá rụng, bật vòi nước tưới những chậu cây cảnh và tia nắng đầu tiên bắt đầu xuyên qua những giọt nước lấp lánh phản chiếu đủ sắc màu, ánh sáng đó ban phát sự sống, trải dài vô tận.

Các con đi làm, trả lại cho bà không gian lặng yên! Công việc làm thoáng đã xong. Mở tủ lạnh bà ngao ngán: đồ ăn hôm qua vẫn còn nguyên… Thừ người ra, nhớ ngày con còn nhỏ, chẳng có bữa nào là thịnh soạn, sao mà ngon lạ! Bà chỉ tính đủ phần con, còn mình ăn những gì còn lại để không phải phung phí. Vậy mà cái hũ gạo của bà chẳng khi nào đầy… Bữa ăn là một ân huệ, không chỉ thức ăn mà được cùng ăn với người thân trong yêu thương gắn kết. Uống vội ly sữa, bà thay bộ đồ tươm tất, với tay lấy cái túi xách, bỏ vào những thứ cần dùng, không quên mang theo chai nước lọc. Trong bà nôn nao như thiếu nữ lần đầu đi hẹn hò… Hôm nay bà định bụng bước ra ngoài kia, nơi con đường dẫn lối không có đích đến, chỉ muốn đi lại những bước ngày xưa với một tâm thái khác…

Sài gòn với nhiều tuyến xe buýt, phương tiện giao thông giữa các quận, huyện. Từ nhà, bà đi bộ một đoạn ngắn là có trạm. Bà đứng ở trạm chờ thật nhẹ nhàng, như người đi rong chơi, không mang theo một đống hàng hóa như thuở nào trong buổi chợ sớm mai đầy áp lực… Vừa lúc có chiếc xe buýt ghé vô. Bước lên xe, theo thói quen bà chọn hàng ghế thứ hai sau lưng tài xế, đó là ghế ngồi gần cửa để xuống hàng cho lẹ. Yên vị chỗ ngồi, trả tiền vé, đảo mắt một vòng bà thầm nghĩ "Xe giờ này không đông như xe sớm mai…" Cảm giác thân quen, gần gũi khiến bà cứ tủm tỉm cười.

Chuyến xe ngày cũ của bà thật vội, lên xe hấp tấp, kiểm lại hàng hóa. Nghề làm bếp trong đầu chỉ có thực đơn và nguyên liệu… Bên ngoài màn đêm với những ánh đèn lấp loáng. Tựa đầu lên thành ghế bà ngủ giấc mộng thường chập chờn tiếp nối, mặc cho xe ghé vô bao nhiêu trạm nhưng khi đến điểm dừng của mình mới bật dậy tỉnh táo, bước xuống xe với lủ khủ hàng hóa… Trời vừa chớp mắt ưu tư với ánh sáng nhạt, trách bà sao sớm rộn ràng đánh thức… Bà đi cho kịp thời gian… khi sương đêm còn thấm lạnh vai áo, con trăng về muộn, dõi theo bà qua mỗi mùa vơi, đầy nhọc nhằn… Trở về chiều ở trạm chờ xe buýt, có những hôm thành phố ngập trong mưa mùa, mắt môi tím tái co lại giữa lồng lộng ướt run, bà như manh áo thô trở tứ bề giữa nắng mưa cuộc đời, vá víu yêu thương, hong khô muộn phiền… Khi chuyến xe chuyển bánh mọi địa chỉ lướt qua thật mơ hồ nhưng trong bà đã có đích đến…

Khẽ thở dài, mới đó đã hơn hai mươi năm. Trước đây quá vội với ngày sống bà không còn thời gian quan sát chuyển động chung quanh, không cảm nhận được sự huyền nhiệm từ cuộc sống…

Xe đã vào trung tâm thành phố. Bà xuống xe tại một trạm không định trước, đứng lại định thần nhìn quanh, bước những bước thật chậm, như người ở dưới quê mới lên, hết nhìn bên này lại nhìn bên kia rồi ngửa cổ mút mắt tòa nhà cao tầng, dãy phố với nhiều cửa tiệm bày bán đủ mặt hàng sang trọng, người qua lại tấp nập… Bà được sống trong một thành phố văn minh, giàu có, tiến bộ mọi mặt, vậy mà trước đây không biết, hay nói đúng hơn những người mưu sinh vất vả, thời gian ngủ còn không có, lấy đâu thưởng lãm cuộc sống… Định bụng mỗi ngày sẽ đi một tuyến đường, muốn nhìn ngắm nơi cho bà đủ cảm xúc để nhớ về hai tiếng gọi quê hương!

Cho đến một ngày, bà xuống trạm xe buýt, còn đang tần ngần dõi tầm mắt chung quanh… Phía bên kia đường có một quán cơm từ thiện với cái tên "Niềm Vui" gợi sự tò mò… Chưa vội bước qua, bà ghé vô xe bán nước dạo bên đường ngồi xuống, vừa uống từng ngụm trái dừa tươi, mát lạnh, vừa làm quen hỏi thăm cô chủ. Được biết quán chỉ phục vụ hai ngày giữa tuần. Tiếng cô hàng nước cất lên "Sắp tới giờ cơm trưa rồi, lát bà sẽ thấy người ta đến đông lắm." Bà ngồi tám chuyện được một lúc. Quán bên đường bắt đầu có khách đông dần, đa số là dân lao động, không biết họ đến từ đâu? Bà hiểu được cảm giác này… Có phần cơm từ thiện, tiết kiệm được chút tiền. Giữa cái nắng ban trưa, bà nghe nao lòng như đứng trước một chiều thu hiu hắt khiến nước mắt chảy tuôn… Mang vội mắt kiếng giấu đi cảm xúc của mình, bà thầm nghĩ "Mỗi người chỉ có một cuộc đời, nếu không may gặp bất hạnh, xin có đủ nghị lực để vượt qua và vươn tới…" Bà đứng lên, không quên cám ơn cô chủ, mạnh dạn bước qua bên kia đường. Chỉ còn vài người khách sau cùng, quán cơm từ thiện cũng khá rộng. Người đứng gần cửa lên tiếng "Bà dùng cơm?" Một người khác: "Bà vô trong ngồi cho mát." Ngồi xuống một chiếc bàn gần quầy, bà khẽ nói "Cho tôi ít cơm thôi." Vừa ăn bà vừa quan sát: Có tất cả bốn người, họ đều là những người lớn tuổi, căn bếp không được sắp xếp theo đúng quy trình một chiều nên bừa bộn vướng víu. Bà tự cười thầm mình với cái nhìn nghề nghiệp… Ăn xong bà đánh bạo hỏi thăm người đàn ông đứng ở quầy, chắc cũng trạc tuổi bà, nãy giờ nghe người khác gọi là ông Tư. "Ở đây ông có cần người giúp không?" Bỏ cặp mắt kiếng, ông ngước nhìn bà hồi lâu rồi trả lời: "Ở đây chúng tôi không thuê người làm, như bà thấy đó, bọn già chúng tôi tự làm tất cả." "Không! Không, ông đừng hiểu lầm! Tôi chỉ muốn giúp! Tôi có thời gian và biết nấu…" Những người khác nghe bà và ông Tư nói chuyện như hiểu ra. Ai cũng bỏ việc đến bên quày góp vô mỗi người một câu. Họ là những người bạn đã về hưu, muốn sử dụng thời gian còn lại thật hữu ích. Họ không muốn tự kỷ ám thị về hai tiếng tuổi già. Không muốn làm gánh nặng tâm lý cho con cái. Nuôi con lớn đó là bổn phận cha mẹ, hãy cho con sự tự do sống cuộc đời của nó… Chỉ sau thời gian ngắn ngủi nói chuyện, làm quen giới thiệu về nhau, bà với họ như không còn khoảng cách. Sự đồng cảm trong suy nghĩ khiến mọi người sít lại gần nhau. Vẫn là tiếng ông Tư "Được bà chị giúp cho một tay còn gì bằng, nhưng phải cho con biết nhé!" "Ông yên tâm, tôi biết sắp xếp."

Cảm giác trên con đường trở về khác hẳn lúc đi. Bà tìm cảm

hứng cho ngày sống để xua tan sự nhàm chán! Được làm việc, được phục vụ người khác đó là niềm hạnh phúc. Bên trong bà như có ai đang nhóm lửa… Bà không muốn lặng đi trong cái tĩnh mịch thời gian chờ đợi sự chết, chỉ là một chuyến đi về, cứ thuận theo tự nhiên mà đến…

Xuống trạm xe buýt, bà bước chân sáo, lòng khấp khởi vui như cô gái đang xuân. Vô nhà rót ly nước lọc uống một hơi rồi đi thẳng xuống bếp đến bên cái hũ gạo, tâm hồn bà đang chuyện trò cùng hũ gạo. Bà truyền cảm hứng và niềm vui cho nó! Từ nay nó không phải bị bỏ quên trong xó bếp với số gạo cũ xì, nhạt thếch, cứ phải ôm ấp giữ lấy do những buổi cơm vắng bóng con. Ngày mai bà sẽ đem hết số gạo này đi, để hũ gạo lại được đong đầy tươi mới…

Bà đến quán cơm từ thiện cũng vừa kịp lúc mọi người. Ai nấy rất vui khi thấy bà trở lại. Bà Tám lên tiếng "Chị mang gì nhiều vậy?" Bà cười vui trả lời "Có gì đâu, chỉ một ít gạo và rau."

Vào căn bếp nhìn quanh một lượt, bà muốn một vài thay đổi cho tiện công việc. Chỉ một loáng là xong (tổ chức bếp là nghề của bà…) Nhân lực hôm nay có thêm bà là năm. Được xào, được nấu, nghe lại âm thanh lửa bừng lên từ cái bếp khè, mùi thịt cháy xém gia vị khi chiên thật hấp dẫn… Bà như linh hoạt hẳn lên không còn cái vẻ trầm mặc thường ngày. Ai nấy đổ mồ hôi sau một hồi làm việc nhưng ánh mắt họ lấp lánh niềm vui, nụ cười rạng rỡ… Ai cũng có cái để cho đi và đó là hạnh phúc. Đến giờ ăn, từng tốp người cứ thế vào quán. Khách như quen thuộc với chỗ ngồi thường ngày. Năm người phục vụ luôn tay trong thoáng chốc đã hết sạch thực phẩm. Hết giờ, họ ngồi lại bên mâm cơm với những gì còn lại… Những con người tìm vui trong việc phục vụ, ngày qua ngày, sẻ chia từng mẫu chuyện đời có lúc tưởng chừng không qua được…

Hôm nay ông Tư nhắc chừng "Bà Hai! Chị lưu địa chỉ và số điện thoại vào sổ nhé!" Khẽ cười bà lên tiếng "Yên tâm, tôi còn mời mọi người đến nhà tôi một chuyến cho biết." Nói rồi bà vỗ vỗ vào cái thùng nhựa cứng đựng gạo kế bên "Cái hũ gạo này trách nhiệm không của riêng ai! Tin đi nó không những đầy gạo mà còn nở hoa nữa…" Ông Tư tròn xoe mắt với câu nói bỏ lửng của bà.

Chào mọi người ra về, đứng ở trạm chờ bà nghe nhói ngực trái.

Đưa tay lên xoa ngực vẫn là thói quen mỗi khi bà thấm mệt với hơi thở thật nặng nhọc. Mới đó đã tròn một năm kể từ lần đầu tiên bà bước chân vào quán cơm từ thiện “Niềm Vui”. Tình cảm mọi người dành cho nhau rất tốt. Ở đó bà tìm thấy sự ấm áp như ngôi nhà thứ hai của mình. Xuống xe bà bước đi trong trạng thái không trọng lực. Trái tim bà mơ hồ thổn thức… Bệnh cũ rồi, bà biết có ngày này, cứ thế mà đến sao! Gọi điện cho con “Con trai…” tiếng bà đứt quãng rồi tắt lịm… Không biết bà có kịp nghe ở đầu bên kia tiếng con trai thảng thốt gọi mẹ…

*

Ông Tư và những người bạn ở quán cơm từ thiện đứng lặng trước di ảnh người đàn bà. Những bàn tay run run với nén nhang không đành lòng cho tiễn biệt… Khuôn mặt người trong khung ảnh đang nhìn họ như mỉm cười…

Con trai bà Hai đưa cho ông Tư cuốn sổ tiết kiệm người mẹ để lại cho quán cơm từ thiện…

Đâu đó trong đầu ông lại vang lên: “Cái hũ gạo này trách nhiệm không của riêng ai…”

Những giọt nước mắt không cầm được chảy dài…

Cả một đời nước mắt cứ chảy ngược vào trong như đến giới hạn… Họ muốn được khóc thật to như đám trẻ con phật ý…

Hẹn gặp lại… những đóa yêu thương đã nở hoa giữa hũ gạo cuộc đời…!

**Lê Yên**

Truyện Ngắn

TRƯƠNG VĂN DÂN

# LONG LANH GIỌT LỆ

Tôi tình cờ gặp bà Tâm khi đến thăm và chăm sóc mẹ ở bệnh viện. Lần đầu gặp gỡ, từ hình dáng đến thái độ, không có gì để tôi phải chú ý ngoài chuyện bà thường cầm trên tay quyển sách, trong tư thế nửa nằm nửa ngồi, lưng dựa vào thành giường. Đôi mắt bà lúc ấy có vẻ chú ý nhưng những ngón tay bà gõ gõ lên thành giường, môi mấp máy mà tôi không biết bà đang đọc, cầu nguyện hay đang hát. Tuy vậy cũng có lúc bà buông sách và lặng lẽ nhìn ra cửa sổ. Ánh mắt lúc đó sâu hun hút, bà ngồi bất động, không nói năng, ngay cả khi có y tá đến gần bà cũng không nhìn lên hay chào hỏi.

Chú ý quan sát tôi thấy tuy đang mặc áo quần người bệnh, tóc tai có lúc bơ phờ, nhưng khuôn mặt bà Tâm vẫn còn phảng phất một nét thanh tú, bằng chứng của một thời xuân sắc. Đôi mắt dài và lớn, chiếc mũi thẳng, bờ môi đỏ mọng, và hai hàm răng, khi mấp máy để lộ ra hai hàng trắng đều.

Hôm ấy chủ nhật, tôi ở bên mẹ đến chiều nhưng chẳng thấy ai đến thăm. Trông bà có vẻ rất cô độc.

Nhưng có lẽ không phải thế!

Vì những lần sau tôi có thấy một người đàn ông đứng tuổi trò chuyện và chăm sóc bà tận tình và chu đáo.

Khi nghe bà rên khe khẽ, người đàn ông ấy thường nhẹ nhàng:

- "Em nằm yên đó, để anh lau cho.

Mẹ tôi nói người này vẫn thường chăm sóc bà suốt cả tháng nay nên khiến nhiều người cảm động. Thế mà cô điều dưỡng cho hay là họ không phải vợ chồng. Và dường như khi họ quen rồi đến với nhau, thời gian chưa đến 1 năm thì ông nhận được tin bà bị nạn.

Thời gian đó bà bị chấn thương nặng và nằm liệt giường. Đôi bàn tay của bà còn quá cứng, mãi sau bà mới cầm được sách.

Cô điều dưỡng nói còn nghe kể lại là khi bà Tâm bị nạn ông này đã bán đi một mảnh đất ở quê để có tiền đưa bà đi chữa trị. Thế nhưng, phần lớn các bác sĩ đều cho biết là bà Tâm sẽ phải sống phần đời còn lại trên xe lăn. Nghe vậy mà ông vẫn không nản chí. Vẫn luôn túc trực bên cạnh. Tình yêu thời không còn son trẻ của ông bà đã khiến nhiều người ngưỡng mộ. Những cử chỉ âu yếm và tận tình của ông đã làm tan chảy trái tim của rất nhiều người.

Tuy đời sống khó khăn và thiếu thốn trong bệnh viện nhưng tôi thấy bà Tâm "có vẻ" hạnh phúc. Ánh mắt của bà long lanh khi nghe tiếng chân ông bước vào phòng.

Chừng tháng sau, có một cô y tá mới đổi về được giao chăm sóc mẹ tôi. Tình cờ cô này lại là đồng hương của bà Tâm nên qua trao đổi, mọi sự hiếu kỳ của tôi về người đàn bà này đều được giải đáp. Cô nói "bà Tâm là người đàn bà bất hạnh!".

Rồi câu chuyện kể của cô y tá hết đưa tôi từ ngạc nhiên này đến ngạc nhiên khác.

&

Tiếng cười sang sảng của chàng thanh niên đó đã mang lại cho bà Tâm tin yêu và đón nhận. Anh vui tính, tài hoa và… nên trong suốt cuộc hôn nhân, tuy không phải hoàn toàn tâm đầu ý hợp, nhưng bà phải nhìn nhận là so với nhiều người, mình có được nhiều thứ. Một cuộc đời bình yên, không sóng gió. Những đứa con bụ bẫm ra đời. Bà hết lòng thương yêu và chăm sóc những bông hoa xinh đẹp như những nụ hoa hồng.

Thời đó có lẽ cô Tâm chưa hiểu hết ý nghĩ của câu nói là bông hồng nào cũng có gai. Và trên đời còn có cả những chiếc gai định mệnh, mà dù có tránh đến đâu… trước sau gì thì bà cũng bị nó đâm xước vào da thịt.

Định mệnh là gì? Nó có thật hay chỉ là một điều không tưởng, thêu dệt để giải thích cho ăn khớp vào những sự việc đã xảy ra? Và có thật nó là một dòng dòng sông chảy xiết, mà ý muốn phản kháng của con người có gắng sức chèo ngược đến đâu rồi cuối cùng cũng phải trôi xuôi . Không thể làm khác?

&

Tôi bất ngờ khi nghe nhận xét sâu sắc và đầy triết lý của cô y tá. Khi thấy tôi nhìn mình, cô cũng bẽn lẽn im lặng trong giây lát. Mãi vài phút sau, như thể vừa sắp xếp cho mạch lạc những chi tiết, cô chậm rãi kể tiếp câu chuyện về bà cụ mà mình đang quan tâm.

Thông minh. Xinh đẹp. Gia đình ba mẹ thuộc diện trung lưu, thời niên thiếu cô Tâm không vất vả gì nhiều. Đi học. Gặp tình yêu đầu đời. Tiếng cười thoải mái của ông Văn đã khiến bà tin tưởng và thương yêu.

Sau khi tốt nghiệp đại học ông làm việc cho một cơ quan xuất nhập khẩu của Pháp rồi sau vài năm tích lũy kinh nghiệm ông lập công ty riêng. Việc làm ăn suôn sẻ. Gia đình đầm ấm, không phải lo lắng gì về việc mưu sinh nhưng ông Văn vẫn cho phép bà đi dạy, tuần ba buổi ở một trường gần nhà.

Cứ ngỡ cuộc đời sẽ lặng lẽ trôi. Không ai biết là sẽ có một cuộc đổi thay. Nó đến và xới tung mọi gốc rễ, làm xáo trộn gia đình. Công ty của ông Văn gặp khó khăn và trong một đêm căng thẳng và mệt mỏi vì lo nghĩ, ông ngủ một giấc dài và không tỉnh dậy.

Lúc đó con trai lớn vừa tròn năm tuổi còn đứa bé gái chỉ mới lên ba.

Trong hoàn cảnh  khắc nghiệt đó bà Tâm đã phải bỏ dạy để lèo lái công ty. Nhờ vốn ngoại ngữ và kinh nghiệm nhìn thấy ba mẹ làm ăn từ thuở nhỏ, chẳng bao lâu bà vực công ty khỏi những món nợ lớn và nhanh chóng chuyển hướng. Từ việc phân phối hàng cho nước ngoài bà quay qua lập xưởng sản xuất những mặt hàng tiêu dùng.

Công ty làm ăn phát đạt. Bà Tâm hãnh diện về kết quả của mình. Nỗi buồn duy nhất của bà là dù rất mực thương yêu hai con nhưng vì quá bận, bà ít có thời gian ở bên cạnh chúng.

Bữa cơm gia đình càng ngày càng vắng vẻ. Ai nấy thầm lặng tự lo cho công việc của mình. Bà giao việc chăm con cho người giúp việc và anh tài xế. Áp lực kinh doanh không cho bà nhiều thời gian để dạy dỗ các con. Bà bù đắp sự thiếu hụt này bằng những thứ đồ chơi đắt giá và các món hàng xa xỉ.

&

Ba mươi năm thế rồi cũng trôi qua. Bà Tâm sống như một chiếc máy đã lập trình. Chỉ trong những lúc rảnh rỗi hiếm hoi, nỗi buồn sương phụ mới có dịp chồi lên nhưng bà đã cố giữ mình trong khuôn khổ. Rồi đến khi tuổi vượt quá 50, tóc nhuốm bạc, da mất đi độ sáng… bà mới thấy thấm mệt về những cuộc chiến trên thương trường.

Vả lại bây giờ cơ ngơi có sẵn, việc gì phải khó nhọc. Biết đủ là đủ, mà.

Chỉ những lúc ngẫm ngợi như vậy bà mới giật mình. Các con đã lớn, ai cũng có gia đình, ra riêng… căn nhà rộng chỉ mình bà thui thủi với người giúp việc.

Trong lúc chông chênh đó bà tình cờ gặp lại một đồng nghiệp cũ. Ông cũng là thầy giáo dạy văn. Khi có dịp ngồi cà phê họ mới kể về hoàn cảnh của nhau. Góa vợ từ hai mươi năm, ông ở vậy nuôi con, và đến giờ con trai đã có gia đình và đang làm việc ở một thành phố khác.

Cô đơn. Đồng cảnh ngộ. Lại là những tâm hồn nhạy cảm vì cùng yêu thích văn chương… Sau lần cà phê đó, họ gặp nhau thường hơn. Những câu chuyện của họ thuần túy về những quyển sách mà cả hai từng đọc. Rồi sau đó họ dành thời gian đọc thêm sách để trao đổi với nhau. Không ai nói, tỏ bày gì, chưa một lần bước qua lằn ranh bạn bè... nhưng cả hai đều biết là họ đang cảm thấy nhu cầu có nhau. Nhiều đêm bà Tâm nằm suy nghĩ. Mơ mộng. Tóc bà như bạc thêm. Chỉ có làn da là vẫn sáng, có lẽ do sau này bà có được niềm vui, tình cảm, và tâm trạng được sẻ chia.

Một hôm, khi ông Trung nắm tay bà và tỏ bày tình cảm, chừng tuổi này mà ông lắp bắp như chàng trai hẹn ước lần đầu. Một thầy giáo dạy văn mà câu chữ không mạch lạc, còn người đối diện thì cũng tinh thần bấn loạn, không biết có lắng nghe được gì không. Bà chỉ nhớ hai đôi mắt của ông và bà như hai tấm gương đặt đối diện, soi rõ một thứ hình bóng thật cụ thể của niềm cô quạnh.

Đêm đó về, bà trăn trở, không ngủ được. Những ý nghĩ trái nghịch cứ trào về cấu xé lòng bà. Lau nước mắt, bà ngồi dậy, đứng thắp nhang trước bàn thờ chồng. Bà thổ lộ nỗi cô đơn và thầm thì cùng ông về tình cảm quý mến người bạn xưa đang nhen nhóm trong lòng mình. Nhìn ánh mắt chồng như khẽ mỉm cười qua khung ảnh, có lúc bà cảm giác như người có lỗi. Nhưng nỗi cô đơn đang hành hạ bà. Có lúc nó nặng nề như đeo đá tảng. Mình ơi, gần ba mươi năm em đã làm tròn bổn phận người vợ và người mẹ. Giờ đây tuổi đã về già, con cái đã có cuộc sống riêng. Mong mình thấu hiểu và thông cảm cho em!

&

Từng là giáo viên, mà là giáo viên dạy văn nên bà Tâm rất hiểu và e dè và trước dư luận. Tuổi tác, người thân và bạn bè đồng nghiệp trên thương trường. Chần chừ… nhiều tháng nhưng chờ đến bao giờ… trong khi những năm tháng cuối đời hình như đang trôi nhanh. Bà phải tìm cách nói chuyện cùng hai con.

Nào ngờ phong ba bão táp cũng nổi lên từ đấy!

Bà Tâm không thể nào hình dung nổi hai người con ngoan hiền của mình đột nhiên lột xác. Họ dằn vặt, chì chiết mẹ mình bằng những ngôn từ kinh khủng. Cô con dâu, chàng rể cũng ngấm ngầm phụ họa. Nhưng thế cũng chưa đủ. Cả bốn người dắt díu nhau tìm gặp ông già "mất nết" kia, yêu cầu "hãy buông tha, đừng dụ dỗ mẹ tôi!".

Sau đó đến thăm, Sơn và Thúy không cho các cháu sà vào lòng bà như mọi khi. Từng lời cay nghiệt của thằng Sơn cứ buông xuống trước mặt dâu, rể, các cháu. Với tâm hồn mong manh của một người mẹ, bà đau đớn oằn mình chống đỡ.

Và bà ngỡ là mình sẽ phải gục ngã sau câu gằn giọng của con Thúy: "Mẹ làm sao thì làm, đừng để học trò cũ đến thăm nó cười vào mặt!". "Yêu đương gì tuổi này hả mẹ? Con thấy nhục với gia đình chồng". Sơn còn tiếp lời em: "Con phải cúi mặt với họ hàng, lối xóm. Bộ mẹ muốn chúng con chết mới vừa lòng sao?". Bà còn đang chao đảo thì Sơn bồi thêm nhát cuối: "Sắp xuống lỗ mà còn mê trai!". Dâu rể của bà lăn ra ôm bụng cười, ngặt nghẽo…

Mà chúng nó đã nói gì vậy, hở Trời?

Nhục nhã ? Mê trai?

Và sau buổi nói chuyện bà đã bị ném đi xa khỏi đời sống yên lành xưa cũ, càng lúc càng xa… và lạc mất đường về..

&

Tuổi này thực ra bà đâu cần vật chất. Còn xác thịt thì sau bao năm ngủ yên cũng đã nguội lạnh mất rồi. Bà chỉ cần một tình bạn, một chia sẻ tinh thần. Hai tâm hồn cô đơn như hai chiếc nạng mới dìu nhau đi được. Một chiếc thì quá khập khiễng, chông chênh.

Bữa hôm họp gia đình, đã có nhiều điều bà chuẩn bị trong tâm trí để trình bày với các con, nhưng diễn biến bất ngờ đã làm bà câm lặng rồi chôn chặt trong lòng. "Yêu mẹ - không ai bằng ba các con. Nhưng hiểu mẹ thì có lẽ chẳng ai bằng người đàn ông này." Đến tuổi này bà hiểu là rằng tình vợ chồng tuy thiêng liêng, cao quý, nhưng tình bằng hữu cũng không kém phần quan trọng trong đời sống của mỗi người. Người phối ngẫu đầu ấp tay gối chưa hẳn là người tri kỷ với mình và ngược lại người bạn tâm giao không nhất thiết phải là người vợ hay chồng mới có được sự đồng cảm. Bà không thể và cũng không dám nói ra. Vì chắc chắn là sau lời phân giải ấy các con sẽ xé thịt mẹ mình...

Ngay trong đêm ấy, khi soi gương bà thấy sắc mặt mình nhợt nhạt. Hai hàm răng cứ va đập vào nhau, lập cập như lên cơn sốt.

Nhưng nào có ai thấu hiểu nỗi đau thắt ruột của người mẹ góa cô đơn. Bà vật vã, ý nghĩ trào lên, ập xuống như những cơn sóng dữ. Có lúc bà như mang mặc cảm vì trót làm cho các con buồn; Nhưng cũng có lúc bà uất ức vì cái thời đại kinh khiếp này, nó kích thích con người đua đòi lối sống xa hoa đến nỗi vô cảm trước tình mẫu tử.

&

Nhưng trong thâm tâm bà vẫn nghĩ, hay còn cố tình nghĩ, là các con đang sầu khổ vì chuyện bà chia sẻ tình cảm với người khác. Cùng lắm, là khi về hưu, chúng muốn bà được rảnh rang để có thể bồng con, ẵm cháu, làm người hầu tin cậy và giữ con không lương cho chúng. Chứ bà làm sao ngờ là mọi chuyện chỉ là những tính toán thiệt hơn. Nếu không tình cờ nghe được cuộc trò chuyện của con Thúy với một cô bạn:

"Bà nghĩ coi, ông già đó trên răng dưới khố, lương hưu chẳng được mấy đồng. Yêu thương gì. Chẳng qua chỉ muốn "đào mỏ". Nhưng đâu có dễ. Còn tụi tôi sờ sờ đây mà".

Chỉ lúc đó mà mới ngộ rằng, cái tình yêu muộn màng trong tuổi xế chiều của bà đã bị các con quy đổi thành… tiền.

&

Bà Tâm héo hắt. Thực sự bà vẫn cố nhủ lòng không dám tin là các con ngăn cản mình đến với tình yêu chỉ vì lấn cấn chuyện tiền bạc. Xưa nay bà cứ tin là hai con thương bà, không nỡ xa bà và mãi đến gần đây bà còn ảo tưởng là chúng sẽ tự tay chăm sóc, nuôi dưỡng bà lúc về già.

Những lần họp gia đình về sau mọi chuyện mới rõ như ban ngày. Qua nhiều lần tranh cãi quyết liệt, nghe mấy chữ "Nhà xưởng ở Thủ Đức thế nào, căn nhà ở Q.2 lọt vào tay ai…" bà thấy hết cốt lõi vấn đề.

Đêm đó nằm một mình trong căn nhà vắng bà cay đắng bật cười. Thế ra bà đang có một quá khứ và hiện tại rất cồng kềnh. Như một hành khách có quá nhiều hành lý, muốn bước vào toa tàu mà chưa tìm ra cách xếp đặt. Rồi ý tưởng lóe lên, dễ thôi, chúng sẽ hài lòng.

&

Một ngày Chủ nhật, bà cho gọi các con về, quyết định lập di chúc, chia đều tài sản. Bà chỉ yêu cầu các con một điều: Không ai được can thiệp hay ngăn cản bà về chuyện tình cảm với ông Trung. Trước đó bà đã chuẩn bị tâm lý đón nhận cuồng phong từ các con, nhưng thật bất ngờ hai đứa con yêu của bà tươi cười chấp nhận.

Rõ ràng là các con không cần bà, chúng chỉ lo sợ tài sản lọt vào tay người khác!

Tưởng thế là xong. Nhưng trong lúc ra về, lúc bước ra con Thúy dừng lại ở ngạch cửa:

- À, má à, còn cái nhà này. Má chỉ một mình, ở nhà to làm gì. Con nghĩ là má nên bán để mua một căn nhà nhỏ hơn. Bán đi, để tiền cho các cháu nội ngoại của mẹ có tiền đi du học.

- Con Thúy nói đúng! Sơn phụ họa. Má gật đi rồi con giúp làm thủ tục cho nhanh. Con có nhiều bạn làm kinh doanh bất động sản.

&

Chìm trong nước mắt, bà Tâm gục đầu lên vai người bạn cuối đời của mình mà nức nở. Ông Trung lặng yên để bạn mình trút sạch nỗi buồn. Mãi một lúc sau ông mới nói những lời chân tình:

- Đáng lý là khi làm kinh doanh em cũng phải sắp xếp thời gian để sống bên cạnh và dạy dỗ các con. Nhưng em chỉ bù đắp cho con bằng tiền bạc và vật chất. Có nhiều tiền, sống phụ thuộc vào cha mẹ chúng sẽ thành những đứa con không còn ý chí, không có khả năng để quyết định một điều gì.

Mà em cũng biết đó, đã bất tài thì vô dụng chỉ là hệ quả.

Nói tới đây ông Trung bỗng dừng lại. Có lẽ ông đang đắn đo là có nên nói ra điều mình suy nghĩ hay không. Mãi sau ông mới nhẹ giọng:

- Khi những đứa con bất tài thì chúng biết mình không thể tự kiếm sống, để sinh tồn chỉ còn cách mưu mẹo hay thu tóm. Chúng cũng biết là không thể mánh lới với người đời nên sẽ sử dụng người thân như những con mồi. Lòng tin vào huyết thống sẽ tạo ra yếu tố bất ngờ...

Nước mắt bà Tâm trào ra như đê vỡ! Ông Trung nhìn bạn, không biết là bà khóc vì tủi thân hay cay đắng nhận ra những lầm lỗi tai hại của mình.

Ông im lặng để chờ bà nín khóc. Mãi sau ông mới nói, vừa như giải thích, vừa như phân trần để làm dịu nỗi đau trong lòng bà:

- Con người ta rất ghê gớm khi đụng đến tiền em ạ. Có một gia sản lớn là nguồn của những lo âu lớn. Sẽ không bao giờ được thảnh thơi. Lòng luôn lo đấu tranh và đối phó với con cái, bà con, nhân viên, bạn bè… chưa kể gánh nặng thuế má, thị trường, tranh chấp. Khi người ta biết mình có của, nhiều người chỉ nghĩ cách lấy đi. Xung quanh chỉ có kẻ thù. Dù em có làm điều tốt thì cũng không thể tránh được những va chạm. Suốt đời em phải canh giữ, lo âu, tâm trạng thường trực bồn chồn.

Thực ra khi có một gia sản lớn, người ta tưởng là sở hữu một cái gì và trên thực tế chỉ là đầy tớ cho những người khác.

Nghe ông nói, bà Tâm càng khóc to hơn! Sự tủi thân làm nước mắt bà không dừng lại được. Bà khóc đến lả người. Suốt đời bà hy sinh và chăm lo cho các con.. nhưng lửa tham-ác của chúng đang đốt cháy đời bà

&

Sau ngày chia của, con gái, con trai, dâu rể, các cháu như biến đi vào cõi mịt mù. Bà Tâm chẳng còn lại gì ngoài một thân xác héo hon trong một gian nhà nhỏ.

Từ căn nhà mới sang nhà các con chỉ vài cây số, nhưng bà biết là từ nay con đường sẽ xa thăm thẳm. Chắc chẳng còn ai tha thiết đến đón bà về chơi hay phí thời gian để đến thăm bà.

Căn nhà này cách nhà ông Trung chỉ vài mươi mét, nhưng không hiểu tại sao hai người chỉ thường gặp mà thỉnh thoảng mới đến ở chung?

Một ngày cuối tuần, ăn sáng và uống xong viên trị thấp khớp, bà Tâm xoa xoa đầu gối rồi bước ra khỏi nhà.

Nghĩ đến chuyện đời và các con, mắt bà nhòe lệ, bước hụt chân nơi bậc tam cấp trước cổng nhà. Một cậu bé bị bất ngờ, không tránh kịp: Chiếc xe đạp chồm lên, cán lên lưng bà.

Khi người ta đưa bà nhập viện, người bà nóng sốt, thật cao.

&

Tôi lắng nghe câu chuyện của cô ý tá mà người cứ nóng phừng phừng. Và trong chiều đó tôi vẫn chưa thấy ông cụ đến nên nhìn bà, ái ngại.

Lát sau tôi thấy bà nhờ cô y tá đưa lên xe lăn rồi đẩy ra phía hành lang. Đến cuối đường, bà ngồi yên, nhìn trời và khóc. Khóc ồ ồ. Hành động bất ngờ ấy khiến mọi người kinh ngạc và sững sờ.

Cô ý tá như đã quen với cảnh này, nên chỉ khẽ ngẩn người ra một tí thôi. Chú mục quan sát tôi thấy bà đang nhìn về một cõi xa vời. Chân tay bà bất động.

Mãi sau cô y tá mới gọi tên, nhưng bà không nghe. Cô phải nắm vai bà lắc mạnh như đánh thức một người đang ngủ, bà mới tỉnh. Tỉnh rồi, bà quệt nước mắt, rồi mỉm cười, bình tĩnh như chưa có gì xảy ra.

Và trên nụ cười ấy, tôi nhìn thấy 2 giọt lệ long lanh.

&

Tuần lễ sau sức khỏe mẹ tôi tạm bình phục. Chúng tôi chuẩn bị đưa mẹ về nhà. Sau khi làm các thủ tục, trả lệ phí… tôi mang chút quà chạy đi tìm cô y tá để cảm ơn những ngày tận tình chăm sóc mẹ. Một câu hỏi chưa được giải đáp vẫn còn nằm trong lòng tôi như mắc nghẹn.

- Xin lỗi cô, hiện nay hay người con của bà Tâm đang ở đâu?

- Thật là đãng trí! Thế mà tôi cứ tưởng là đã kể cho ông nghe rồi! Cả cậu Sơn và cô Thúy đều được các con du học ở Mỹ làm bảo lãnh và đã sang bên đó ba tháng trước!

*Sài Gòn, mùa đông 2015*

**Trương Văn Dân**

ELENA PUCILLO TRUONG

# HIỆN THỰC NHƯ MỘT CƠN ÁC MỘNG

(Nguyên tác tiếng Ý: La realta' come un incubo)
Bản dịch của Trương Văn Dân

Đường phố vắng tanh. Yên lặng. Thỉnh thoảng có những tiếng hụ còi của xe cứu thương.

Khi tình hình này bắt đầu thì những hình ảnh ngày xưa liền xuất hiện trong trí tôi.

Đó là một buổi tối, vào những năm cuối của thập niên 1970, cả gia đình quây quần trò chuyện sau bữa cơm và trên TV đang chiếu một bộ phim dài nhiều tập.

Tựa phim "Những kẻ sống sót" có cốt truyện khá đơn giản: Trong một phòng thí nghiệm, vì bất cẩn người ta đã vô tình làm vỡ một ống nghiệm mà trong đó có chứa một chủng virus rất độc hại. Một nhà khoa học không biết là mình bị lây nhiễm, ông ta từ Mỹ đến London bằng máy bay và sau khi máy bay hạ cánh ông thấy trong người không được khỏe. Thế là từ lúc ấy sự lây nhiễm lan ra khắp nước Anh và gây ra rất nhiều người chết.

Vì tình tiết lôi cuốn nên chúng tôi hồi họp chờ đợi các tập kế tiếp để xem chuyện một bà mẹ đi tìm đứa con mất tích và số phận của các nhân vật khác trong một làng nhỏ ở nước Anh.

Đường vắng, im lìm, nhưng đây không phải là phim trắng đen như nhiều năm trước.

Đây là cái hiện thực mà tôi đang sống, từng ngày. Trước đây nhờ thói quen tổ chức, dự phòng và nhanh chóng giải quyết những vấn đề thường nhật nên tôi cảm thấy rất tự tin. Nhưng chỉ trong vài ngày, có khi chỉ vài giờ, cảm giác an toàn và chắc chắn của tôi đều sụp đổ và cuộc sống cùng những thói quen độc lập của tôi bỗng lệ thuộc hoàn toàn vào tình thế mà cơn đại dịch gây ra.

Đúng là một trò chơi của định mệnh! Chỉ như mới hôm qua, chúng tôi còn gặp gỡ bạn bè để bàn về việc tổ chức Tết, nói về chương trình và hy vọng là những điều tốt lành sẽ đến trong năm mới. Rồi chỉ vài tuần sau khi năm Canh Tý khởi đầu là chúng tôi đã phải nhận một món quà bất ngờ, không mong đợi: bệnh dịch coronavirus.

Vào đầu tháng ba, trên T.V có đưa tin và cho thấy những gì đang xảy ra ở Vũ Hán, một thành phố có 11 triệu dân bên Trung Quốc. Với các bạn tôi, ở nước Ý thì dịch bệnh đang ở quá xa nên chắc sẽ không làm thay đổi cuộc sống của mình. Thế nhưng trong tôi vẫn cảm thấy có một điều gì đó không an lòng, như có một nỗi lo tiềm ẩn đang chực chờ, nhất là lúc phụ giúp chồng chuẩn bị hành lý để anh về Việt Nam trước. Theo chương trình thì anh ấy sẽ khởi hành vào ngày 13 tháng 2, còn tôi, sau khi giải quyết một vài công việc rồi sẽ về sau.

Vừa hoàn tất các thủ tục đổi bằng lái xe, trả thuế... tôi bắt đầu chuẩn bị cho chuyến bay của mình. Nhưng không ngờ là có nhiều biến cố liên tục xảy ra, ập đến với một vận tốc khủng khiếp. Ngày 21 tháng 2 ở Ý bắt đầu có một người chết và vài ca lây nhiễm. Rồi sau ngày ấy tình hình lây nhiễm càng lúc càng tăng, giống như một tảng đá từ trên đồi cao lăn xuống, vận tốc càng lúc càng nhanh. Mỗi ngày đều có thêm nhiều ca lây nhiễm và có nhiều người chết. Tình hình càng ngày càng quan ngại nên tôi thường hỏi chuyện vài người quen.

- Tôi sợ là sắp tới sẽ có vấn đề về các chuyến bay, có lẽ tôi nên đổi ngày để bay về Việt Nam sớm hơn dự tính.

- Chắc không sao đâu!... Tất cả các vùng bị nhiễm đều được cách ly, mà thực ra đây chỉ là một bệnh cúm thông thường, không việc gì chính phủ phải phong tỏa đường bay!

Nhưng tôi vẫn tiếp tục suy nghĩ và lo lắng. Đã có lúc tôi tưởng mình là một Cassandra thời hiện đại, một nhà tiên tri mà Omero đã kể trong sử thi Iliade: Cassandra, là con gái của vua thành Troia, rất được thần Apollo yêu và để chinh phục nàng, ông tặng cho nàng một khả năng siêu việt là thấy được tương lai. Thế nhưng Cassandra từ chối tình yêu của ông, Apollo tức giận và để trừng phạt, ông nguyền là khi nàng nói sẽ chẳng có ai tin theo. Chính vì thế mà khi Cassandra tìm cách thuyết phục dân thành Troia không nên mang các con ngựa to lớn, do Ulisse thiết kế, vào bên trong thành, vì đó là một âm mưu xâm chiếm. Mà chẳng ai tin. Rồi đến khi nàng tiết lộ là bên trong các con ngựa có quân lính của kẻ thù đang ẩn núp, lời nói của nàng như rơi vào khoảng trống.

Tôi có cảm giác mình chính là nàng Cassandra đó, chẳng ai chịu lắng nghe mình, ngay cả khi nói với cô bạn làm ở công ty du lịch:

- Bộ chị muốn thay đổi ngay bay à… sao vậy… cho đến nay đâu có tin gì về việc cấm bay… mà thôi được, để em xem khi nào thì có chuyến bay… Ah, đây rồi, chị bay mười hôm trước ngày đã định nhé.

Ngày hôm sau là đã có thay đổi: Hãng Kuwait ngưng các chuyến bay về Ý, những ngày sau đó hãng hàng không của các nước khác cũng quyết định tương tự và mỗi lúc mỗi gần đến ngày bay nên tôi càng lo lắng, cho đến buổi sáng ngày khởi hành.

Rồi điều mà tôi lo lắng nhất đã xảy ra: “Tốt nhất là em đừng khởi hành” từ Việt Nam chồng tôi gọi điện thông báo ngay lúc tôi chuẩn bị gọi taxi để buổi chiều đưa tôi đến phi trường. “Không an toàn vì Việt Nam vừa thông báo là sẽ không cho công dân Ý nhập cảnh. Thái Lan cũng vậy, ngày mai Thai Airways cũng sẽ ngừng các chuyến bay về Ý.” “Khả năng bị mắc kẹt rất cao!”

Nhưng những thất vọng mà tôi đang sống cũng chỉ là một nỗi phiền muộn nhỏ đối với những gì mà nước Ý trải qua trong những ngày sau đó.

Tôi hồi hộp theo dõi tin tức, hàng ngàn người bị lây nhiễm, hàng trăm người chết, càng ngày càng tăng. Chính phủ bắt đầu phân loại các vùng đỏ, vùng cam để cách ly và ngăn chặn mọi việc xuất nhập… rồi sau đó là lệnh cách ly và phong tỏa được nới rộng trên toàn miền Bắc nước Ý.

Trên quê hương tôi, đang xảy ra tình cảnh giống hệt như trong phim được trình chiếu từ nhiều năm trước.

Nhưng đây không phải là phim giả tưởng mà là một hiện thực đã vượt ra ngoài mọi sự tiên liệu.

Để hạn chế lây nhiễm cần phải cô lập, hạn chế di chuyển và mọi người chỉ được phép ra ngoài để mua thực phẩm, thuốc men hay những thứ cần thiết. Công an và cảnh sát túc trực trên đường phố để kiểm tra những người vi phạm quy định.

Những ngày sau đó còn có cả quân đội và lúc này những người trẻ tuổi mới tin rằng đây không phải là trò chơi video trực tuyến mà là hiện thực được tạo ra bởi một loài virus vô cùng tinh quái và hiểm độc.

Nhưng cũng có số người ngu dốt hay hời hợt cứ cho rằng con virus không hiện hữu, một bằng chứng của những bộ óc u tối như thời của Louis Pasteur (1822-1895): thứ gì không thấy nghĩa là không có!

Đấy là cách suy luận của một số người, nhất là lớp trẻ, vì họ luôn tưởng mình vô địch, là anh hùng mạnh mẽ và có thể chiến thắng con quái vật tàn bạo mà bé tí kia. Và chính cái cách suy nghĩ u mê,tưởng mình có thể chống lại số phận này mà Thượng đế đã làm tăng số người bị lây nhiễm đến chóng mặt. Có một nhóm thanh niên kiêu ngạo đã bị quật ngã và thảm bại: Ngay đêm trước ngày cách ly toàn quốc, họ tập họp để ăn nhậu mà không nghĩ rằng đây là cơ hội để bị lây nhiễm và sau đó tiếp tục lây cho những người thân. Thế là trước đó chỉ có người già, giờ thì sự lây nhiễm đã lan ra giới trẻ.

Sau nhiều ngày bị bắt buộc cách ly chúng tôi càng nhận ra những giới hạn của mình. Không còn nhà lãnh đạo, nhà kinh doanh, nhà kỹ nghệ hay công nhân, người phục vụ… tất cả đều có thể bị lây nhiễm vì không có sự phân biệt tuổi tác, giàu nghèo hay đẳng cấp xã hội.

Cái con virus này đã tấn công vào mọi thứ mà nhiều người xưa nay xem đó là lẽ sống, là mục đích như tích lũy vật chất hay tìm kiếm giàu sang, muốn có bề ngoài luôn tươi trẻ, thích hưởng thụ những thú vui xa xỉ mà không bao giờ quan tâm đến người khác, sẵn sàng chà đạp lên mọi thứ miễn là niềm vui ích kỷ của mình được thỏa mãn.

Hy vọng chúng ta sẽ sớm bước qua cái hiện thực đau buồn, thức giấc sau cơn ác mộng với ý thức về một đời sống đơn giản, nhẹ nhàng và hạnh phúc hơn xưa.

*Milano, 22/03/2020*

**Elena Pucillo Truong**

Truyện Ngắn

NGUYÊN CẨN

# NGƯỜI NGẮM HOÀNG HÔN

Hắn đứng lặng thinh. Mắt đăm đăm nhìn về phía chân trời. Cả một vùng sáng chấp chới những tia nắng cuối cùng còn luyến tiếc trên cánh đồng Hòa Hương còn đang sũng nước vì cơn mưa buổi sáng. Đôi đồng tử chừng như giãn nở hết cỡ hút lấy mọi nét đẹp của buổi chiều. Ban đầu tôi cứ ngỡ hắn là họa sĩ. Nhưng không, hắn chỉ là một nhân viên trong nhà máy in của thành phố. Hắn trầm ngâm như thế rất lâu cho đến khi những vùng tối xuất hiện quanh mình. Tiếng ễnh ương vang lên và nhà nhà thắp đèn thì hắn mới lững thững lấy xe ra về.

Hắn nhớ tuổi thơ ngày xưa đi qua không yên ả trong những chộn rộn của cuộc chiến sắp tàn. Hắn nhớ những ngày trung học thật nhiều kỷ niệm với ngôi trường Trần Cao Vân. Những đêm làm báo in ronéo, những ngày xuống đường, ngỡ mình đang đấu tranh cho một điều gì cao đẹp ghê gớm lắm, theo lời kêu gọi của một số thầy cô và bè bạn. Ngày ấy cứ tin mình đang có một tuổi trẻ đáng nhớ và tự hào. Thế rồi hắn nhớ những quyết định không biết đúng sai khi hắn vào Sài Gòn học năm cuối bậc trung học và đang học năm thứ nhất Văn khoa thì hắn lại quyết định quay về đất Quảng trước ngày 30 tháng 4, nên từ đó dở dang mọi thứ! Hắn quyết định vào bộ đội.

Rồi những buổi chiều đứng đây hắn nhớ một thời binh lửa, qua Siem Reap, Kampong thom, cuộc chiến tranh ác liệt với quân Pol Pot. Chiến tranh đi qua với bao nhiêu kỷ niệm, với những hồi ức hãi hùng, kinh hoàng tan nát, đổ vỡ cũng có. Hắn nhận nhiều huy chương, nhưng cũng trả giả bằng bao đêm mất ngủ, căng thẳng giữa lằn tên mũi đạn. Đeo lon thượng sĩ trinh sát theo nhiều bạn bè là mạng hắn lớn lắm rồi! Nhưng đừng ai nói rằng chỉ có kẻ địch mới bị khủng hoảng tâm lý hay hội chứng chiến tranh. Ai cũng có thể bị, kể cả anh hùng. Vì sống ngần ấy thời gian đằng đẵng giữa cái sống và cái chết. Chiến tranh đi qua như một vết sẹo buồn trong tâm tưởng. Hắn vẫn bị ám ảnh vì những cái chết, nhất là của phụ nữ, dù thuộc phe nào. Phần đông họ là nạn nhân nhiều hơn là những kẻ chủ mưu. Hận thù nào cũng lắng xuống khi nhìn khuôn mặt kẻ thù, thấy họ phần nhiều cũng là những con người bị lùa vào cuộc chiến mà không ý thức mình đang làm gì. Hắn nhớ thật nhiều trong những buổi chiều như thế, khi đứng nhìn xa xa dòng Bàn Thạch lấp lóa những giọt nắng vàng như quẫy đạp, như vùng vẫy nhưng thời gian vẫn cuốn đi mọi thứ để đổ ập xuống màu tối u buồn của bóng đêm.

Có những ngày hắn chạy xe dọc sông Trường Giang mà không biết  làm gì, lại nghĩ và lại nhớ. Nhớ khi xuất ngũ, bơ vơ. May sao gặp lại Bình, thằng bạn thời trung học, giới thiệu hắn với nhà in nơi Bình đang phụ trách một tổ in ấn. Tạm ổn, rồi hắn gặp Thu, cô gái làm Phòng hành chính của  nhà máy. Trong một chiều đẹp như hôm nay, trên đường về nhà, hắn đạp xe đi cùng hướng với Thu. Hắn gợi chuyện trước, Nhà Thu ở đâu? Dạ ở gần Hạ Thanh. Ở đó chắc tắm biển hoài. sướng hen... Cứ thế câu chuyện  lông bông trôi giạt từ biển ra sông rồi từ sông về nhà và họ ghé vào một quán nước dọc đường... Ngày qua ngày, họ cảm thấy gần nhau hơn cho đến một hôm hắn mạnh dạn gửi một lá thư cho Thu với 4 câu thơ... con cóc mà hắn nghĩ mất nhiều ngày mới ra được:

*Đêm qua có người không ngủ được*
*Nên mới làm thơ viết tặng Thu*
*Hỏi em có muốn cùng ta thức*
*Và viết thơ chung đến cuối đời?*

Nhưng Thu không trả lời và cố ý tránh mặt hắn suốt mấy tháng từ sau hôm ấy. Hắn đành đi về chiếc bóng một mình như trước. Nghe nói Thu yêu Bình, thằng bạn chí cốt của hắn, kẻ sắp lên quản đốc. Nhưng đấy chỉ là tin đồn. Ôi, miệng lưỡi thế gian. Hơi đâu mà tin!

Quả nhiên, trời không lấy của ai tất cả. Một chiều đang đạp xe lững thững trở về, hắn nghe tiếng gọi: Anh Hỷ? Ủa, Thu. Sao bữa nay về trễ dzậy? tại Thu mới bịnh khỏi nên phải làm bù. Nhìn mặt nàng xanh xao, hốc hác, hắn thấy quá tội nghiệp. Anh nghe nói em bịnh sao đó hả. Dạ, cảm nặng. Phải nghỉ gần 2 tuần rồi đó. Ủa Thu biết tin gì chưa? Bình sắp lấy vợ đó? Lấy ai vậy anh? Nghe nói lấy con ông Đay, Phó giám đốc Sở đó. Thằng đó sắp đổi đời rồi! Thu thở dài. Chuyện thế gian luôn vậy mà anh? Đâu phải như em với anh, nghèo hoài! Nghe Thu triết lý... vụn, hắn mỉm cười. Nhưng hạnh phúc đâu cứ giàu hay nghèo đâu Thu. Hắn cãi hăng say và hắn trích dẫn đủ thứ kiến thức mà hắn thu lượm được, từ Khổng từ Lão từ Phật, mớ kiến thức mà đám sinh viên Văn khoa ngày xưa tay nào cũng 'nhét' cả mớ trong đầu... Nhưng Thu vẫn buồn. Nàng thở dài. Chợt Thu lên tiếng. Mình ghé đâu uống nước đi anh? Và họ ghé vào một quán café sân vườn khá thơ mộng nhìn ra sông Trường Giang. Cũng trong buổi tối ấy, Thu đã tựa vai hắn và môi hắn run lên khi hôn Thu và nàng để yên, nhắm mắt ứa lệ! Hắn bàng hoàng vì mọi chuyện diễn ra quá nhanh! Họ yêu nhau từ đấy. Tháng sau, một đám cưới giản đơn diễn ra với sự tham dự của bè bạn, gia đình nhưng thiếu Bình, ân nhân của hắn! Thu sanh non, mới có hơn 7 tháng đã sanh rồi, một cậu con trai kháu khỉnh, bụ bẫm.

Ngày tháng trôi đi thật nhanh, đã hơn 20 năm rồi, họ đã có 2 mặt con, sau cậu con trai là một cô con gái... Nhưng hắn vẫn buồn vì Thu luôn so sánh hắn với những người bạn khác. Con Hồng bạn em lấy Việt kiều sướng ghê luôn, xây villa sát biển Tam Thanh; con Thúy cùng phòng lấy ông Giám đốc Công Ty Xuất nhập khẩu ở Đà Nẵng, có ba căn nhà, ở Tam Kỳ, Hội An, rồi Đà Nẵng nữa... Em là đứa khổ nhất trong mấy đứa! Còn Bình bây giờ đã lên Phó giám đốc Nhà in rồi, xe hơi bóng lộn đi về, lại vừa xây khách sạn ở Tam kỳ! Bất hạnh như ai đó nói là bạn luôn nhìn sang vườn nhà người hàng xóm để thấy cây trái hoa quả nó sum suê hơn mình! Hắn gằn giọng. Sao em không tự hài lòng đi. Chồng con đề huề. Đề huề nhưng nghèo mạt luôn anh hiểu không? Riết rồi hắn không muốn nói chuyện với nàng nữa... Hắn thấy mình như đám mây nhỏ bơ vơ trên bầu trời rộng lớn kia, như khóm lục bình trôi giạt trên sông, không định hướng. Chẳng ai bất lực bằng gã đàn ông không tiền, không quyền, không tiếng nói trong gia đình. Hắn phó mặc số phận con cái cho nàng xoay sở vì nàng chẳng bao giờ thèm nghe hắn. Với nàng, nghèo là bất tài. Nàng nhắc lại câu nói của một cô ca sĩ nào đó: Đàn ông có tài toát ra một vẻ quyến rũ khó cưỡng! Tôi mê những người có tài. (Tức là có tiền!)

Và hôm nay hắn lại đứng bên cánh đồng Hòa Hương ngắm buổi chiều đang xuống... Hắn nhớ cuộc nhậu cách đây ba ngày với thằng Cường, một nhân viên trong phòng hắn. Nó nói rằng. Chú ơi, con buồn quá? Con muốn chú uống với con vì con đi khám bác sĩ, hỏi lý do sao vợ con không có bầu. Ông nói vì tinh trùng con cụt đuôi. Ông hỏi hồi nhỏ con có mắc quai bị không? Thì con nhớ là có chú à! Vậy là thua rồi chú ơi! Nghe nói có thể chữa được nhưng khả năng là không cao mà lại tốn rất nhiều tiền!...

Hắn nạt thằng Cường. Mày tào lao. Tao cũng mắc quai bị hồi nhỏ đây. Mà con tao hai đứa cao lớn đẹp đẽ, mày thấy không? Cường cười, mặt đỏ gay, xỉn xỉn, lè nhè. Chú kiểm tra lại đi. Phải con chú không? Hắn muốn đấm vào mặt thằng Cường. Thằng này láo, hỗn. Thế nhưng trên đường về, một nỗi hoài nghi mơ hồ dâng lên trong lòng hắn? Chả lẽ...? Chúng nó cứ nói thằng con trai mình, thằng Danh giống Bình là sao? Vậy còn đứa con gái...? Và sau nhiều ngày trăn trở, hắn quyết định phải chứng minh cho thằng Cường biết nó là đứa ngu xuẩn nhất trên đời. Hắn xin nghỉ phép, tìm đến bác sĩ chuyên nam khoa ở Đà Nẵng. Đi lên đi xuống mất gần hai tuần, làm đủ các xét nghiệm.

Hắn nhớ có lần đọc Zen Buddhism của Suzuki, "Cuộc đời, sau tất cả mọi tranh cãi, là cuộc chiến đấu đau đớn...Vậy mà đó là định mệnh! Bạn càng đau khổ thì tính cách bạn càng thêm sâu sắc, với tính cách uyên áo như thế, bạn sẽ càng thấm thía đi sâu vào những bí mật của cuộc đời."... Nghĩa là phải trải qua thiên ma bách chiết để hình hài ta khôn lớn, để ta vượt lên những ngang trái đoạn trường. Hắn nghe như có tiếng sét giữa trời quang khi ông bác sĩ lạnh lùng: Xin ông bình tĩnh, ông không thể có con được vì tinh trùng ông không có đuôi. Nó không bơi được... và một mớ lý thuyết tràng giang đại hải... nghe ù tai hoa mắt!

Hắn thấy mọi thứ đều nhảm nhí. Lý tưởng, hận thù, tình bạn, tình yêu, tất cả là những trò chơi của một lũ điên trong cuộc đời này! Rỗng tuếch... Hoang mang cực độ... chán nản vô cùng... não nùng thay những cuộc tương phùng hạnh ngộ. Mấy cha xuống đường ngày xưa với hắn bây giờ nhiều ông sinh ra càn dở, tiếc cho thanh xuân liều lĩnh mà bây giờ cũng chẳng làm nên cơm cháo gì! Nhiều ông sang Mỹ sang Đức bị vợ cặm sừng thiếu điều tâm thần nữa kìa!

Tôi hỏi ông bạn ở Tam Kỳ. Này bạn, ông Hỷ ngắm chiều hoài không chán sao?

Chán gì! Còn hơn về nhà, nghe bà vợ so sánh với thiên hạ mà nhức đầu. Chưa kể con người ta chết vì băn khoăn vì hoài nghi vì không hiểu rõ mình đang làm gì!

Và hắn lại đứng ngắm hoàng hôn. Trong đôi mắt có dấu hiệu lão hóa ấy vẫn rực  lên tia nắng vàng cuối cùng trước khi hắt vào ánh sáng nhá nhem những mộng tưởng của một đời người. Hắn đứng yên, nghe đêm xuống dần và lặng lẽ ra về, đổ bóng dài dưới cột đèn đường, dài như một đời người... sắp chìm trong bóng tối."

"Ồ, đêm tối, đêm tối, khi gió tràn lên những khoảng trống trần gian." (Rilke)

**Nguyên Cẩn**

BẠCH X. PHẺ

# MỖI NGÀY MỪNG TUỔI MẸ

Ở xứ người, cái hay là chúng ta có thêm một ngày để mừng tuổi Mẹ. Ngoài những ngày sinh nhật, năm mới - Tết Tây, Tết Nguyên Đán và Mùa Vu Lan Báo hiếu, chúng ta có thêm ngày của Mẹ - Mother's Day để vui mừng cùng Mẹ. Mẹ tôi năm này đã ngoài cái tuổi 'bát thập hy hỷ' nên chúng tôi mừng là Mẹ vẫn còn hiện hữu với con cháu và chúng tôi trân quý vô vàn. Mẹ già như đèn trước gió, leo lét và mong manh. Chúng tôi ví Mẹ như sương sớm, mây chiều.

*giọt sương*
*long lanh trên lá sen*
*Mẹ thương*

¬

*the dewdrop*
*glistening on the lotus leaf*
*Our loving mom*

Với chúng tôi, Mẹ lúc nào cũng đẹp, dịu dàng, thanh tao và mẫu mực. Ngay cả cái nốt ruồi của Mẹ cũng làm Mẹ đẹp và duyên dáng. Có lần chúng tôi chia sẻ:

*... Ôi cái nốt ruồi của Mẹ,*
*đẹp như vần thơ*
*nhưng nó cũng là dấu chấm hỏi cuộc đời.*
*Thăng trầm, buồn vui, và sướng khổ*
*đó là chân lý của cuộc đời - đầy hỷ nộ ái ố.*
*Cái nốt ruồi của Mẹ - dấu chấm hỏi cuộc đời*
*nó từ đâu đến và sẽ đi về đâu?*
*Mẹ lại cười, ánh mắt sáng ngàn sau.*
*Như bảo: con ơi đừng vớ vẩn*
*Hạnh phúc là mỗi khi các con được gần Mẹ.*

*Quá khứ đã mù khơi,*
*tương lai còn chưa tới;*
*đừng bận tâm con nhé.*
*Hiện tại là hạnh phúc đơn thuần.*
*Một ngày Mẹ sống cũng là một ngày Mẹ chết!*
*Các con là những tiếp nối của Mẹ*
*Những bông hoa, những tinh hoa*
*những biểu hiện nhiệm mầu.*
*Hãy nối tiếp những điều hay lẽ phải.*
*Tuổi càng già lòng con lại xót xa*
*thương Ba*
*thương Mẹ*
*suốt đời cực khổ vì con*
*mồ hôi và nước mắt*
*cả đời đã tận tụy hy sinh*
*Ba - uống sóng lướt gió*
*Mẹ - buôn tần bán tảo*
*để suốt đời dạy bảo.*
*Các con hãy ráng làm người.*
*Mỗi lần được nhìn Mẹ*
*với cái nốt ruồi ở vành môi.*
*Ôi cái nốt ruồi của Mẹ*
*Đẹp như vần thơ.*
*Nhưng đẹp hơn là tình Mẹ, đẹp như mơ*
*ngút ngàn và vời vợi*
*Tình Mẹ mênh mông như biển khơi*
*Tình Mẹ bao la như bầu trời*
*Thênh thang và vô tận.*

Mẹ là thế - đã buôn tần bán tảo, một nắng hai sương, quanh năm suốt tháng vì chồng vì con, vì gia đình và thiên hạ. Ba Mẹ hạnh phúc tung tăng dìu nhau cho đến trọn đời.

*Hồ vắng tay trong tay chung lối*
*Sáu mươi năm tình già chưa mỏi*
*một cõi*
*bình yên*
*Hồ vắng gió ru bản chân như*
*Thủy chung đã định nguồn suối từ*
*Bao la vời vợi tình cha Mẹ*
*Hồ vắng gió ru bản chân như.* *

Mẹ là thế - Mẹ mãi sống cuộc đời như thị; Bao yêu thương tận tụy với khoan dung; Mẹ đẹp tựa tranh, thơ, ruộng, biển, muôn trùng; Cuộc đời Mẹ từ bi, tâm hoàn hảo.** Thế rồi, tuổi về già Mẹ vẫn thế, hy sinh, thương yêu và tha thứ. Mừng ngày Mẹ hôm nay, xin trích vài đoạn ngắn trong bài Mẹ Tôi để thương về Mẹ.

Mẹ sinh ra và lớn lên ở thôn Vĩnh Hội, Phủ An Nhơn, Huyện Phù Mỹ, Tỉnh Bình Định. Ngày nay là thôn Vĩnh Hội, Xã Cát Hải, Huyện Phù Cát, Tỉnh Bình Định. Nơi đó đẹp và thơ mộng. Nơi hương đồng cỏ nội, nắng cát với trăng thanh, bạt ngàn cách đồng xanh, ở vùng quê ven biển Miền Trung trong một gia đình Nho giáo. Mẹ, tên là Trần Thị Ái, Pháp danh Nguyên Ái. Trong sáng và trinh nguyên như cái tên đầy tình thương yêu của Mẹ.

Mẹ lúc nào cũng nhỏ nhẹ, dịu dàng, kiên nhẫn, hy sinh, và từ tốn. Mẹ là người đảm đang, hiền lành, và nhân hậu. Mẹ còn là vị "nữ tướng" trong gia đình. Mẹ vất vả thức khuya dậy sớm lo cho chồng cho con từng giờ từ thuở làm dâu đến bây giờ. Thuở thiếu thời Mẹ học trường làng đến gần lớp Hai thì phải nghỉ học giúp việc gia đình. Ở tuổi thơ ấu, Mẹ đã lo cho gia đình, trông nôm đàn em, lo việc nhà, và trồng trọt trong vườn. Khi lớn lên, như bao nhiêu thiếu nữ khác trong làng, Mẹ phải làm ruộng làm rẫy, một nắng hai sương thật cơ hàn và vất vả. Mẹ lớn lên trong tình thương yêu và dạy dỗ của Ông Bà Ngoại. Mẹ được hấp thụ những tư tưởng mộc mạc mà bao quát như "Đói cho sạch, rách cho thơm" đến "Ta nên tất thị mình nên"; "Kỷ sở bất dục, vật thi ư nhân; Điều gì mình không muốn thì đừng nên làm cho người." và những tư tưởng căn bản của Phật Giáo như nghiệp và nhân quả luân hồi. Đó cũng là những gì mà chúng tôi được Mẹ dạy từ tấm bé. Người trong họ hàng, ai ai cũng thương mến Mẹ. Ở trong làng, ai cũng biết Mẹ hiền hậu, tử tế, và xinh đẹp...

Mẹ là thế - đẹp từ thuở ban sơ, đẹp từ thể chất đến tinh thần, trước sau như một. Vì thế, ở Mẹ chúng tôi đã nhận chân: Bến Mẹ là chân lý, miền hạnh phúc, cõi vô song.

**An Awakening**

*Through many years of searching and learning*
*Many great teachers*
*Far and near*
*Only I had not seen,*
*In our own home*
*My mother*

*patiently*
*smile*

**Bến Mẹ**

*bao nhiêu năm tầm sư học đạo*
*nhiều vị Thầy tuyệt vời*
*xa gần*
*chỉ khi tôi tìm thấy,*
*ở ngay trong căn nhà này*
*Mẹ tôi*
*kiên nhẫn*
*mỉm cười.*

Mẹ là thế—nói sao cho hết tình thương yêu của Ba Mẹ. Tình thương của Mẹ ngọt ngào và diệu vợi. Mẹ là dòng suối ngọt ngào, Mẹ lấp lánh ngàn sao, Mẹ là rau thơm sau hè, Mẹ là những chùm mận đỏ, Mẹ là tiếng chuông tiếng mỏ, Mẹ là câu kệ bài kinh, Mẹ là Bất Khinh Bồ Tát, Mẹ là cánh đồng bát ngát, Mẹ là nước mắm nhỉ cá cơm, Mẹ là cảo thơm, Mẹ là bài thơ lục bát.

Mẹ thương, chúng con làm sao dùng từ ngữ hữu hạn của nhân gian mà viết về Mẹ thương vô cùng của Mẹ được. Tình Mẹ sao mà mênh mông và dào dạt quá.

*Mẹ yêu*
*Hôm nay ngày của Mẹ*
*Chúng con nguyện đền ơn*
*Ơn Mẹ như trời biển*
*Tình Mẹ đẹp vô biên!*

Vì thế, chúng tôi nhận chân rằng mỗi ngày cũng có thể là một ngày của Mẹ, của Ba để tưởng nhớ và đền ơn đến đấng sanh thành dưỡng dục của mình, để thương yêu và kính trọng, và để chăm sóc và vỗ về lúc tuổi già. Những điều đó không nhất thiết lớn lao dù chỉ một lời rất ngắn: Chào Ba, Chào Mẹ hoặc thưa Ba thưa Mẹ con đi làm. Vậy nhân ngày của Mẹ, đừng quên nói rằng. Con thương Mẹ lắm!

**Bạch X. Phẻ**

Chú thích
* Bản Chân Như
http://phebach.blogspot.com/2011/10/ban-chan-nhu.html
** Mẹ Xả Tóc—Trọn Đời Thương Mẹ !
http://phebach.blogspot.com/2014/02/me-xa-toc-tron-oi-thuong-me.html

Tản Mạn

NGUYÊN BÌNH

# TẢN MẠN CUỐI MÙA

Em nói xuân nay qua nhanh. Ừ thì đúng là như thế. Mùa trong lòng chúng mình chạy nhảy có nhịp điệu gì đâu. Ngày xưa em trễ hẹn, chiếc đồng hồ seiko trên tay anh rớt kim, lăn lông lốc nỗi đợi chờ nơi quán quen chè Cồn bên Vĩ Dạ. Em lại nhắc ngày xưa cứ mong được lội nước lụt để dỗi hờn. Dỗi hờn buổi đầu tiên anh đẩy cái bè chuối, giả vờ “tôi đưa em sang sông”. Hình như thuở ấy em mới vô lớp chín, và anh, chàng sinh viên luật khoa củ mì, đúng là thứ củ mì mạ anh trồng trên rẫy. Chiếc bè chòng chành cho em ướt áo...Mà ướt áo bao giờ cũng thành kỉ niệm. “Ướt áo cho tình thắm sâu, ướt đoá môi hồng hững hờ...” Những gã si tình vẫn thường lẩm bẩm, em nói nghe đến phát ghét đó mà...

Anh cứ nghĩ em nói xuân qua nhanh vì em sợ mùa hạ xa xưa ấy ùa về. Chắc em sợ, sợ nhớ vườn bưởi nhà anh đang mùa tháng bảy, trái nào em cũng chưa muốn hái, sợ cây bưởi đau, anh thì muốn em cứ hái thật nhiều, chất đầy rổ rá ước mơ xanh hao gầy để chút nữa chở về phố, nơi dấu cất những chùm bông bưởi tháng hai hương còn ấp ủ. Em còn nhớ không, bông bưởi tình anh em đem cất dấu thiệt lạ lùng. Các cô nàng thường ép những mong manh buổi đầu vào tập vở. Riêng em, em gieo bâng khuâng vào chiếc hủ thủy tinh trong suốt đặt nơi bàn học, Cái góc khuất ấy thoang thoảng mùi hương dấu ái của một thời cắp sách, em nhỉ? Thế mà chiến tranh cũng vươn bàn tay nghiệt ngã đến khoảng không gian nhỏ xíu ấy của tụi mình. Anh dùng từ “tụi mình” cho ra vẻ đong đầy kỉ niệm. Thật ra, chuyện xưa chưa bao giờ là “tụi mình” cả phải không em?

Khi anh đăng bài thơ ba câu lên Facebook, các bạn anh đều hiểu anh dại khờ như bao gã dại khờ khác:

*Dại khờ*
*Ngõ xưa thanh vắng*

*Thơm bông bưởi trắng*
*Về qua ngập ngừng*

Về qua ngập ngừng trước ngõ nhà em là điều đương nhiên nhưng chuyện mình thì không thế. Ngõ nhà anh mới đầy bông bưởi trắng và anh ngập ngừng tự hỏi lòng có nên hái bông bưởi về cho em nhốt hương yêu thanh khiết ấy vào chiếc hủ xinh xắn trong ngày hôm đó hay không…

Bây giờ mới cuối tháng hai, bông bưởi ngày xưa chắc còn nở muộn ngoài ấy. Hôm qua, một nữ sĩ xứ Trầm Hương lại bảo cuối mùa sao xanh thế. Anh rất vui. TCS yêu cũng "gọi tên bốn mùa". Còn anh cứ là xuân hồng, hạ xanh, thu vàng và đông trắng. Cả bốn mùa đều là những mùa yêu. Hugo còn cho tình yêu tạo ra bốn mùa nữa đấy. Anh dốt tiếng Pháp, viết lại có sai em đừng cười: L'homme sans l'amour comme le terre sans soleil. Không mặt trời thì làm sao có bốn mùa để TCS thổn thức?

Cuối cùng thì em không nói gì về mùa nữa. Em kể kỉ vật duy nhất còn giữ được là cuốn truyện "không có chi dễ thương hơn". Anh khấp khởi cầu mong kỉ vật dấu yêu đó là "Rồi cũng quay về" hay "Nỗi nhớ không rời", một trong hai đứa con của tình đầu vụng dại vẫn còn nằm thoi thóp trong ngăn kéo ngoài ấy. Phút giây chờ đợi sinh tử ấy kéo dài thật lâu vì em ngập ngừng. Chữ ngập ngừng trong giây phút đó có ý nghĩa thật trọn vẹn, không như từ ngập ngừng chán ngắt trong thơ. Và rồi, em cũng bật ra được thành lời: "Uyên Ương gãy cánh" B ơi!... mà còn lời đề tặng và chữ kí đó". Anh ngậm ngùi, Thế là Khalik Gibran có nhiều diễm phúc hơn anh. “"Broken of the Wings" diễm phúc hơn "Nỗi nhớ không rời" viết miệt mài thâu đêm nơi phòng trọ suốt 9 tháng thực tập trong Tam Kỳ.

Selma Karami ơi, XY* ơi, giờ đây anh vẫn còn thuộc làu làu những dòng đầu trang sách: "Vào năm tôi mười sáu tuổi, tình yêu đã khai nhãn cho tôi bằng những tia sáng huyền ảo...."

Thôi em, mùa đã sang và mong em cứ nhớ chút tình đầu mong manh chưa hề nói lời yêu, dù những vòng xe đi về vẫn cứ miệt mài quay tít. Anh phải viết đôi lời dù bạn bè cảnh báo hãy liệu thần hồn. Chúng mình đã già và mùa cứ qua, em nghe...

**Nguyên Bình**

NGUYỄN LAN (Út)

# MƯA... HẠ

Mây đen kịt một góc trời, gió cuốn bụi cát bay mù mịt, lộp bộp, lộp bộp...

- Mưa rồi

Tiếng reo như vừa mừng, vừa lo, mừng là vì mưa đã giải tỏa được cái ngột ngạt oi nồng của tháng hạ, còn lo mùa mưa tới thì cũng là lúc buôn bán vào mùa khó khăn, ế ẩm của những gánh hàng rong trên vỉa hè, phố chợ

Từ thành phố tới nông thôn, miền xuôi hay miền ngược, giàu sang hay nghèo khó ai cũng có cho riêng mình một mùa mưa thương nhớ hằn sâu trong tâm thức. Một giọt, hai giọt rồi vỡ òa trắng xóa, dòng nước cuốn trôi bụi bặm của mặt đường bỏng nắng nhưng đọng lại trong ta là nỗi nhớ, là ký ức, là hoài niệm của mỗi mùa mưa vào hạ, nghịch ngợm của tuổi thơ, lãng mạn với tình yêu, rồi gian truân trong cuộc sống, mưa luôn đồng hành cùng ta.

Tuổi hồn nhiên mưa như tiếp thêm sức sống căng tràn, bôn ba với cuộc mưu sinh mưa là dòng xoáy cuốn xoay đến vật vã rã rời, đến khi nhìn những giọt mưa mà nghe lòng trĩu nặng, loáng thoáng trong tiếng mưa rơi dư âm vọng về nhói đau, tê tái mới hay tóc đã đổi màu sương tuyết.

Mưa cho đất khô hết khát, cây cỏ đủ sức hồi sinh xanh mướt, anh nông dân vui mừng hy vọng mùa vàng bội thu, chị công nhân ngon giấc sau một ngày làm việc cực nhọc, nhưng mưa cũng làm ướt thêm những mảnh đời rách nát, lạnh cóng đôi tay kẻ vô gia cư, gương mặt tái nhợt, đôi mắt lo âu khi tan tầm trời mưa, chợ ế. Vậy mà, ai cũng chờ mưa dù muốn hay không, ai cũng đau đáu ngóng trông những giọt nước mát lạnh rơi đầy rồi thảng thốt kêu lên: Mưa!

Nắng, mưa bất chợt, vui buồn mênh mang. Thật lạ cứ mong mưa mà sao lại sợ mưa tới, sợ những cơn mưa dầm rả rích buồn não ruột, sợ những sấm chớp cuồng phong ngày mưa bão. Đến vội đi nhanh như những hờn giận vu vơ đáng yêu chỉ có ở những cơn mưa đầu mùa hạ.

Mùa buồn nhưng rất đẹp trong mỗi cuộc đời...

**Nguyễn Lan (Út)**

LÂM HIỀN AN

# CÒN THƯƠNG RAU ĐẮNG

Tiếng cười nói rộn rã, tiếng lũ gà vịt kêu chiêm chiếp, quang quác như phá tan sự yên lặng sớm mai vốn có của một miền quê yên tĩnh. Đã gọi là chợ mà, không ồn ào, không khẩn trương sao được. Hôm nay là 29 Tết, ngày áp chót của buổi chợ cuối năm. Trời còn mờ hơi sương, bóng tối nhá nhem dần dần bị đẩy lùi nhường chỗ chào đón một ngày mới. Mới 5 giờ sáng, Nhi đã có mặt ở chợ với giỏ rau đắng đầy ắp. Nó đang loay hoay tìm chỗ. Đúng là chợ Tết, cái khoảng đất trống ẩm thấp nhỏ nhoi ngày nào không có ai ngồi giờ cũng đã chật ních chỗ. Nhi ngơ ngác nhìn quanh rồi nó lại nhìn vào giỏ rau đắng mà bà ngoại đã bỏ công cắt và ngồi tẩn mẩn nhặt từng cọng cỏ từng mẫu rác vào chiều tối hôm qua rồi thở dài. Nó cảm thấy cổ họng nghèn nghẹn và thật sự nhỏ nhoi cô độc trước khung cảnh ồn ào, đông đúc này.

- Này con bé, con là cháu bà Ba xóm Cây Quéo phải không, ngoại con đâu mà để mầy đi bán, tội nghiệp dữ hôn, lại đây bà dọn đồ gọn lại rồi cho mày một góc nhỏ mà ngồi bán. Chợ Tết mà, muốn có chỗ phải đi từ 4 giờ khuya nghe con! - Bà cụ tóc bạc trắng có lẽ cũng xê xít tuổi bà ngoại Nhi nhưng xem ra còn nhanh nhẹn, rắn rỏi lắm. Bà cụ vừa nói vừa đón lấy giỏ rau đắng từ tay Nhi và kéo nó ngồi xuống.

- Dạ con cảm ơn bà. Ngoại con mấy hôm nay bị ho hổng được khỏe nên biểu con đi chợ bán dùm ngoại. - Nhi thoăn thoắt phân rau đắng từng khóm trên tấm ny lông cũ kỹ đã ố vàng và lễ phép trả lời bà cụ.

Chợ ngày một đông hơn, người người chen lấn luồn lách qua các lối đi. Đúng là chợ Tết có khác. Bà Sáu tốt bụng cho Nhi ngồi ké hôm nay bán đủ thứ nào là củ cải, hành ớt, cà chua, bầu lại có cả một thau dưa cải to đùng. Bà bảo của nhà trồng, ngày thường chỉ một mình con gái bà bán nhưng nay là chợ Tết nên bà và con gái chia ra mỗi người một góc chợ mới mong bán hết đồ. Chợ mỗi lúc một đông, tiếng cười nói, tiếng mặc cả thậm chí có tiếng cãi nhau của người, tiếng gà vịt kêu quang quác,... tất cả hoà trộn lại tạo nên thứ âm thanh đặc trưng của chợ Tết miền quê. Nhỏ Nhi mặt buồn rười rượi, mắt nó chớp chớp như muốn khóc, sáng giờ dù nó mời khan cả cổ mà không mấy ai ghé lại mua. Tết đến, để cúng ông bà, tưởng nhớ tổ tiên cho tươm tất người ta lo chế biến món ăn cao lương mỹ vị nên ai thèm ăn món rau đắng nhà quê như ngày thường đâu.

Bất giác Nhi đưa cọng rau lên miệng nhá nhá, một vị đăng đắng pha lẫn với vị mặn trào lên trên đầu lưỡi.

Nhi hờ hững se se tờ giấy 2000 đồng hiếm hoi từ một bà cụ mua rau lúc sáng, bà nói nhà bà có hai người, nhà bà Tết nhứt có chi cúng nấy, rau này bà mua về luộc cho thằng cháu ăn cơm vì nó thích ăn rau đắng luộc chấm cá lóc kho. Tự dưng Nhi lo cho bà ngoại, không biết giờ này ngoại đã dậy chưa, cơn ho của bà có thuyên giảm chút nào không. Lúc đi bán, Nhi thấy bà ngủ nên không nỡ đánh thức bà, nó chỉ buộc sơ cái cửa liếp phía sau, tài sản bà cháu nó có gì đâu mà phải lo mất...

- Ôi rau đắng biển, rau này non ghê mua về chấm mắm kho là tuyệt vời. Má ơi mua nhiều về Sài Gòn ăn đi má ơi! - Giọng nói trong trẻo của một dì trông rất đẹp và sang trọng đã làm Nhi sực tỉnh. Nó mừng rỡ đon đả chào mời: "Mua rau dùm con đi dì, đi bà. Con cảm ơn". Nó mừng như ai cho vàng cho bạc khi bà cụ sang trọng quay sang nói với cái dì phụ nữ đứng tuổi xinh đẹp: "Mua giúp con bé hết đi con, tự nhiên sao má thấy cảm tình nó quá, con bé có cái miệng duyên gì đâu á! Nè giấy một trăm ngàn nè con, có tiền nhỏ thối lại cho bà đi!"

- Bà với dì chờ con, con đi đổi. - Rồi nó lại quay sang bà Sáu bên cạnh như cầu cứu. Nay bà bán đắt quá, có cả mấy người đứng chờ. Không chần chờ nữa, Nhi vụt chạy đi...

Một góc chợ chợt ồn ào, có tiếng người đàn bà nào đó the thé cất lên: “Bà con cô bác ơi, có thấy con bé Nhi cháu ngoại bà Ba Tươi xóm Cây Quéo ngồi bán rau đắng góc nào không, nói dùm nó ngoại nó chết rồi”. Nhỏ Nhi lúc ấy đang cầm tờ giấy 100 nghìn đi đổi mấy chỗ mà ai cũng lắc đầu. Cũng dễ hiểu thôi, Tết nhứt người đi chợ đông như kiến ai cũng lo dự trữ tiền lẻ để thối, mà dù có đi chăng nữa cũng hổng ai có đủ thời gian cho nó đổi...

- Kìa con nhỏ về kìa. Trời ơi làm sao bây giờ, nó nghe chắc chịu không thấu với cái tin dữ này. - Tiếng một bà đi chợ cất lên.

- Cũng phải nói thiệt cho nó biết chứ, tội nghiệp con nhỏ nó mồ côi mồ cút, giờ ngoại nó cũng đi. - Bà Sáu tốt bụng cũng nói chen vào.

Nhi loạng choạng bước đi như người mộng du. Một bên là chị phụ nữ có lẽ nhà gần xóm đang kè vì sợ nó té. Mặt nó xám bệch và ràn rụa nước mắt như không còn chút sức lực, nó móc túi lấy tờ giấy 100 nghìn khi nảy đưa cho bà Sáu và thều thào nói:

- Bà Sáu ơi, lát nữa bà mua rau trở lại, bà lấy... dùm con 30 ngàn nghen bà, con đổi chưa được hay bà Sáu có bà đổi dùm con... Con về nhà liền... Ngoại ơi, sao ngoại lại bỏ con... mà đi hở ngoại ? - Chân nó khuỵu xuống héo rũ như một tàu lá.

- Ờ về nhanh đi con. Cơ khổ! Rồi bà quay qua nói với chị phụ nữ đang dìu Nhi:

- Vợ thằng Tính, sẵn về cùng đường mày đưa con Nhi về nhà nó dùm đi, rồi coi mà chỉ vẽ chuyện hậu sự ngoại nó. Bán xong tao về nhà rồi qua liền - Bà Sáu ngậm ngùi nói.

- Dạ để con đưa, tội nghiệp bà Ba, thương con Nhi quá, số nó khổ từ lúc lọt lòng. - Vợ anh Tính rơm rớm nước mắt, đưa tay quẹt lia lịa và nói.

*

Một đám ma không kèn không trống, người ta thường bảo đó là “đám ma nhà héo” của người nghèo. Căn nhà nhỏ bé lợp tôn, những bức tường xung quanh trơ mấy cục gạch bong tróc nham nhở cho thấy việc xây cất chấp vá tạm bợ của gia chủ không tiền bạc. Nhà ngoại Nhi đó. Mười năm trước trong tổ ấm này vẫn còn bóng dáng của người phụ nữ đã ngoài 30 tuổi, việc lao động cực khổ với công việc phụ hồ vất vả vẫn không tàn phá nổi sắc đẹp mặn mà của người phụ nữ nghèo khổ, người ta bảo "gái một con trông mòn con mắt" là vậy. Tai họa lại ập đến, trong một buổi đi làm phụ hồ, giàn giáo của ngôi nhà đang xây bất ngờ đổ sụp xuống khi mẹ Nhi đang chuyền thùng vôi vữa lên cao, anh thợ xây may mắn chỉ bị gãy chân, mẹ Nhi bị nặng hơn vì bị chấn thương nặng ở vùng đầu. Sau một tuần nằm thiêm thiếp ở phòng cấp cứu, mẹ Nhi đã vĩnh viễn ra đi. Nhi trở nên côi cút từ dạo ấy...

Dù là ngày giáp Tết, ai nấy bận bịu mọi việc nhưng bà con cũng nhín thời gian đến ngày một đông. Ai cũng biết ngoại Nhi vốn sinh thời tuy nghèo nhưng hay giúp đỡ bà con trong xóm lúc hữu sự. Người lo việc đào huyệt, người lo việc bếp núc các thứ. Ông Sư trụ trì chùa làng cảm thương hoàn cảnh nhà nó cũng vội vã đến tụng kinh cho kịp giờ khâm liệm và phát tang. Nhi với bộ áo xô trắng phủ phục bên quan tài ngoại, mắt nó ráo hoảnh, nó đã khóc quá nhiều từ khi nhận được hung tin, có lẽ nó không còn nước mắt để khóc nữa. Bà Sáu căn dặn Nhi lúc khâm liệm ngoại không nên khóc nhiều, nhất là không để nước mắt rơi trên xác người chết sẽ làm vong hồn họ vướng vít người thân mà không đi đầu thai được. Con bé 9 tuổi thơ ngây như nó không hiểu hết những điều cao xa hơn. Nhi chỉ hiểu một điều: nó là đứa bé không cha, mồ côi mẹ từ lúc còn tấm bé, nó chỉ quanh quẩn hàng ngày bên bà ngoại. Giờ đây ngoại không còn nữa và kể từ giờ phút này nó là con bé thật sự côi cút, không nơi nương tựa chơ vơ giữa cuộc đời này.

Tự dưng nước mắt nó ứa ra nhưng nó cố bậm môi lại để không bật khóc thành tiếng. Giữa tiếng gõ mõ cùng tiếng tụng niệm đều đều của sư thầy, trong làn khói nhang nghi ngút mờ ảo nó chợt thấy hình ảnh ngoại nó với bộ đồ trắng bay vút lên cao, ngoại còn mỉm cười và đưa tay vẫy vẫy với nó. Nhi chợt thảng thốt gọi hai tiếng: "Ngoại ơi!" rồi ngất lịm...

*

Nhi nhổ những cọng cỏ quanh mộ ngoại và vun đất vào gốc mấy bụi bông dừa cạn trước mộ. Vậy là từ ngày ngoại nó mất tính ra đã hơn tháng rồi... Nhi vẫn đều đặn tới trường đi học. Nó được cô giáo chủ nhiệm đưa vào danh sách đặc biệt quan tâm vì hoàn cảnh côi cút không còn người thân. Nhà bà Sáu chỉ cách nhà nó có vài chục mét thôi. Những đêm đầu bà và đứa cháu ngoại là con bé Lan học cùng lớp

Nhi sang ngủ cho ấm nhà ấm cửa. Hồi ngoại còn sống ngoại thường nói với Nhi là bà Sáu và ngoại Nhi có bà con xa. Chẳng biết bà con thế nào nhưng Nhi luôn xem bà như bà ngoại của mình. Bà chính là bà Tiên già tốt bụng hiện ra giữa đời thường để cứu giúp những người khốn khổ như nó. Ngoài giờ đi học ở trường, Nhi vẫn tiếp tục chăm sóc mấy liếp rau đắng sau nhà như lúc ngoại còn sống. Nó không phải cắt rau ngồi chợ như ngoại nó trước nữa. Bà Sáu đã bắt mối với một dì chuyên mua rau đắng biển bỏ mối cho mấy nhà hàng trên tỉnh. Thời buổi này, khi người ta đã quá ngán ngẩm những thứ thịt cá cao sang chứa quá nhiều đạm, thỉnh thoảng họ lại muốn tìm về những thứ rau dân dã như rau đắng, rau ngót, mồng tơi, càng cua,... bên đĩa kho quẹt tóp mỡ hay nồi lẩu mắm dân dã của thời nghèo khó...

Nhi lấy diêm đốt nhang cắm trước mộ ngoại. Nó thủ thỉ cùng ngoại, nó không muốn ai nghe hết ngoài bà cháu nó mà thôi: "Ngoại ơi, con đậu học sinh giỏi Toán vòng huyện rồi đó ngoại, cô giáo và nhà trường rất quan tâm con. Hội khuyến học của xã đã nhận trợ cấp học bổng cho con từ năm học này đến hết cấp Ba nếu con chịu học lâu dài. Ngoại ơi, mấy vạt rau đắng con vẫn chăm sóc tốt, con vẫn nhớ lời ngoại dặn cứ móc đất bùn dưới mương dừa vun vào là rau tốt hà, hạn chế dùng phân ure ngoại hén? Tiền thu từ mấy chục gốc dừa với tiền bán rau đắng con cũng đắp đổi qua ngày được rồi. Bà Sáu nhà bên rất lo cho con ngoại ạ! Bà bảo chờ cúng 100 ngày ngoại xong rồi xả tang luôn. Sau đó đem hình và bát nhang gửi ngoại vào chùa để các sư tụng niệm cho ngoại ấm áp. Vậy được hông ngoại?"... Nhi chợt ngước nhìn lên bầu trời, hương hồn ngoại có ẩn vào những đám mây trắng xốp kia không hay hồn ngoại đã chu du nơi chốn núi non vui vầy với tổ tiên. Nhi chợt nghĩ dù hồn ngoại nó ở đâu trên cõi đời này, ngoại vẫn nghe, thấu hiểu và phò trợ che chở cho đứa cháu ngoại côi cút như hồi ngoại còn sống...

*

Thấm thoát thời gian cũng đã hơn 4 tháng kể từ ngày bà ngoại Nhi mất. Nó cũng đã quen với những ngày tháng sống đơn độc côi cút nơi căn nhà nhỏ nhoi ngoại để lại. Nhi đã thi học kỳ 2 xong và sắp được nghỉ hè rồi. Con bé Lan cháu bà Sáu cũng thường hay lui tới với nó. Trưa hôm qua tình cờ đi học về, Nhi ngạc nhiên khi bà Sáu và một bà cụ rất sang trọng đang ngồi chờ nó trước cửa nhà. Nhi nhíu mày và nghĩ sao bà cụ sang trọng này nhìn mặt thấy quen quen. Bà cụ vỗ vai nó và nói: "Con nhớ bà không, bà là người mua rau đắng của con bữa chợ 29 Tết đó. Hôm đó bà lại lấy rau mới nghe bà Sáu nói về chuyện ngoại con mất đột ngột. Rồi bà với con gái vội vã về Sài Gòn. Nay bà mới có dịp về quê. Nảy giờ bà đã bàn kỹ với bà Sáu đây rồi, bà muốn nhận con làm cháu nuôi của bà, con sẽ làm con nuôi của dì Liễu con gái bà. Nó chồng chết sớm có đứa con gái nhưng bị bệnh mất lúc 7 tuổi. Bà và dì Liễu sẽ lo cho con ăn học tới nơi tới chốn. Nhìn con lanh lợi xinh xắn bà thấy cảm tình ngay khi mới gặp mặt... Hỏi ra tưởng ai xa lạ, nghe bà Sáu kể lai lịch mới biết ông ngoại con với bà là ông cố chung. Ối trời, chắc là duyên đưa đẩy đó con. Bà mong con suy nghĩ thêm rồi trả lời bà nghen con!"... Nhi thật sự xúc động khi nghe bà Sáu nói. Nó run giọng nói: "Sự việc bất ngờ với con quá, con sẽ bàn với bà Sáu đây rồi trả lời sau nghen bà."...

Chiều nay Nhi lại ra thăm mộ ngoại. Nó muốn nói với bà ngoại thiệt nhiều điều nhất là quyết định hệ trọng cho cả tương lai. Nhi có nên về sống với dì Liễu và bà Năm không hay ở lại sống côi cút một mình nhưng hàng ngày vẫn còn được gần bên mộ ngoại. Nó thì thầm với ngoại: "Con còn nhỏ quá ngoại ơi, thân con gái sống côi cút một mình về lâu về dài sao tránh khỏi những cạm bẫy. Bà Sáu, ông Tư kế bên nhà cũng đã nói như vậy. Gia đình bà Năm và dì Liễu sẽ là một tổ ấm cho con. Nhưng thú thật con không muốn xa ngoại, xa mấy liếp rau đắng mà ngoại đã trồng... Bởi vì hằng ngày con chăm sóc nó là con còn nhìn thấy hình ảnh ngoại như ngày nào. Con còn thương nó lắm ngoại ơi!" Bất giác Nhi lại rưng rưng nước mắt. Nó nhớ ngoại nó lạ lùng. Cơn gió nhẹ thổi qua vườn dừa nghe xào xạc. Gió lướt trên mấy liếp rau xanh mơn mởn như dợn sóng. Mấy cọng rau đắng dài ngoằng cao vượt phất phơ như múa. Qua làn khói nhang bãng lãng, Nhi chợt nghĩ ngoại nó đã theo cơn gió đi về và đang ở bên nó. Và có lẽ ngoại sẽ chứng chiếu cho quyết định hệ trọng của cuộc đời nó....

**Lâm Hiền An**

Điểm Sách

VŨ TRỌNG QUANG

## HẮN TRỞ VỀ TỪ ĐẤT "K" (*)

Hắn tên Lâm, tên đầy đủ Bùi Quang Lâm, liên tưởng đầu tiên Lâm nghĩa là rừng, nhưng có phải vì thế mà vận vào số phận của đào hoa đa tình:

*Anh yêu em anh yêu em như Rừng yêu thú dữ*
*Anh yêu em anh yêu em như tình cây với gió*

(Nhạc Phạm Duy, thơ Nguyễn Long)

Như vậy đó, tình yêu lứa đôi đến với hắn luôn mãnh liệt không bạo liệt. Cụm từ Rừng yêu “thú dữ” lạ lẫm độc sáng là một trải nghiệm đặc trưng: Thú đau thương chăng?

Hắn tự vẽ trào lộng chân tướng ở đầu cuốn truyện:

*Mặt mũi rằn ri mái tóc dài*
*Lằng nhằng ăn nói chẳng giống ai*
*Rảnh rang tìm bạn lai rai rượu*

Và liên tưởng thứ hai: Tóc dài bờm xờm râu ria rậm rạp làm tôi nhớ đến Kim Mao Sư Vương Tạ Tốn, một nhân vật trong tiểu thuyết võ Lâm, Đồ Long Đao Ỷ Thiên Kiếm (của Kim Dung), người giữ bí mật của thanh Đồ Long Đao, võ công cao cường với tuyệt kỷ Sư tử hống, nhưng đôi mắt lại bị mù; hắn thì không  mù, sáng mắt để nhìn rõ cuộc đời, trọng nghĩa khinh tài, ai bạn thân mật ai cần dập mật, hắn rạch ròi, có thể là chủ quan nhận định, nhưng đó cá tính cần thiết. “Lăng nhăng ăn nói chẳng giống ai” thái độ thẳng thừng không sợ mích lòng, thái độ của lá gan. Hắn mang ba-lô trên một cánh tay dáng vẻ lãng tử lãng mạn, ngoại hình xấu xí góc cạnh, giống như tài tử gạo cội của Pháp là Jean Paul Belmondo và của Mỹ Charles Bronson, cả hai đều nổi tiếng ở thập niên 60; đấy, xấu xí vẫn rực rỡ đấy.

Và liên tưởng thứ ba là nhân vật cá tính Từ Hải trong Truyện Kiều của Nguyễn Du:

Dọc ngang nào biết trên đầu có ai

Vào đầu năm Canh Tý một vụ án hình sự thảm khốc xảy ra tại huyện Củ Chi TP HCM, hung thủ là một công an đã bắn vào những người đánh bạc làm thiệt mạng 5 người, lẩn trốn và đã bị bắt. Trước 1975 tại hẻm Hiệp Thành đường Bến Vân Đồn quận 4 một vụ án tương tự giống nhau một cách kỳ lạ: Cũng vào đầu năm một cảnh sát bắn vào những người đánh bạc làm chết 5 người trong đó có một phụ nữ đang có thai, thủ phạm bị kêu án chung thân, nhưng đến 30/4/1975 nhà tù vỡ, gã nầy thoát. Quận 4 không phải đất lành, từng có vụ án Năm Cam tốn không biết bao giấy mực. Hắn sinh ra và lớn lên vùng đất không lành quận 4, nơi được bao vây bởi bốn bờ sông nước, nhưng không bị cô lập, hắn vẫn cư ngụ ở đó, đứng dậy và đi.

Hắn đi và ngồi xuống cầm chắc ly nhấp vị ngọt & vị đắng của

rượu tới giọt cuối cùng, chơi là chơi tới bến, từ cánh rừng xương máu đến ồn ào phố xá đến lặng thầm lề đường: "Rảnh rang tìm bạn lai rai rượu".

Tham dự cánh đồng chết chuyển dịch cuộc chiến, giã từ xuân hạ thu đông đến một mùa khác, tất cả khốc liệt cho vào ba-lô cân não chỉ mang theo tình yêu lứa đôi nồng nàn mạnh mẽ, tình thân bằng hữu nồng nhiệt. Bây giờ vẫy chào tay súng từ Đất "K" hắn trở về Đất Mẹ; tay trắng nhưng không vô ích, cầm cọ để vẽ (bìa 1 và 4 của truyện do tác giả thực hiện), cầm bút để làm báo, và xa hơn nữa đi vào vườn chữ. Hắn đam mê và tìm đến chỗ chưa biết, là bão bùng hay gió nhẹ, là khắc nhiệt hay dễ dàng.

Người ta có thể thù tạc đấu láo trên bàn nhậu, thù tạc tiếu lâm trong quán cà phê, thù tạc kiểu cọ nơi khuê phòng, nhưng không thù tạc trên vuông chiếu văn chương. Suy nghiệm làm sao kết dính những viên gạch, xây dựng thành bức tường, bốn bức tường để hoàn thiện ngôi nhà và hy vọng có nóc? Nghĩ sao viết vậy, không trau chuốt, viết như kể, chân thật một cách hồn nhiên, hắn không toan tính và không muốn thành một nhà văn. Có lần hắn dự định in một tập hợp gồm truyện, ký và thơ, hỏi người viết nên gọi tên thể loại gì, tôi cho hắn hai lựa chọn: tạp văn hoặc tạp bút; hắn chọn ngay tạp bút, đấy; hắn không muốn trở thành một nhà văn.

Và mọi thứ đã & đang chờ đợi hắn tiếp tục ở chỗ phía trước...

**Vũ Trọng Quang**

(*) Đất "K", Bùi Quang Lâm, NXB Hội Nhà Văn

Điểm Sách

# MỘT PHÚT TỰ DO &
# TRÒ CHUYỆN VỚI THIÊN THẦN

*Giới thiệu 2 quyển sách mới, phát hành từ trung tuần tháng 6-2020*

Tiểu thuyết **Trò chuyện với thiên thần**
Tác giả Trương Văn Dân- Nxb Tổng Hợp tpHCM 6-2020

… Trò chuyện với Thiên Thần là một tác phẩm văn học dành cho ai yêu quá đỗi đời này.

(Nhà văn **Đặng Châu Long**)

... Đây là một quyển sách để chúng ta dừng lại và suy nghĩ.

(Nhà văn **Elena Pucillo Truong**)

… Văn Trò chuyện với Thiên Thần giàu tính triết luận, tính luận đề gắn với những vấn đề mang tính thời sự sâu sắc,tiếp cận hiện thực đời sống con người từ nhiều điểm nhìn phong phú như triết học, khoa học, nhân học, văn học, xã hội học, sinh thái học… phù hợp với xu hướng toàn cầu hóa..

( **Trần Hoài Anh**, nhà lý luận phê bình văn học)

- … Tác phẩm là cuộc trò chuyện với một đứa bé nhưng thực ra nó là một " j'accuse " hay đúng hơn, là một bản cáo trạng chống lại thế giới mà chúng ta đang sống.

(Nhà văn **Kiệt Tấn**. Pháp).

- Nói với một nhân vật tưởng tượng
để nói với một tương lai hiện thực
về cái chết của văn hóa,
cái chết của tâm linh,
cái chết của con người,
cái chết của hành tin này,

tác giả hẳn sẽ nhận được đồng cảm tri âm bởi ông đã thắp lên một que diêm cho mỗi đêm buồn mất ngủ.

(**Nhật Chiêu**, nhà văn & nghiên cứu văn học)

... Nếu gọi đây là một giáo trình tổng hợp về nhân loại học như một "Bách khoa thư" về cuộc sống cũng không sai bởi mỗi lần trò chuyện của người cha với thiên thần nhỏ bé là một bài giảng bao chứa các vấn đề triết học, tôn giáo, đạo đức học, xã hội học; thậm chí cả những vấn đề về chính trị học, kinh tế học của thế kỷ 20 vắt qua hai thập niên đầu thế kỷ 21 như chiến tranh, toàn cầu hóa kinh tế, cách mạng tin học… Tôi tin sau khi tác giả hoàn thiện bản thảo và được xuất bản, tác phẩm sẽ có chỗ đứng lâu bền, sang trọng trên kệ sách của mỗi gia đình như một "Bách khoa thư" về cuộc sống dành cho con cháu sau này.

(**Vũ Ngọc Tiến**, nhà văn)

Tập truyện ngắn- Tạp bút **Một phút tự do**
Tác giả Elena Pucillo Truong, Nxb Tổng Hợp tpHCM 6-2020

Truyện nào cũng dung dị và có dư âm. Cũng dễ hiểu khi những truyện sâu sắc nhất nằm ở đáy ký ức và tâm hồn tác giả với bản quán, hay Paris, nơi in dấu của một nghiên cứu sinh. Trên hết, chúng ta nhìn thấy một trái tim hiểu biết, dịu dàng với một cách tư duy không như người Việt. Đó là điểm thú vị mà Elena Pucillo Truong muốn cống hiến.

(Nhà văn **Dạ Ngân**)

Hầu hết những truyện ngắn của Elena Pucillo Trương trong tập này đều thể hiện một đặc điểm quen thuộc của thể loại: nắm bắt cái khoảnh khắc của đời sống để làm hiện lên chân dung tinh thần và yếu tính tự do của con người.

(**Huỳnh Như Phương**)

Elena Pucillo Truong là một trường hợp văn chương thú vị, một từ trường cuốn vào mình một vài chất nào đó của Ý và mội vài chất của Việt. Chị là người Ý, sống ở Việt Nam, sống trong giao cảm với đất, nắng gió và người ở góc trời xa lạ mà thân thiết này, đơn sơ mà rắc rối này, bi cảm mà hay cười này…

Đầy cảm hứng, chị cầm lấy bút. Truyện ngắn và tản văn. Ở đâu cũng man mác một niềm giao cảm với Đời-như-một-hạnh-ngộ. Và Đông Tây hòa vào một giai điệu tình yêu.

(Nhà văn **Nhật Chiêu**)

Quyển sách được người đọc đón nhận bằng sự trìu mến và ngỡ ngàng. Trìu mến, trước tiên là do cách thể hiện nhẹ nhàng mà sâu lắng ở mỗi câu chuyện được kể, ở từng cảm xúc được ghi lại. Và ngỡ ngàng, bởi tác giả không chỉ là một tiến sĩ ngôn ngữ và văn học của trường Đại học Milano với trí tuệ và sự mẫn cảm của một người đàn bà phương Tây nồng hậu mà Elena còn là một cô dâu Việt.

(Nhà văn **Bích Ngân**)

Đọc truyện ngắn của Elena từ những bài đầu tiên, tò mò, thích thú, ngạc nhiên rồi xúc động với sự nhập cuộc nhanh chóng và cái nhìn nhân hậu của một tấm lòng đầy yêu thương mà Elena dành cho những mảnh đời bất hạnh trong nghịch cảnh trớ trêu. Của Millano. Của Paris. Của Việt Nam. Của những nơi chốn Elena từng đến, từng thấy và cảm nhận.

(TS. **Hoàng Kim Oanh**)

thơ

TỐNG THU NGÂN

## ANH CÓ VỀ ĐỒNG THẢO VỚI EM KHÔNG

Anh có về đồng thảo với em không
Tháng Sáu trời mưa, mưa hoài không dứt
Tí tách đêm buồn nhớ tiếng tắc kè kêu
Anh có về đồng thảo để thương yêu

Anh có về đồng thảo với em không
Giọt sương mai long lanh, lấp lánh
Ông mặt trời cũng vừa ra khỏi cơn mơ tuyệt đẹp
Vai mang gùi vào rừng mình cùng đi hái măng le

Rừng mùa này mật ong không ngon lắm
Nhưng những ổ nấm mối thì rất tuyệt vời
Và có cả những lá giang, lá giấm
Ta có cả một gùi rau rừng để ăn với mắm kho

Anh có về đồng thảo với em không
Rừng xoài của chúng mình đang thay lá
Những chiếc lá xanh non hò hẹn
Những chiếc lá làm duyên với đàn bướm trắng, vàng, xanh

Anh có về đồng thảo với em không
Những hàng cây sầu riêng ưu tư đứng đợi
Suy nghĩ làm gì, buồn chi tình đời thế sự
Những con chim chích chòe đang rộn rã bắt sâu

Anh có về đồng thảo với em hay đi đâu
Mùa mít chín hãy về cùng em đi hái
Quanh hàng rào hoa giâm bụt nở đỏ lung linh
Hoa vàng anh nở vàng phủ kín cổng nhà mình

Hoa giấy tím lượn quanh ngoài song cửa
Hoa mười giờ hò hẹn đã trăm năm
Trăng sáng lắm trong đêm hôm rằm
Và nhãn chín tỏa hương mùa say đắm

Về với em miền đồng thảo mênh mông
Hoa mướp nở vàng tung tăng cùng đàn ong thụ phấn
Em hái rổ mãng cầu đầy ắp nhớ thương
Hái bông so đũa nấu canh chua nặng nợ

Về miền đồng thảo ta trao duyên chồng vợ
Những hàng cau nặng trĩu buồng trái vàng, trái đỏ
Những dây trầu quấn quýt vàng mơ
Hai ta cùng nối lại những đường tơ...

thơ

PHAN VĂN HI

# HẠNH PHÚC ĐÂY RỒI AI BIẾT KHÔNG!

Ngày Chùa Tháp nướng mình trong nắng hạ
Đêm cởi trần chịu trận nóng bủa vây
Đời lang bạt luôn rày đó mai đây
Trời Chùa Tháp những ngày này nóng miết

Nóng quê nhà có làm em suy kiệt?
có làm hai con ngạt thở hụt hơi?
Cố vượt qua cố đứng vững trong đời
chờ gặp lại, ngày sum vầy sẽ đến

Xem ảnh đọc thư thân thương trìu mến
nghe mẹ con em trò chuyện với anh
bờ môi ánh mắt thân tâm thiện lành
mấy dáng đứng như bền gan trước gió
ngã chỗ nào đứng lên ngay chỗ đó
đứng thật vững vàng tồn tại có nhau

Nhờ gió mây chuyển thương nhớ dạt dào
chuyển những nụ hôn lên môi lên má

Vào một sáng trời chói chang nắng hạ
từ ngoài xa đã có tiếng ai la
thở hổn ha chú lao thẳng vào nhà
tay phất phất miệng vỡ òa khan khản
giọng chú Tâm líu ríu mỗi một câu
"có thư chị hai và các cháu"
Vồ lấy ngay! Tim rộn ràng như pháo
tay vụng về khấp khởi mở ra xem
ngốn một hơi như đứa bé chết thèm
rồi đêm đến miệt mài anh nhai lại

Thư con trai viết rạch ròi thư thái
hai mươi tuổi rồi ý sống dâng cao
hạ quyết tâm sống chân thật tự hào
dang rộng vòng tay nhẫn nhu hòa ái

Thư con gái ngắn, giản đơn trôi chảy
bảy tuổi rồi nét chữ thật dễ thương
lời lẽ nồng nàn thương nhớ vấn vương
học tốt hiền ngoan thiện lành trung thực

Thư em viết như lửa chia hừng hực
rót vào lòng khúc bi tráng tâm ca
trải lòng cho không quản ngại phong ba
góp sức mọn ta hòa cùng biển cả

Lửa Chùa Tháp nay dường thôi hối hả
cỏ cây hoa lá chợt dậy hồi sinh
én bay về từ xa lắc dặm nghìn
Nhiệm mầu thay giữa đời thường phép lạ!

Xuân đã về đây một ngày cuối hạ
HẠNH PHÚC ĐÂY RỒI AI BIẾT KHÔNG!

thơ

TUYẾT BĂNG

## SÀI GÒN LIKE

Sài Gòn không cạn gió
Nắng mê man dư dả những hàng me
Không có mùa hoa riêng
Nên cứ tự do nghe hương nàng Thạch Thảo
Nếu ai đó có thời nông nổi
Làm sao quên lá đổ bóng Hôn tàn

Em tóc thề buông những cao sang
Không phấn son chỉ cười thôi đã đủ
Như kẻ say
Uống trộm bóng Trăng Hàn

Cứ Sài Gòn nên chẳng muốn sang trang
Có thể chia nắng chia mưa
Chia dòng sông ấm áp
Đừng chia ta lạc bước nhé Sài Gòn.

*2/3/2020*

## BÍ ẨN!

Cứ mãi là
bí ẩn nơi anh
Em trang sách anh mọt tìm khám phá
Đêm đốt thuốc vàng ánh trăng mệt lả
Những dòng nghiêng
Càng thỏa sức tang bồng

Em vẫn là bí ẩn dấu canh thâu
Thắp tim anh rộn nhàu nhung nhớ
Em như gió
Nhắc hồn anh trăn trở
Em hiền ngoan
Khi xếp lá anh nằm
Em dịu dàng
Mơn trớn chiếc môi thơm
Tay níu lại
Em tan vào trống vắng

Anh lại nhủ
Có khi nào trong mộng
Trong ly cay trong giọt cuối nồng nàn
Anh dại khờ như một đứa trẻ ngoan
Nhớ lời mẹ dịu dàng ru ngủ sớm
Em bí ẩn đến trong anh thầm kín
Ngàn năm sau
Anh vẫn mãi đi tìm...

thơ

HOÀNG LYNH

# ĐỌC THƯ MẸ (*)

”Sao con không về: Mùa sen nở
Bên tách trà sen lúc hừng đông
Ăn cá nục kho và canh mướp
Nhớ thuở mà con... chưa lấy chồng!

Mùa này lá me non nhiều lắm
Mình hái thiệt nhiều, làm gỏi dông
Mẹ làm món dông xào sả ớt
Cay cay, ăn cho ấm trong lòng.

Mùa này cà tím non mơn mởn
Hái luộc, mình ăn với mắm nêm
Con ơi, nhiều món ăn dân dã
Mẹ nhắc là con sẽ thấy thèm...

Rồi Mẹ lại nấu canh bông bí
Với lá chùm ngây hái ngoài vườn
Mồng tơi và ít rau đay(*) nữa
Một bát canh đầy, thơm thật thơm...

... Cuối hè về nhé, con về nhé
Mẹ nấu cho con canh dưa hồng
Mẹ mua cá rựa rồi hấp chả
Đọc thư, con hỡi, có... ghiền không ”

*Sài Gòn, 17/07/2019*

(*) Ý thư Mẹ tôi.
(*) Rau đay: Quê HL gọi là rau nhớt.

thơ

BÙI THU PHONG

## BÂNG KHUÂNG CHIỀU THÁNG SÁU

Trời tháng Sáu mưa chiều rơi nỗi nhớ
Lạnh cung đàn nhịp thở trái tim yêu
Cứ bâng khuâng chẳng quản ít hay nhiều
Nghe lá rụng buồn thiu trong ngõ vắng

Ngày thứ Bảy trưa hè vương vãi nắng
Ngắm mây chiều phủ kín nhuộm hồn ai
Người xe đông nồi cả một đường dài
Em vẫn mở mắt nai chờ ngóng đợi

Thoáng bóng hình ngỡ rằng anh đã tới
Cuối tuần cùng tưới mát giọt yêu đương
Cà phê thơm ngọt bởi cách pha đường
Bao mặc cảm chán chường tan phút chốc

Em vẫn biết đôi lần anh giả ngốc
Để ân tình hoà quyện giữa hai ta
Cuộc đời này đâu chẳng thiếu phong ba
Nên tháng Sáu nhạt nhoà mưa với gió.

*6/6/2020*

thơ

TRẦN XUÂN MỸ

# KHÔNG ĐỀ

Nhớ thương trả lại cho đời
Vài giây phút nữa tôi... người chia tay
Mai rồi sẽ khác hôm nay
Chìm trong hư ảo còn hay hớm gì
*
Ước mơ từ tuổi nhu mì
Bẽ bàng phần số cười khì được sao
Thương mình kiếp phận lao đao
Hữu danh vô thực hư hao một đời
*
Vấn vương nào bởi do trời
Mà do mê đắm những lời dối gian
Má hồng thua kế sài lang
Vài lời ngọt mật tan hoang hết rồi.
*
Giờ đây hết đứng lại ngồi
Trông ngày mau tới, trông đêm mau tàn
Trông xa như có mưa ngàn
Nhìn gần chợt thấy bàng hoàng lệ rơi.

MỖI KỲ
GIỚI THIỆU
MỘT TÁC GIẢ

# SỸ LIÊM

Nhận Định

NGUYỄN THÀNH

# QUÁI KIỆT SỸ LIÊM

Sỹ Liêm tên thật là Hà Sỹ Liêm, sinh ngày 10-4-1963 tại Sài Gòn. Là con trai duy nhất trong một gia đình có 9 chị em, cha anh nhà văn Sĩ Trung (Hà Sĩ Trung, một cây viết tiếng tăm từ những thập niên 60 với một gia tài văn chương đáng nể hơn 50 tác phẩm thuộc thể loại truyện dài...)

Sỹ Liêm là cháu của nhà văn Nguyễn Thị Thụy Vũ, nhà văn Hồ Trường An, nhà văn Ngọc linh và có họ hàng với nhà thơ Thiên Hà.

Năm 1979, Sỹ Liêm cùng gia đình qua định cư tại Pháp và khởi nghiệp văn chương từ đây...

Xuất thân từ dòng dõi con nhà nòi, thừa hưởng gien di truyền từ cha, Sỹ Liêm còn là học trò của nhà văn Duyên Anh và nhà văn Mai Thảo.

Anh vừa viết văn, vừa sáng tác thơ. Giai đoạn đầu anh viết truyện ngắn nhiều hơn, sự khởi đầu lắm gian nan, có giai thoại tôi được nghe anh kể lại.

Lần đầu tiên anh viết một truyện ngắn đưa cha anh xem, ông xem qua rồi vo tròn quăng vào sọt rác mà chẳng nói gì mà anh cũng chẳng dám hỏi nhưng tự hiểu vì sao. Sỹ Liêm lại viết một truyện khác, năm lần bảy lượt đều bị như vậy. Không nản chí, anh sáng tác tiếp cho tới một lần cha anh cầm bản thảo một truyện mới, đọc rồi gật gù, chỉ nói gọn mấy câu: "Gởi đăng báo đi".

Sỹ Liêm gởi truyện đó cho một tòa soạn báo Việt tại Pháp và được đăng, anh phấn khởi viết tiếp tục và truyện của anh ngày càng cộng tác thường xuyên hơn trên các báo, từ đó tên tuổi anh dần được định hình. Khởi viết từ năm 1985, cộng tác cùng nhiều nguyệt san ở hải ngoại: Làng Văn, Văn, Văn Học, Văn Uyển, Hợp Lưu, Nắng Mới, Chiến Hữu… với bút danh Sỹ Liêm, Tú Bì.

Lối viết của Sỹ Liêm chịu ảnh hưởng của nhà văn Hồ Trường An, nhà văn Duyên Anh nhiều hơn nhà văn Sỹ Trung, nhưng mang một tính cách riêng khó lẫn.

Về thơ, Sỹ Liêm ảnh hưởng khá nhiều nhà văn Mai Thảo với thể loại thơ bảy chữ, chỉ riêng thơ lục bát mới là thế mạnh riêng biệt của anh. Anh luyện được Giáng long lục bát chưởng từ nhà thơ Luân Hoán.

Tác phẩm truyện ngắn đã xuất bản tại Hoa Kỳ:

1. *Tình nghĩa thầy trò.*
2. *Những mảnh đời chấp vá.*
3. *Những cây bút miền Nam* (In chung)

Được cộng đồng người Việt tại hải ngoại đón nhận, riêng tập truyện ngắn *Những mảnh đời chấp vá* được biết đến nhiều nhất. Có một phần hấp dẫn do cặp chữ "chấp vá". Khi sách phát hành, nhiều bạn văn chương đã bàn tán về chữ "chấp vá" này, ai cũng nghĩ một cuốn sách đã phát hành thì không thể có những sai sót, nhất là lỗi chính tả ở ngay bìa chính, mọi người đều khẳng định phải là "chắp vá" mới đúng. Sở dĩ, bạn văn chương nghĩ vậy vì bản thân Sỹ Liêm định cư ở nước ngoài từ khi còn nhỏ, tiếp tục học hành theo chương trình đào tạo bản xứ bằng ngôn ngữ Pháp, nên tiếng Việt anh thường lẫn lộn các dấu nhất là các chữ có dấu "hỏi", "ngã". Mà hình như anh nhầm lẫn về chữ "chấp vá" thật, nhưng nhà văn Duyên Anh thì bảo cứ để vậy và đợi đến khi mọi bàn tán lắng xuống, ông mới bảo Sỹ Liêm giải thích chữ "chấp vá" có nghĩa là "chấp nhận sự vá víu", thật là bản lĩnh của người dày dạn trong sự nghiệp văn chương...

Những cuốn sách đã xuất bản mà tôi đã nêu ở trên tôi chưa đọc, nên không thể đề cập đến nội dung. Từ khi anh trở lại định cư ở Việt Nam năm 2003, anh đã xuất bản trong nước:

- *Ví dầu tình bậu muốn thôi* (Tuyển tập truyện ngắn – NXB Văn hóa - Văn nghệ, 2015)
- *Em là lác thẩm đại văn chương* (Thơ – NXB Hội Nhà văn – 2015)
- *Theo ta chữ nghĩa lên trời lãng du* (Thơ - NXB Hội Nhà văn – 2016)

- *Hất chữ lên trời* (Thơ - NXB Hội Nhà văn – 2019)

Ai đọc *Ví dầu tình bậu muốn thôi* cũng cười rưng rứt suốt từ đầu đến cuối truyện, nhưng đằng sau nụ cười là những nỗi đau xâu xé của những cảnh đời ngang trái không chỉ từ trong xã hội ta đang sống mà cả những thân phận nhỏ bé nơi xứ lạ quê người.

Để hiểu rõ hơn xin mời quí bạn đọc lời bạt của truyện được chấp bút bởi nhà văn Nguyễn Tấn Hưng đã viết từ Winston-Salem.

Về thơ, khi tái định cư tại Việt Nam, Sỹ Liêm không sáng tác truyện nữa, chỉ sáng tác thơ. Anh thường tâm sự với tôi viết truyện cần đầu tư kiến thức, sự trải nghiệm và thời gian..., sẽ viết lại, nhưng không nói là lúc nào. Từ khi về Việt Nam, anh mở công ty Bất động sản, việc kinh doanh bận rộn nên anh không tập trung viết được, chỉ sáng tác thơ.

Thơ Sỹ Liêm ấn tượng cách dùng từ, chữ không lạ nhưng cách xếp đặt chữ biến tấu ở các vị trí trong những câu tám chữ thể loại thơ lục bát khiến nổi bật những suy nghĩ, những trăn trở... mà anh muốn gởi gắm. Sỹ Liêm được biết đến khá nhiều trên các trang thơ mạng Facebook, được bạn đọc hâm mộ gọi bằng biệt hiệu "Quái kiệt" hay "Phù thủy lục bát".

Có lẽ ảnh hưởng Tây phương, nên một số bài thơ anh dùng những từ trần trụi lột tả hết cái đau đớn của thân phận con người, ở Việt Nam không nhiều người quen cách dùng chữ như vậy nên có phần dị ứng. Thí dụ: trong tập thơ "Theo ta chữ nghĩa lên trời lãng du" có bài thơ "Em đĩ" (xin không trích dẫn) đã bị nhà xuất bản gác lại.

Khi bài thơ này được phổ biến trên trang Facebook đã dấy lên sự phản biện hai chiều. Đa số ủng hộ cách dùng từ "em đĩ" vì nó nói hết được thân phận cùng cực của những người con gái lỡ vướng vào con đường buôn hương bán phấn, một số ít thì cho là phản cảm và đề nghị đổi thành từ "em gái", nhiều người đã góp ý từ "em gái" chẳng nói lên được điều gì có khi còn đánh đồng hết thảy các thân phận nữ, riêng tôi cũng thấy vậy, dùng từ "em đĩ" hợp cảnh hơn.

Sỹ Liêm còn có bài thơ "Đừng tưởng" tổng cộng 52 câu sáng tác ở Pháp từ lúc còn trẻ. Hơn 20 năm sau bỗng rầm rộ trên mạng, ban đầu ai cũng nghĩ là của thi sĩ Bùi Giáng, khi gia đình thi sĩ Bùi Giáng xác nhận ông không có sáng tác bài thơ này thì bài thơ "Đừng tưởng" được xác nhận bản quyền là của tác giả Sỹ Liêm. Nhưng năm 2016, có một tay tiến sĩ ở Hà Nội nhận là của mình nhưng chỉ có 12 câu, ông này nói là viết tiếp một bài thơ khác của một người bạn đã đăng trên báo... Việc tranh chấp tốn khá nhiều giấy mực, tuy nhiên Sỹ Liêm không quan trọng lắm..., anh nói anh còn nhiều bài thơ hay khác, nên anh không quan tâm, rồi mọi việc cũng lắng dần.

Tháng 9/2017 Sỹ Liêm đưa gia đình trở lại định cư ở Pháp, từ Pháp anh giao cho tôi phụ trách xuất bản thêm tập thơ *Hát chữ lên trời,* do tôi và cháu Nguyễn Quốc Vỹ phụ trách soạn thảo và thực hiện các công đoạn. Để hiểu rõ tính cách thơ của Sỹ Liêm, mời các bạn xem bài nhận định thay lời tựa của tay viết trẻ Nguyễn Quốc Vỹ dưới bút danh Vy Thượng Ngã, một bài nhận định khá tinh tế và sâu sắc, phản ảnh rõ nét cá tính thơ của Sỹ Liêm. Cũng xin được nói thêm, Nguyễn Quốc Vỹ là người rất cẩn thận lưu giữ những bản thảo truyện và thơ của Sỹ Liêm, nếu không thì đúng theo cái nghĩa "Theo ta chữ nghĩa lên trời lãng du", nói thật, nhiều khi nhớ một bài thơ nào của Sỹ Liêm, hỏi anh, anh cũng chẳng biết bài thơ đó cất ở đâu. Có lẽ nó cũng lên trời lãng du luôn rồi...

Đằng sau sự thành công của nhà văn Sĩ Trung và sự nghiệp văn chương của nhà thơ, nhà văn Sỹ Liêm, không thể quên được sự hỗ trợ và hy sinh thầm lặng của cô Hà Ngọc Tuyền, một người vợ và một người mẹ tuyệt vời đã luôn sát cánh và góp phần thành công bên sự nghiệp văn chương của chồng con. Cô luôn dành một khoảng riêng bất khả xâm phạm cho nhà văn Sĩ Trung với sự đồng cảm sâu sắc và thấu hiểu cho người theo đuổi sự nghiệp văn chương, tâm hồn đi mây về gió... với Sỹ Liêm cũng thế, không có ngoại lệ.

Hiện nay cô đã ngoài 80, nhưng vẫn con minh mẫn. Cô thường đọc thơ cho tôi nghe nhiều bài thơ mà cô nhớ của Sỹ Liêm, Mai Thảo, Nguyễn Bính... và kể những câu chuyện trà dư, tửu hậu của nhà văn Sĩ Trung với các bạn văn chương tên tuổi một thời. Hướng tới cô muốn tôi thực hiện cho cô một cuốn hồi ký về những gì mà cô đã kể cho tôi nghe và còn rất nhiều chuyện vui khác. Tôi đang háo hức chờ đợi nhận nhiệm vụ nảy...

NGUYỄN TẤN HƯNG

# BẠT
# VÍ DẦU TÌNH BẬU MUỐN THÔI

Với những ai khác thì sao tôi không biết, chớ riêng tôi, được đọc bản thảo và viết bạt cho một tác phẩm, kể ra, phải nói đó là một hân hạnh không nhỏ cho người cầm bút. Nhất là khi viết bạt cho một tác phẩm đầu tay của một bạn văn mà mình yêu mến. Đó là trường hợp giữa Sỹ Liêm và tôi.

Sỹ Liêm là một tay bút miền Nam, với văn phong miền Nam rõ rệt, cho nên cũng cần nhắc sơ qua các cây bút miền Nam để ít ra thấy được ví trí của anh trong bút nhóm này, và sau đó, trên văn đàn hải ngoại.

Nếu tính theo tuổi tác thì những người chào đời vào thập niên 21-30 trở về trước còn cầm bút sang tác, và đôi khi sang tác mạnh nữa là khác, thì có Phạm Thăng, Thừa Phong, Xuân Tước, Xuân Vũ. Lớp sinh ra vào khoảng 31-40 thì có Anh Văn, Hải Bằng, Hồ Trường An, Huỳnh Hữu Cửu, Hứa Hoành, Kiệt Tấn, Lê Bảo Trân, Nguyễn Thị Long An, Nguyễn Văn Sâm, Sĩ Trung, Thụy Khanh. Lớp đầu thai trong thời chinh chiến từ 41-50 có Ngô Văn Thọ, Nguyễn Bạch Mai, Nguyễn Đức Lập, Nguyễn Tấn Hưng, Nguyễn Văn Ba, Phùng Nhân, Trần Thị Kim Lan, Võ Kỳ Điền, Ý Ngôn, và mới đây còn có… Hồng Lan. Lớp sanh sau đẻ muộn hơn một chút, từ 51-60, có Cao Bình Minh, Hoàng Du Thụy, Ngô Nguyên Dũng, Nguyễn Lê Hồng Hưng, Nguyễn Thị Ngọc Diễm, Nguyễn Thị Ngọc Nhung, Phan Thị Trọng

Tuyến, Trần Kim Vy, Trần Long Hồ, Vũ Nam. Và sau cùng, lớp chào đời trễ nữa, từ 61 trở đi, thì duy nhất, có lẽ chỉ có mỗi một mình… Sỹ Liêm, con của tiểu thuyết gia nổi tiếng Sĩ Trung mà thôi. Đồng lứa, đồng thời với Ngọc Khôi và Trần Vũ, hai bầu bạn thâm giao cùng với anh trên đất Pháp.

Với tôi, Sỹ Liêm đã tỏ ra rất thân tình qua những lần thư từ, điện thoại xuyên Đại Tây Dương. Và có lẽ vì vậy mà anh giành cho tôi cái nhiệm vụ đề bạt cho đứa con tinh thần đầu đời của anh chăng?

Tác phẩm: "*Ví Dầu Tình Bậu Muốn Thôi*" gồm mười truyện ngắn *Ví Dầu Tình Bậu Muốn Thôi, Đau Đớn Phận Già, Trăng Xế Đèn Mờ, Giựt Giàn, Thương Nhớ Một Tờ, Xứ Lạ Quê Người, Tình Buồn Câu Vọng Cổ, 425 Quan, Tình Nghĩa Thầy Trò* và *Con Chim Thời Tiết*. Phần lớn các truyện ngắn này đã được đăng tải trên các tạp chí văn học nghệ thuật thuần túy đứng đầu như *Làng Văn, Văn, Văn Học*.

Nếu cho rằng "đọc văn biết người" thì trường hợp Sỹ Liêm cũng không thoát ra khỏi thông lệ đó, mà trái lại còn hằn lên đậm nét, vì hầu hết truyện của anh đều có tính chất sống thực giống như tự truyện. Qua tác phẩm *Ví Dầu Tình Bậu Muốn Thôi* chúng ta thấy anh là một con người chân thật, quả cảm, *chưa làm mất gia phả miền Nam* (truyện ngắn *Giựt Giàn)*, giàu sức chịu đựng, luôn luôn chống chọi cùng nghịch cảnh với thái độ canh cánh bên lòng câu: "*Kiến nghĩa bất vi vô dỏng giả. Lâm nguy bất cứu mạc anh hùng*". Và anh cũng đã từng không quên lời thầy dặn, dốc tâm sống theo kiểu: *Nghèo cho sạch, rách cho thơm. Trọng nghĩa khinh tài. Sau này công thành danh toại thì phải khiêm nhường với mọi người chung quanh. Nghe khen đừng nên mừng vội và chê cũng đừng lấy đó làm buồn. Tiền bạc, vật chất là phù du ảo ảnh. Có đó rồi mất đó. Chỉ có cái tình là còn lại///* (truyện ngắn *Tình Nghĩa Thầy Trò)*.

Với tôi, nhà văn có tầm vóc không thể hình thành trong bóng mát, tháp ngà mà chỉ có thể và phải được hun đúc, dày công tu luyện trong trường đời đầy sóng gió. Trong chiều hướng đó, bằng một vốn sống dồi dào ngay từ thuở nhỏ cộng với một giọng văn trong sáng, gẫy gọn, dí dỏm, dễ đọc, dễ hiểu, cũng như những nhận xét tỉ mỉ tinh vi, sự thấu đáo tâm lý nhân vật kẻ trẻ người già, đàn ông lẫn đàn bà, và một bụng ca dao bình dị mộc mạc… Sỹ Liêm đã đưa vào tác phẩm đầu tay của mình một dàn trải sâu rộng về xã hội và bối cảnh lịch sử Việt Nam ở vào cuối thế kỷ 20. Qua mười truyện ngắn tiêu biểu này, độc giả sẽ buông mình vào cảnh giới êm ả và tâm tình hiền hòa của người miền Nam, để dễ dàng nhận ra sự biến dạng của thế thái nhơn tình, của trò đời bạc bẽo, khi mà con người ta phải sống bấp bênh trong một xã hội còn nhiều nhiêu khê hoặc bắt buộc phải trôi nổi theo kiếp ly hương. Tuy nhiên, chính trong những hoàn cảnh đau thương đó, những đóa hoa tâm cảm của cuộc đời, những cái *"chỉ có cái tình là còn lại"* đó, mới có dịp nghiệm chứng và đã lặng lẽ, âm thầm, bàng bạc nở ra trong tận cùng bóng đêm tăm tối.

Cái *"tình"* đó là gì? Ở đây, theo tôi, có lẽ tác giả đã muốn nói đên nhiều thứ lắm!

Phải chăng đó là *tình nghĩa vợ chồng?* Với sự hy sinh vô bờ bến và lòng thủy chung gắn bó đối với chồng con của người phụ nữ Việt Nam, cho dù người chồng có phản bội mình đến thế nào đi nữa, rằng: *Nhưng tánh cô hiền lành không muốn có chuyện rùm beng e thiên hạ chê cười. Cô ráng cắn răng chịu đựng không than phiền, đánh ghen tùm lum tùm la, xấu hổ cho chồng con. Cô chỉ biết cầu trời khấn Phật cho cậu Ba Đực trở về với gia đình...* (trong *Ví Dầu Tình Bậu Muốn Thôi).* Hoặc qua sự thương yêu, đùm bọc, hủ hỉ có nhau ở cái tuổi tóc bạc da mồi, cô đơn tẻ lạnh nơi xứ tạm dung, vì: *Từ ngày di tản sang Tây, xứ người đâu còn như bên nhà, tình lối xóm láng giềng mất hẳn. Ai ở nhà nấy. Lỡ gặp thì gật đầu cho có lệ chớ thân thiết gì. Sáng bảnh mắt ra thì mọi người đã đi làm, chẳng ai có thì giờ để ý đến ai. Thậm chí có những người ở cùng một chung cư mà không bao giờ thấy mặt nhau. Ông bà Tám sang đây thấy cảnh tình như vậy mà phát ớn...* (trong *Xứ Lạ Quê Người).*

Phải chăng đó là tình cha mẹ con cái? Đã không còn nguyên vẹn trong vòng lễ giáo, kính cha hiếu mẹ như ở quê nhà, mà là phải thay đổi, hội nhập, và lắm khi phải chịu đựng trước sự đồng hóa mãnh liệt của nếp sống và văn hóa mới trên quê hương thứ hai, bởi vì: *Bà Năm The sống mà tâm hồn như người chết. Bà lại đi ra, đi vào than vắn, than dài. Có cái ti-vi mà bà đâu có bao giờ rớ tới. Bà có hiểu tụi nó nói cái gì ở trỏng đâu nè. Tối ngày bà cứ ôm cái máy cassette nghe toàn là cải lương, hồ quảng. Nghe đã rồi bà khóc, khóc đã rồi bà nghe. Nhiều lúc bà thấy bà giống như một con ở của cô Hai Lượt. Bà nấu cơm cho nó ăn, nó còn chê mặn, chê lạt. Ăn xong nó không thèm dọn xuống phụ, nó xách mông đi lại ghế sa long nằm dài, nằm ngửa coi ti-vi, mặc cho bà Năm dọn dẹp, rửa chén. Bà Năm The cũng đâu có thèm phàn nàn. Bà thương con, thấy con làm cực khổ, bà sẵn sàng phụng sự "má chồng" của bà. Cô Hai Lượt thật là tệ lậu hết sức. Thấy mẹ mình già cả như vậy, đáng lẽ phải chính tay cô làm mới đúng. Chớ đâu để... Thiệt là hết chỗ nói!* (trong Đau Đớn Phận Già).

Phải chăng đó là tình bằng hữu? Trong tuổi trẻ vui đùa, thèm làm chuyện "anh hùng tử chớ chí hung nào tử", để lắm lúc không ngần ngại hy sinh tấm thân ốm yếu của mình cho những bầm dập roi đòn, tại vì: *Trong lòng đứa nào cũng dậy cao ngọn sóng tham lam: phải giựt cho bằng được mấy cỗ số lớn nhứt. Đó là của tao, của riêng tao. Dù bị đạp chết giữa cuộc giựt giàn tao cũng chịu! Chiến thắng và trở thành "anh hùng" hay chiến bại, hóa ra vô dụng, gà chết đều do nơi kết quả của trận chiến giựt giàn sắp nổ ra trong chốc lát nữa đây. Khỏe mạnh, to như con trâu cui, như bò mộng chưa đủ. Gầy yếu mà gan lì, giỏi chịu đựng sự đau đớn dưới hàng tấn thịt người và dám đánh nhau với các tay du đãng, đủ những đặc tánh đó mới trở thành anh hùng.* (trong *Giựt Giàn*). Hoặc một mình cô đơn nơi gác trọ trên xứ lạ quê xa, gặp lúc kẹt tiền đóng tiền nhà mà không tìm đâu ra bè bạn, để phải lao đao lận đận: *Tính tới, tính lui, tính hoài, tính mãi cũng chưa tìm ra biện pháp nào hữu hiệu, an toàn hơn là đi mượn. Nói thiệt đi mượn là một điều đau khổ cho tôi vô cùng. Có thể nói đó là một điều nhục nhã cho tôi thì đúng hơn. Nhưng giờ phút này, đã một tây rồi, ngày mai là bà chủ nhà sẽ gõ cửa phòng tôi cộp cộp. Nếu tôi không thanh toán đúng kỳ hạn, bà sẽ không ngần ngại gì mà mời tôi đi. Không và không, tôi không để cho người Tây họ khi dễ người Việt Nam mướn phòng mà không có tiền trả. Trong hai cái nhục, tôi phải chọn cái nhục là đi mượn. Mà mượn ai?* (trong *425 Quan*).

Phải chăng đó là tình thầy trò? Để cho thấy một gần gũi, thương mến, thông cảm lẫn nhau giữa thầy và trò như hai người bạn đồng hành tay trong tay trên một đoạn đường khó khăn, khổ ải ở cõi đời này (phảng phất cái hơi hướm buồn buồn kỷ niệm của hai bạn đồng môn trong *Tình Nghĩa Giáo Khoa Thư* của Sơn Nam), bằng cái nhập đề bâng khuâng diệu vợi:

*Mấy năm qua, cứ mỗi lần Tết sắp đến, tôi nhận được tấm thiệp Xuân của thầy Năm từ bên Texas gửi qua Pháp cho tôi. Tấm thiệp đặc biệt, do chính tay thầy vẽ. Năm đầu, thầy vẽ một cậu trai mới lớn, khuôn mặt giống như khuôn mặt tôi đang vịn cành mận hồng đào sai trái. Năm thứ hai, thầy vẽ cậu trai đó ngồi vá vỏ xe đạp dưới gốc mận hồng đào. Năm thứ ba, thầy vẽ cậu trai đó xách giỏ mận đi bán. Kèm cái hình vẽ luôn luôn là chữ Cung Chúc Tân Xuân tô kim nhũ lóng lánh.*

*Năm thứ tư, thầy vẽ cái dĩa đựng bốn trái mận và thầy ghi trong tấm thiệp: Cô em và hai em của em đã vượt biển đến trại Songkla, thầy đã bảo lãnh cô em đến Texas rồi.*

*Năm nay thầy vẽ cái dĩa đựng đến năm trái mận. Tôi đoán là cô tôi sắp có thêm tí nhau nữa. Quả vậy, thầy cho biết cô đang mang bầu.*

*Thầy trò tôi gửi thư cho nhau rất ít, nhưng thư nào cũng dài như một truyện ngắn....* (trong *Tình nghĩa Thầy Trò)*.

Phải chăng đó là tình gia đình thân tộc? Giữa cậu cháu, bà con xa với nhau, cho dù có xấu xa ghẻ lở đi nữa, chỉ vì một sở thích chung không thể thiếu được: *Xuyên qua ánh trăng mờ nhạt, tôi thấy cậu Tờ cắt từng miếng xoài xếp hàng lên dĩa bàn. Cậu một miếng, tôi một miếng chấm nước mắm đường. Tiếng xoài tượng vỡ giữa hai hàm răng nghe thật dòn. Vị chua chua cộng với vị mặn mặn, ngọt ngọt, cay cay làm tôi ngây ngất. Vừa nhai vừa hít hà, tôi nghe khẩu vị mình trào dâng một cảm giác đê mê lạ lùng. Thoáng một cái hai cậu cháu đã nuốt gần hết trái xoài tượng lớn bằng cổ chân. Cậu Tờ nhường cái hột cho tôi. Chấm hột xoài vào nước mắm đường đặc kẹo, tôi cạp sạch đến tận vỏ cứng của nó. Cậu Tờ bảo tôi đưa hột xoài cho cậu rồi cậu túm hết vỏ xoài đi thẳng ra ngoài vườn.* (trong *Thương Nhớ Một Tờ)*.

Phải chăng đó là tình đồng nghiệp? Chỉ có trong cảnh buôn bán chợ trời? Tuy nhiên, cho dù khổ cực, gian truân thế nào đi nữa họ vẫn luôn tìm cách đùm bọc, giúp đỡ lẫn nhau, nhờ vào món hàng đặc biệt: *Từ ngày mua được con chim thời tiết, dân bán chợ trời thoát được cái cảnh trời mưa bất thường. Tôi thường lấy bài "Tương tư" của Nguyễn Bính mà cảm đề như thế này:*

*Chợ trời buôn bắc, bán đông*

*Một người ngồi bán, ngồi trông mọi người*
*Nắng mưa là bệnh của trời*
*Con chim thời tiết biết trời nắng mưa.*

*Cứ hễ con chim đổi màu hường, tôi tức tốc chạy ra khỏi gian hàng la lớn:*

- *Trời sắp mưa bà con ơi! Con chim đổi màu hường rồi!* (trong *Con Chim thời Tiết).*

Và sau nữa, có phải là tình yêu trai gái? Nhất là ở mối tình đầu tiên của một người con gái ngây thơ, chẳng biết đua đòi, sống đơn giản trong con phố nhỏ, bỗng dưng một hôm nọ bị tiếng sét ái tình và đã gửi con tim cho người trai cùng xóm, vì: *Nói xong cậu Ba chạy lẹ về nhà. Cô Hai Kim Hoa đứng nhìn theo cười sung sướng. Từ nhỏ tới lớn đây là lần đầu tiên cô bị con trai "dê" nên vui quá chừng, quá đỗi. Đờn bà con gái cũng kỳ cục lắm! Không ai "dê" thì buồn, mà "dê" thì chửi, chửi đã rồi tiếc hùi hụi. Cô Hai giũ quần áo vừa phơi, vừa mong cho thời gian qua lẹ để ngày mai xem cậu Ba đóng phinh.* (trong *Ví dầu Tình Bậu Muốn Thôi).* Hoặc là mối tình trẻ thơ trong nỗi cô đơn mang thân đi ở đợ và trong hoàn cảnh xem như côi cút cả cha lẫn mẹ, để: *Tôi liền kể cho con Tí (tên con bé ranh mãnh) nghe tự sự, không giấu một điều gì. Cả hai như đã quen nhau từ lâu lắm rồi vậy. Con Tí nghe tôi kể, nước mắt nó cũng rưng rưng. Từ ngày bà tôi chết cháy cho đến bây giờ, chỉ có con Tí là người đầu tiên nhỏ cho tôi những giọt nước mắt thành thật. Từ đó tôi có một người bạn tâm đầu. Hai đứa kết thân với nhau. Con Tí là nguồn an ủi của tôi sau những ngày tháng cơ cực...* Vậy mà rồi sau đó, người bạn trẻ vô phước kia lại chẳng đã đi đến một quyết định chọn cái đau khổ cho riêng mình, là đành phải xa nhau, chỉ vì không muốn một nghịch cảnh của cuộc đời lại phải tái diễn lần thứ hai, thứ ba như số kiếp vay trả trả vay, như luân hồi mãi mãi (trong *Trăng Xế Đèn Mờ).* Và thêm một mối tình ngang trái khác, mặc dầu có cái kết cuộc thật là tang thương vì cả hai cùng chết, nhưng lại thấp thoáng cái hơi hướm buồn buồn kỷ niệm của Sơn Nam trong tuyệt tác giai nhân sao nỡ mắc bệnh nan y *Hương Rừng Cà Mau*, như ở đoạn dưới đây:

*Anh Tư Du lắc đầu, mặt buồn hiu:*

- *Em còn nhỏ em hổng hiểu đâu!*

*Thấy anh không muốn nói, tôi cũng không gặng hỏi nữa. Nhưng từ khi chuyển về đây, lúc nào anh cũng trầm ngâm. Anh không rủ tôi hái bần ăn với mắm sống, ớt xanh, cơm nguội nữa. Tối ngày anh cứ ngâm nga ca vọng cổ, toàn là những câu buồn sầu ai oán, nghe muốn đứt ruột, nát gan. Tôi chỉ có nước nhìn anh rồi thở dài thườn thượt.*

*Còn chị Hai Búp vì cha mẹ ép uổng, phải lấy ông chủ Đáo, lớn hơn chị mười sáu tuổi, xấu không ra xấu, đẹp không ra đẹp, nhưng khuôn mặt lầm lì, cách ăn nói phách lối nên xóm giềng đều ghét. Chủ Đáo giàu có nhờ biết làm áp phe với Mỹ. Ông ta bỏ tiền ra để má chị Hai Búp mua máy xay trái cây và mở quán bán nước sinh tố và các thứ giải khát khác...* (trong *Tình Buồn Câu Vọng Cổ*).

Xuyên qua những thứ *"tình"* ơ hờ, còn sót lại đó, chúng ta còn thấy cũng đồng thời với một văn phong miền Nam, nhưng lấp lánh trên toàn bộ tập truyện, Sỹ Liêm đã sử dụng nhiều ngôn từ và một lối diễn tả mới lạ, dễ đi sâu vào cảm xúc, trí nhớ độc giả. Chẳng hạn như: *Bà Năm The đã già cả thể xác lẫn tâm hồn. Nước mắt bà đã tuôn chảy thành giòng nhưng không đủ sức làm ấm lại cái lạnh tẻ buốt giá của xứ người* (truyện ngắn Đau Đớn Phận Già). Chẳng hạn như: *Thím hà tiện ngay với bản thân mình. Nhà chú thím mà có tòa cao lẫm lớn là do tài bòn tro đãi trấu, vắt cổ chày ra nước của thím Năm.* (truyện ngắn *Trăng Xế Đèn Mờ)*. Chẳng hạn như: *Tôi cầm cuốn sách nhét vô lưng quần xà lỏn, nắm tay con Tí kéo ngồi xuống bờ ao. Chiếc lục bình đứng lại ngắm hai tâm hồn trẻ thơ như muốn nói một điều gì, nhưng không nói, rồi lặng lẽ trôi đi.* (truyện ngắn *Trăng Xế Đèn Mờ)*. Chẳng hạn như: vân vân và vân vân.

Xen kẽ trong đó, có những đoạn tả món ăn phải nói cũng hấp dẫn như Vũ Bằng, Hồ Trường An! Chỉ cần đọc qua đoạn tả ăn xoài sống nước mắm đường (truyện ngắn *Thương Nhớ Một Tờ)*, ăn bần chua, mắm sống, ớt xanh, cơm nguội (truyện ngắn *Tình Buồn Câu Vọng Cổ*) và ăn xôi trét đậu xanh tán nhuyễn, rắc dừa nạo, đậu phọng giã nhỏ, muối mè và đường cát mỡ gà (truyện ngắn *Con Chim Thời Tiết)* là chúng ta đủ thấy cái hương vị, cái thèm thuồng đã làm nước miếng chảy ra đầy miệng.

Và còn nhiều điều đáng nói nữa trong tập truyện đa dạng này, nhưng xin nhường lại cho độc giả tự khám phá, thưởng thức lấy! Luôn cả những chỗ đôi lúc hơi vô tình lập ý, hay cường điệu, nói quá,lắm khi không cần thiết!

Tóm lại, ở Sỹ Liêm, chúng ta đã bắt gặp một vốn sống riêng, một lối dựng truyện riêng, một cách diễn đạt riêng, và một niềm tin riêng nhằm vào những giá trị của cuộc đời phiền toái này, và chính những thứ đó đã giúp anh có một chỗ đứng riêng trên văn đàn.

Một lời cuối cho Sỹ Liêm, rằng, tuy đây là tác phẩm đầu tay nhưng sẽ là tác phẩm để đời của một nhà văn trẻ, vì tác giả của nó đã sáng tác bằng tất cả con tim, bằng với tất cả nhiệt tình của thuở ban đầu thành công rực rỡ khi vừa mới bước chân vào vườn văn muôn màu nghìn sắc.

*Winston-Salem, Hè 1992*

**Nguyễn Tấn Hưng**

Bình Thơ

# SỸ LIÊM, THƠ NHƯ CON TÀU VẪY VÙNG BỜ BẾN MỚI...

*Nguyễn Quốc Vỹ*

Bước chân vào làng văn năm 1985 và là cộng tác viên của nhiều nguyệt san tại hải ngoại, Sỹ Liêm cắm cột mốc đời mình trên địa hạt văn chương bằng mảng truyện ngắn và xác định mình sẽ trở thành nhà văn.

Chặng đường sáng tác của Sỹ Liêm được chia thành ba giai đoạn:

- Từ năm 1985 –2002: Sỹ Liêm thường xuyên gửi bài cộng tác đến các báo tại Mĩ, Pháp, Canada,... lần lượt cho xuất bản hai tập truyện in riêng và một tập truyện in chung. Truyện ngắn Sỹ Liêm với kết cấu thời gian tuyến tính giản dị, mang phong vị cuộc sống yên bình, chân chất của những con người tại miền Nam, đã mau chóng chiếm được tình cảm của đại đa số độc giả xa quê.

- Từ năm 2003 – 9/2017: Sỹ Liêm về định cư tại Việt Nam, rẽ hướng sang thơ và dụng công nhiều ở thể thơ lục bát – sở trường của tác giả.

- Từ 9/2017: Sỹ Liêm tái định cư tại Pháp, tiếp tục làm thơ và thi thoảng đăng tải trên mạng xã hội cá nhân của tác giả.

*

Có thể nói, năm 2003 là bước ngoặt trên hành trình sáng tác của Sỹ Liêm. Tác giả dong buồm kiếm tìm thử thách mới cho bản thân mà, thơ là mảnh đất màu mỡ đầy hứa hẹn tác giả hướng tới, đoạn tuyệt thể loại truyện ngắn vốn là sở trường, là nét duyên ngầm thuở văn nghệ đầu đời của mình, bởi lẽ như nhà thơ Bùi Giáng từng nhận định:

"[…] Thơ là cái gì không thể bàn tới, không thể dịch, diễn gì được. Người ta có thể diễn tả một trận mưa rào bằng lời thơ. Thì có lẽ muốn diễn tả một bài thơ, người ta chỉ có thể phát động một trận mưa rào, hoặc một cơn gió thu. Mà muốn thực hiện sự đó, thì ngoài việc làm thơ ra, con người không còn phép gì khác. Thế có nghĩa là: muốn bàn tới một bài thơ, diễn dịch thơ, người ta chỉ có thể làm một bài thơ khác […]". (*Thi ca tư tưởng*, Ca Dao, Sài Gòn, 1969).

"Thơ", với Bùi Giáng chỉ để cảm, không phải để hiểu cặn kẽ hay cần sự rạch ròi, logic. Một chữ "Thơ" cũng đủ nói lên chút gì đó vừa hư – thực, khi mơ hồ lúc lại rõ nét. "Thơ" là điều gì rất đỗi tự nhiên. Nó đến bên ta trong những giây phút ta rơi vào trạng thái cùng cực nhất, cay đắng, buồn tủi nhất,… câu chữ tự quây quầy thành dòng chảy đầy tính nhạc. Sau khoảnh khắc xuất thần, "Thơ" rời đi, bỏ ta lạc lõng giữa mê trận thế giới mà nó đã bày ra. Nên khi đọc thơ, chúng ta luôn đứng phía bên ngoài, gõ nhẹ vào bề mặt ngôn từ, tiếp cận trực tiếp bằng con đường chữ nghĩa. Chúng ta mãi ở phía ngoài cõi thơ, có thể với gần đỉnh cao nhưng không bao giờ chạm được đỉnh cao…

Chính sự lấp lửng khó lí giải ấy đã phủ lên chữ "Thơ" thêm sắc màu ma mị…

*

Hấp lực đầu tiên trong thơ Sỹ Liêm với tôi, chúng đến từ chất liệu ngôn từ. Những lần chuyện trò bên li café, thi thoảng len vào câu chuyện là những quan điểm, suy nghĩ của Sỹ Liêm về thơ, tác giả cho rằng mình không bao giờ "bỏ tù chữ nghĩa", hất chữ lên trời cho chúng tự do bay bổng. Không nên kìm chế ngôn ngữ để làm dáng. Hãy làm nhà phù thủy chứ không nên làm nhà bác học dùng những câu từ chẳng ai hiểu mình đang muốn chuyển tải điều gì. Và, dùng chữ nhỏ chở nghĩa lớn chứ không nên dùng chữ lớn chở nghĩa nhỏ, tầm thường.

Có thể thấy, ý tưởng xuất bản tập thơ mang nhan đề "HẤT CHỮ LÊN TRỜI" đã được tác giả nung nấu khá lâu. Điều này góp phần khơi gợi và dẫn tôi luyện nên chất thơ Sỹ Liêm thêm điêu luyện kể từ tập thơ đầu tay "EM LÀ TÁC PHẨM ĐẠI VĂN CHƯƠNG" và tập thơ gần nhất "THEO TA CHỮ NGHĨA LÊN TRỜI LÃNG DU".

Mỗi bài thơ của Sỹ Liêm như tấm gương phản chiếu hình ảnh tác giả luôn thiết tha với con chữ. Âm điệu đời âm điệu thơ xô nhau tạo nhịp dồn dập cho câu thơ. Từng con chữ huyền ảo, lung linh giữa đêm khuya vắng lặng; trong khoảnh khắc giao thoa giữa bức tranh sáng – tối, giữa tỉnh – thức thế gian; Sỹ Liêm bất ngờ nắm tay độc giả kéo họ đến gần thế giới mình, nơi đấy Sỹ Liêm bay cao, cao hơn nữa, rời khỏi trần thế, đi tới trạng thái thoát tục, tác giả đứng trên thành quách mình gây dựng và nhìn xuống:

*Thơ ta trên đỉnh cội nguồn*
*Ngắm sông suối chảy mây cuồn cuộn bay*
*Thả hồn đầu ngọn gió lay*
*Lượn trong trời đất lạc loài ngửa nghiêng*
*Chữ sầu gánh nghĩa oan khiên*
*Đi qua vạn dặm trường thiên nhạt nhòa...*

(trích "Đi qua vạn dặm trường thiên nhạt nhòa")

Phần lớn thơ Sỹ Liêm mang giọng trầm, buồn khi cất lên; bởi lẽ đời có mấy lúc vui. Nỗi buồn như đánh động cây kim tâm trạng đưa sắc thái cảm xúc về vị trí số 0 – con người chỉ trở nên sáng suốt khi ở trong trạng thái tĩnh (lặng).

Cuộc đời là sự đánh đổi, cá cược khắc nghiệt so với mọi cuộc chơi hiện hữu. Một nước cờ cũng đủ xoay chuyển số phần con người, nên Sỹ Liêm muốn thơ mình ít nhiều tác động đến tâm tính, nghĩ suy của mỗi cá nhân trước mỗi lựa chọn, hành động sắp sửa. Tuy nhiên, không phải lúc nào Sỹ Liêm cũng chuyển tải cho được kì hết nỗi lòng mình. Bằng chứng là đoạn thơ trên, có lúc tác giả tỏ ra bất lực trước con chữ mình tâm đắc để rồi phủi tay tự đẩy chúng vào hư không, đi tới bến bờ lãng quên như cách guồng quay nhịp đời vận hành sẽ đẩy lời thơ mình đi lui. Thời gian mãi trôi, con chữ chẳng thể níu ai ở lại sống trọn vẹn từng khoảnh khắc. Câu thơ được đệm bằng những tiếng thở dài khe khẽ trên môi độc giả.

"Đi qua vạn dặm trường thiên nhạt nhòa" nói riêng và lục bát Sỹ Liêm nói chung đều cùng một tone giọng: gấp gáp, tiếp nối. Để có được "màu thơ" đấy, Sỹ Liêm biết cách chọn chữ thật khéo thông qua chữ thứ 6 trong câu lục. Tác giả thường dùng từ ghép ("cuồn cuộn", "lạc loài") nhằm đẩy nhịp thơ xa, chuyển tiếp chữ thứ 5 sang chữ thứ 6; hoặc chữ thứ 6 sang chữ thứ 7. Cách gieo vần này có ý nghĩa trong việc "trám" lỗ hổng chỗ tiếp nối vần của chữ thứ 6 câu lục với vần chữ thứ 6 câu bát. Giúp ổn định mạch cảm xúc câu thơ, giúp chữ/nghĩa đi theo đường thẳng, kích tâm trí người đọc cuốn theo lời thơ không phút lơ là.

*

Chủ đề trong thơ Sỹ Liêm gói gọn chỉ bằng một chữ "TÌNH". Đó có thể là tình yêu quê hương đất nước gắn liền cảm thức xa nơi chôn nhau cắt rốn hai lần: lúc tuổi trẻ và khi đã xế chiều:

*Ta đi mang nỗi nhung cùng nhớ*
*Máu chảy về tim máu biển khơi*
*Trào lên cột sóng tràn hơi thở*
*Từng tế bào tan nát tả tơi*

*Ừ ta – Khóc ngất vai sầu khổ*
*Bần bật run từng quá khứ đeo*
*Trăm năm có mấy lần ly biệt*
*Một lần cũng đủ chết mang theo*
(trích "Ta một lần xin lỗi cúi đầu")

hay cám cảnh trước số phận đang nằm gọn trong bàn tay khắc nghiệt của tạo hóa:

*Trời mù – căng nước – chảy xuôi*
*Dân tôi ngậm khổ cắn vui bể sầu*
*Gánh nghèo vác nỗi cơ cầu*
*Lội qua khổ cực dãi dầu nắng mưa*

*Phận người lắc lẻo đong đưa*
*Nửa theo dông bão nửa thừa thãi đau*
*Gồng mình đất thấp trời cao*
*Nỗi oan khiên biết khi nào dửng dưng...*
(trích "Mù căng chải")

Ngoài tình yêu quê hương đất nước, thơ Sỹ Liêm còn đề cập đến tình yêu gia đình, tình yêu lứa đôi, tình cảm giữa người với người (bạn bè). Bạn đọc sẽ bắt gặp những câu thơ thể hiện trọn vẹn chữ "Tình" tác giả dành cho từng chủ đề nhỏ hơn. Đọc thơ Sỹ Liêm, chúng ta dễ nhận ra các chủ đề nhỏ có sự đan cài vào nhau, mượn chữ tình này "làm bàn đạp" nói đến chữ tình khác với lớp nghĩa nở rộng. Điểm nhấn ít khi xoáy vào chủ đề đã làm điểm tựa.

Nhân vật trữ tình trong thơ Sỹ Liêm bơ vơ, lạc lõng giữa không gian rộng lớn; nỗi cô đơn trong tâm hồn lớn chừng nào, không gian thơ càng vô tận bát ngát chừng đấy. Đa số nhân vật trữ tình mang tinh thần hoài nghi, cảm thức chia li, không đặt để nhiều niềm tin vào các khía cạnh trong cuộc sống như: tình yêu, bạn bè, tín ngưỡng,… Họ cứ ôm mối hoài nghi, tuyệt vọng bước đi giữa vô định thế giới, luyến tiếc những giá trị xưa cũ. Khi đời sống con người vụn vỡ, đời sống tâm linh – cứu cánh của con người đã không còn là điểm tựa vững chắc. Tất cả rồi sẽ lu mờ, nhạt phai theo qui luật thành – trụ - hoại – diệt.

Điểm nổi bật trong thơ Sỹ Liêm phải kể đến tính truyện. Có lẽ xuất phát điểm của Sỹ Liêm là văn, nên thơ tác giả chịu ít nhiều buộc ràng bởi kết cấu mở –thân – kết, có nhân vật và tâm lí nhân vật đi theo chiều dọc bài thơ, điều này vừa là điểm mạnh, cũng là điểm hạn chế không nhỏ của tác giả. Nếu tách các câu thơ đứng riêng, chúng dễ lẻ loi, hụt ý; phải đi kèm tổng thể thơ mới rõ nghĩa. Hơn hết, thơ mang tính truyện ít nhiều giảm tính chung, hướng đến cái riêng. Dễ nhận thấy nhất tính truyện trong thơ Sỹ Liêm là mảng về thơ tình yêu. Tôi cho rằng đấy chỉ là điểm hạn chế rất nhỏ so với những nỗ lực mà tác giả dành cho thơ bấy nay.

*

Người viết văn/ làm thơ, theo tôi, có hai kiểu: Kiểu thứ 1, người đọc cảm thấy bình thản sau khi đọc họ; Kiểu thứ 2: người đọc muốn viết, khát khao viết sau khi đọc họ.

Khép lại thơ Sỹ Liêm, tôi cảm giác muốn chộp lấy mảnh giấy, cây viết rồi nguệch vội vài nét trải cho kì hết nỗi niềm đang chất chứa. Tác giả tạo cho người đọc chất xúc tác để hiện thực hóa ý tưởng của họ bằng cái tài của mình từ việc chọn chữ, đến lựa thể thơ phù hợp giúp đẩy bài thơ thăng hoa.

Về thể thơ, Sỹ Liêm trước sau như một, tác giả đi theo con đường thơ có vần, luật truyền thống vì theo tác giả làm thơ phải nghĩ đến ngâm sĩ, thơ phải có vần, có điệu thì người ta mới ngâm được, mới dễ nhớ.

Với tôi, sự rẽ hướng thể loại sáng tác góp phần làm nên thành công của Sỹ Liêm ở hiện tại. Tập thơ "HẤT CHỮ LÊN TRỜI" khiến tôi khá hài lòng. Chất lượng các bài trong tập thơ đồng đều. Trong tương lai, tôi mong chờ Sỹ Liêm nhiều hơn nữa, bởi lẽ việc tác giả tái định cư tại Paris năm 2017 sẽ tô thêm màu sắc, thêm bàng bạc u buồn vào lời thơ; điều này khi còn tại Việt Nam, thơ Sỹ Liêm vắng bóng…

*Sài Gòn, những ngày cuối tháng 8 -2019*
**Vy Thượng Ngã** (Nguyễn Quốc Vỹ)

Nguyễn Quốc Vỹ & Sỹ Liêm

Bình Thơ

# CẢM NHẬN VỚI BÀI THƠ "GIÁC NGỘ" CỦA TÁC GIẢ SỸ LIÊM

*Nguyễn Thành*

## GIÁC NGỘ

Từ em phổ độ nụ hôn
Hồn ta Bát-nhã tâm kinh đại thừa
Khởi duyên sầu khổ đón đưa
Nửa qua vô ngã nửa chưa vô thường

Bờ môi ảo mộng vấn vương
Tham sân hỉ nộ yêu thương thẫn thờ
Sắc không đợi ở bến chờ
Ta thân bất nhị tánh khờ dại si

Từ em niệm chú A Di
Ta theo Đà Phật quy y cửa tình
Nam mô nhan sắc hữu hình
Giải ta thoát kiếp phù sinh khát thèm

Niết Bàn bóng tối nhá nhem
Lòng ta ảm đạm lấm lem từ thời
Em đi gác lại cuộc chơi
Đời ta chấp ngã bỏ rơi luân hồi

Định thiền giác ngộ đơn côi
Thấy trong tim một chỗ ngồi tịnh yên.

Luận về thơ Sỹ Liêm rất khó để chuyển tải hết ý của bài thơ mà tác giả đã gửi gắm vào câu chữ. Khác với những bài thơ có điển tích Hán cổ không còn phù hợp với thi ca hiện đại và những bài thơ có điển tích bình thường theo các câu truyện cổ tích hay truyền thuyết của ta, chỉ cần tra cứu từ điển hoặc Google ta có thể hiểu được tường tận ý nghĩa của bài thơ đó…

Riêng thơ Sỹ Liêm thì khác, có những bài thơ câu từ bình thường thôi nhưng nhiều độc giả cũng phải thừa nhận phải đọc đi đọc lại vài lần mới thấm được ý. Một số bài thơ ý từ mênh mông sâu thẳm thì độ cảm nhận lại càng khó, chỉ thấy một cảm xúc dâng trào tự nhiên nhưng nhiều khi không giải thích được. Một trong các bài thơ theo thể loại điển tích mang tính triết lý của Phật giáo như bài thơ "Giác ngộ" nếu đem phân tích thì chẳng có giấy bút nào có thể diễn giải hết được ý nghĩa mà tác giả đã gửi gắm vào bài thơ, trừ khi tách ra thành đề tài khác để mổ xẻ, mà nếu vậy thì chẳng còn là thơ nữa…

Ngay từ câu thơ đầu tiên "Từ em phổ độ nụ hôn" ta đã cảm nhận ra một nụ hôn thuần khiết từ một tình yêu trong sáng chân tình, thể hiện một tình cảm rất lớn mà cô gái dành cho chàng trai, đã làm cho chàng trai như nhận được một phép lành ban phát cứu vớt cuộc đời mình. Hai chữ "phổ độ", theo quan niệm của Phật giáo là sự cứu giúp, nêu bật rõ sự thức tỉnh của chàng trai khi cái tình đó chạm vào tâm thức một sự khoan dung độ lượng vượt qua ngưỡng tình yêu thông thường, không còn cám dỗ của xác thịt…

*Hồn ta Bát-nhã tâm kinh đại thừa*
*Khởi duyên sầu khổ đón đưa*
*Nửa qua vô ngã nửa chưa vô thường*

Nụ hôn thoát tục khiến tâm hồn chàng trai như tiến vào cảnh giới thiền, tuy chưa tới ngưỡng nhưng vẫn mơ hồ ngộ ra bể khổ nhân gian đắm chìm trong không, có, được, mất… như thuyết "sắc tức là không, không tức là sắc" trong kinh Bát Nhã nhà Phật.

Để nhận ra rằng tình yêu như một trận mưa rào phủ lên một mảnh đất khô cằn và sự sống được hồi sinh, nhưng không thoát ra khỏi qui luật nhân sinh của cuộc đời, cái gì có sinh thì phải có diệt là vô thường, cái gì vô thường thì là khổ, cái gì khổ mà nó biến đổi theo duyên sinh (không tùy thuộc vào ý muốn của nó) thì là vô ngã. Cho nên:

*Bờ môi ảo mộng vấn vương*
*Tham sân hỉ nộ yêu thương thẫn thờ*
*Sắc không đợi ở bến chờ*
*Ta thân bất nhị tánh khờ dại si*

Khiến chàng trai như đang rơi vào thế giới ảo ảnh buông bỏ hết tham lam ngu muội, vui giận… để thẫn thờ trong sự yêu thương. Nhưng cuộc đời thì không đơn giản khi ta vẫn phải vướng những mưu sinh bươn chải, toan tính, mưu cầu… trong cõi ta bà và cuộc đời thì không thể một lúc mà đi hai con đường nên tâm hồn cứ phải si dại với một tình yêu thánh thiện…

Nhưng cũng vì tình yêu đó mà chàng trai biến đổi tốt đẹp hơn…

*Từ em niệm chú A Di*
*Ta theo Đà Phật quy y cửa tình*
*Nam mô nhan sắc hữu hình*
*Giải ta thoát kiếp phù sinh khát thèm*

Để không còn xem tình yêu như một trò đùa cợt, không còn đùa giỡn trên xác thịt như một thú vui thấp hèn của dục vọng… để tâm hồn hướng đến sự thanh cao thuần khiết của tình yêu chân chính. Nhưng cuộc đời theo lẽ thường hợp tan của số kiếp, theo cái duyên nợ ràng buộc hay không, hay chỉ là một sự tình cờ đến rồi đi… để rồi hụt hẫng nhận ra:

*Niết Bàn bóng tối nhá nhem*
*Lòng ta ảm đạm lấm lem từ thời*
*Em đi gác lại cuộc chơi*
*Đời ta chấp ngã bỏ rơi luân hồi*

Chàng trai thân phận đã trải qua bể ải cuộc đời, nay tình yêu lại bỏ đi để tâm trí phải "chấp ngã"… Tác giả dùng từ "chấp ngã" để chỉ ra rằng cuộc đời là bể khổ, sự gì cũng khổ, khi ta muốn mà không được và khi ta được những cái không muốn… cái sự nào cũng đem đến cho ta khổ đau, cuối cùng ta phải buông xuôi mặc cho số phận…

Một lúc tịnh tâm nào đó, chàng trai rơi vào sự cô đơn và nhớ lại "nụ hôn phổ độ" trong trạng thái nhập thần, như có ai đã tập thiền đều biết, trước hết loại bỏ tạp niệm ra khỏi tâm trí để tiến vào cõi hư vô và nhập định, như chàng trai quên đi hết phong ba, bão tố của đời để vào cõi riêng bình yên của mình…

*Định thiền giác ngộ đơn côi*
*Thấy trong tim một chỗ ngồi tịnh yên.*

*

Không như một số bài thơ của một số tác giả khác có tính cách khoa trương ngôn từ, câu chữ cao siêu nhưng chuyên chở ý từ cũng bình thường giới hạn khiến ta chỉ thấy bài thơ có chút bóng bẩy, hoặc đôi khi không hiểu tác giả muốn nói gì... Bài thơ của Sỹ Liêm cũng mang tính cách khoe chữ nhưng thể hiện một cách táo bạo hơn, và ý chuyển tải thật là trùng điệp, nếu bỏ nội dung tình yêu trai gái ra khỏi bài thơ này thì bài thơ sẽ mang tính thuyết giáo về cuộc sống trong giáo lý nhà Phật rất thâm thúy, như khúc dạo đầu tôi đã viết là không thể chỉ một vài trang giấy mà nói hết được…

Tóm lại bài thơ "Giác Ngộ" ẩn náu tinh thần bất nhị. Như thầy Thích Nhất Hạnh đã nói: Khi muốn hiểu một điều gì, ta không thể đứng ngoài và quan sát nó. Ta phải đi sâu và hòa nhập làm một với nó, ta mới có thể hiểu được. Khi muốn hiểu một người, ta phải ở trong da thịt họ, đau nỗi đau của họ, và vui niềm vui của họ. Động từ "hiểu" tiếng Pháp gọi là "comprendre"; "com" có nghĩa cùng với và "prendre" có nghĩa là nắm lấy. "Comprendre" là nắm lấy vật đó và nhập làm một với nó. Không có cách nào khác hơn. Nhà Phật gọi đó là không hai, bất nhị.

**Nguyễn Thành**

www.ingramcontent.com/pod-product-compliance
Lightning Source LLC
LaVergne TN
LVHW040051051026
849525LV00002B/641
* 9 7 8 1 9 8 9 9 2 4 8 6 0 *